HOÀNG NGA

RỪNG NÚI BẠT NGÀN

RỪNG NÚI BẠT NGÀN
Truyện vừa **Hoàng Nga**
Dàn trang: **Nguyễn Thành**
Bìa: **Hoàng Nga** & **Molly Brown**
Nhân Ảnh Xuất Bản **2020**
ISBN: 9781989924549
Copyright © 2020 by Hoang Nga

HOÀNG NGA

RỪNG NÚI BẠT NGÀN

Truyện vừa

NHÂN ẢNH
2020

1.

Sau 75, nhà tôi đi làm rẫy, như nhiều người trong cả nước đi làm rẫy. Nhưng mãi hơn một năm sau khi thi đại học, cao đẳng, rồi xuống trung cấp, trung học vẫn ạch lụi, không vô được cái nào hết ráo, tôi mới bắt đầu khăn gói vào rừng vì cái rẫy nằm tuốt trong… rừng.

Nhưng trước khi vào rừng làm rẫy thì tôi làm… thơ. Những bài thơ vô cùng nức nở, vô cùng "tâm trạng", vô cùng sầu đau nhân thế. Tuy nhiên vì không biết trong rẫy có cái "gì", nên tôi đã làm thơ theo kiểu… hàng nhái. Bài thơ có tên "Bỏ Phố Lên Rừng". Mãi về sau này tôi mới biết nhạc sĩ Châu Kỳ cũng có bài hát có tựa giống hệt như vậy, nên vụ này chắc phải kể là double nhái!

Mai ta bỏ phố lên rừng
Tình du mục chắc cưu mang cả đời
Váy dài gùi nặng lên đồi
Bàn chân trần ướt sương phơi cỏ hồng
Vương vương nước mắt lưng tròng
Rụng rơi trên lối lạnh lùng qua khe
Tủi lòng nhớ chữ tiểu khê
Hôm nao người đọc ta nghe ngọt ngào
Về rừng núi khuất mây cao
Làm dân sơn cước thiên thâu quên đời

Ở đây sao thấy lại người
Bản làng lăng lắc mấy trời lãng quên
Chiều chiều ra đứng chênh vênh
Trên bờ đá trắng ngó lên mái lều
Khói cơm lau lách hương chiều
Khèn xa se động hồn hiu hắt buồn
Từ trong hoang vắng héo hon
Chiều đưa giọng hát ru con ngùi ngùi
Lên rừng bỏ phố miền xuôi
Mưa thu biết có sụt sùi nhớ mong
Chỉ nghe vượn hú trong rừng
Chiều buông trên lối về bưng tối buồn

Mai ta bỏ phố lên rừng
Tình du mục chắc cưu mang cả đời.
(Tháng 12/1977)

So với bài hát của nhạc sĩ Châu Kỳ, *"Người phụ tôi rồi có phải không. Cớ sao lại bỏ phố lên rừng? Một đi không nửa câu hò hẹn. Người giã từ mà ánh mắt dửng dưng."*, thì tâm tình "người lên rừng" trong bài thơ tôi coi bộ không... oanh liệt cho lắm. Nhưng với cái tựa "lộng lẫy" như vậy, lại còn được tôi thêm gắn cái mác "ngày bỏ học về làm rẫy" chua ở phía dưới, nghe y thể như tôi "tự ý đục bỏ", hiên ngang không thèm học dưới mái trường xã hội chủ nghĩa mà sẽ lên rừng đi làm rẫy chứ không phải xã hội không thèm tôi, uýnh cho tôi một phát tan hoang vì cái tội lý lịch tối hù hù như đêm ba mươi!!!

Những bài thơ ngày cũ ấy, tôi chưa bao giờ dám đưa ai coi trừ một đứa bạn cũng làm thơ hận đời đen bạc như tôi. Nhưng bài thơ ngồn ngang tâm sự, hay nói đúng ra là "toàn bộ tuyển tập thơ" của tôi bị hai thằng em ba trợn tìm tòi lục lọi, lấy ra coi rồi cười hi hi trêu ghẹo:

- Con mẹ này đúng là chưa vô rẫy ngày nào, nên đâu có biết cái rẫy nhà mình không nằm trên đồi cao. Người Thượng thì cũng có, nhưng không thấy ai mặc váy mang gùi, cũng không có tiếng khèn, tiếng vượn gì hết ráo vậy mà bả dám mang dzô thơ!

Tôi chưa kịp phản ứng, hai thằng lại ngó thẳng vào mặt tôi và cười to hơn:

- He he, cái chòi nhà mình nằm trơ trọi giữa khuỷnh đất trống trơn, chung quanh hàng xóm chỉ có ông nội Hai Xồi, hơ hơ hơ, nếu bà mà nghe được "chiều đưa giọng hát ru con ngùi ngùi", thì chắc chắn thế nào vợ của thằng cha này cũng vô uỵnh ghen cho lòi mắt thằng chả ra rồi!

Đã hận đời đen bạc, còn phải nghe bình lựn kiểu đó, tôi đâm ra… hận hai thằng em không còn bút mực nào tả nổi. Tôi đỏ mặt cãi, thơ thì phải vậy chớ không lẽ thơ của tao phải điền tên thằng cha Hai Nùng , Hai Xồi vô hay sao?

Hai thằng em tôi bật cười khành khạch:

- Thơ của bà không hiện thực xã hội chủ nghĩa chút nào, hèn chi bà cứ thi đại học ở đâu là rớt uỳnh uỵch ở đó!

2.

Hai thằng em tôi ở vào tuổi độ mười hai, mười ba lúc gia đình tôi chuẩn bị giai đoạn bước vào thời kỳ... thấy sang bắt quàng làm họ, nghĩa là xem chừng giai cấp công nông coi bộ thịnh hành, nên ba tôi đã "à la mode", cố gắng "nâng tầm lý lịch" của chúng tôi lên, đưa cả nhà đi làm rẫy trước khi nhà nước ban hành chính sách kinh tế mới. Vì vậy hai thằng này khi không đột nhiên biến thành những tay lao động chính trong nhà.

Hai thằng đang độ tuổi chưa kịp lớn, vừa mới còn được cơm bưng nước rót tận miệng trước đó không lâu, sau khi bị "phân bố hợp lý sức sản xuất", bỗng dưng trở thành những con người vô cùng quán triệt đường lối! Hai thằng chê thơ tôi chỉ vì tôi chưa "đi thực tế". Một thằng nói y như trưởng đồn công an đang nói với tôi:

- Bà này tư tưởng không ổn định.

Tôi nói cái gì mà không ổn định. Cả hai thằng đều trả lời một lượt:

- Thời buổi này hết còn du canh du cư, mà bà đòi "tình du mục chắc cưu mang cả đời" là sai chính sách.

Hai thằng này nhỏ thua tôi bốn năm tuổi, ở giữa còn có một con chị, nhưng nhờ ơn cách mạng, giác ngộ thời cuộc và trải qua chuyện cực khổ sớm hơn tôi, nên xem ra rất lớn lối. Chuyện gì hai thằng cũng rành rẽ hơn tôi. Nội cái vụ "kiến thức" rẫy ruộng là có thể đẩy lùi tôi ra cả mấy chục bực rồi.

Kể sơ sơ một chuyện thôi để chứng minh điều đó, là thằng nào cũng biết… đường đi vô rẫy! Cái con đường dài ngoằng gần cả chục cây số chẳng có tấm bảng chỉ đường nào ráo trọi nhưng cả hai đều biết đi tới cái gốc cây sung cây vả nào thì phải quẹo qua đường nhỏ, tới rẫy mía rẫy bắp của ai đó thì phải rẽ trái rẽ phải, vân vân. Cái con đường dẻo quẹo đất đỏ, trời mưa nhầy nhụa rút chân không lên nổi nhưng hai thằng cứ đi như đi trên đường tráng nhựa. Lý do duy nhất là thằng nào cũng biết cách tránh những chỗ không nên thọt chân xuống, và biết cả cách… cạo bùn dưới đế dép cao su. Sau này vào rẫy nhiều lần rồi nhưng mỗi bận muốn "về thị", tôi cũng đều phải chờ một trong hai thằng đồng ý dẫn đi mới có thể về tới nhà an toàn.

Để vào rẫy, lần đầu biệt kinh kỳ, tôi cẩn thận chuẩn bị từ tối hôm trước, ngoài mớ quần áo còn có hai ba tập giấy trắng và một cây bút nguyên tử để… làm thơ, viết nhật ký! Hành trang của tôi lại thêm một cuộn len và hai cái que đan má lớn tôi cho để giải sầu những lúc không biết làm gì. Tôi còn nhớ rất rõ hai thằng đã đứng ngó ngó mớ đồ tôi tỉ mỉ tẩn mẩn bỏ vào cái giỏ PanAm mà không nói tiếng nào. Thú thật là thuở ấy tôi không để ý đến cái nhìn của hai thằng cho mấy, nên không thấy nỗi chán ngán hiện ra trong bốn con mắt đang rớt trên bà chị ru với gió, mơ theo trăng và vơ vẩn cùng… cực của mình. Nghĩ lại, chắc có lẽ lúc đó hai thằng cũng còn chút "con nhà", nên mới im lặng như vậy, chứ không đã nổi xung thiên lên mắng tôi một chập rồi.

Hôm ấy tôi đã chờ hai thằng đi học về, ăn vội miếng

cơm độn bắp, rồi nai nịt rời nhà. Tôi tòng teng cái giỏ PanAm trên vai lẽo đẽo đi theo phía sau. Hai thằng, một vác trên vai bao gạo nặng chịch, tay xách thêm cái túi đựng tôm khô, chai dầu ăn, xị nước mắm, thằng kia ôm một mớ cuốc mớ nạo, tay kia cầm con rựa. Hai thằng công tử "mới đó", đã đen thùi lùi như cột nhà cháy sau những ngày giang nắng đội mưa, trông y hệt như con nhà bần cố nông có cầu chứng tại tòa. Một thằng ốm nhom ốm nhách, ròm nhom như hút xì ke, thằng kia bảnh bao hơn một chút, da thịt hơn một chút nhưng mặt bắt đầu nổi mụn lấm chấm ngó chẳng giống ai.

Hai thằng, tuổi chưa lớn.

Sáng sáng hai thằng đi học, chiều không lội ruộng hái rau muống cho mẹ tôi nấu cháo heo thì vô rừng cao su kiếm củi. Ở cái huyện lỵ bạt ngàn, trùng trùng điệp điệp cao su ấy, hầu như nhà nào cũng kiếm củi bằng cách lang thang từ lô này qua lô nọ lượm cành cao su khô. Phải thành thật mà khai báo là nói như vậy cho… sang, chứ phần lớn các "tiều phu" này ngoài việc chia nhau cưa những cây cao su bị ngã, trốc gốc, có khi cũng cưa… bừa cây mới chỉ bị rụng lá, sau đó chất lên xe đạp, xe thồ rồi "ngụy trang" bằng cành khô lượm trên đường. Những đồn điền cao su này có từ thời Pháp thuộc, sau hiệp định Genève các chủ nhân người Pháp chạy về nước đã bán lại cho người Việt hoặc người Hoa, về sau chủ người Việt và người Hoa lại chạy nữa khi nhân dân ta vùng lên làm chủ, nên cao su bỗng thuộc về… nhà nước. Và du kích thì quản lý người… cưa cao su.

Hai thằng em tôi cho đến tận lúc ấy, chẳng biết được "giáo dục" ở nơi đâu, được huấn luyện từ ai, mà cái khoản né du kích thật hay vô cùng. Tôi hoàn toàn không biết hai thằng đã làm cách nào nhưng hình như chưa bao giờ hai chiến sĩ tay không trở về nhà. Lần nào trên cái yên sau của chiếc xe đạp nếu không ăm ắp những khúc cao su có độ dài cùng cỡ được ràng rịt cẩn thận thì cũng cao chất ngất những cành khô được xếp gọn gàng.

Mớ củi này, hai thằng chất ở vườn sau, đến cuối tuần thì thay phiên nhau chẻ nhỏ cho tôi và con em kế nấu cơm. Mẹ tôi dùng mớ củi sần sùi, khó chẻ để nấu cám heo.

Cuộc sống nghèo nàn "ám" cả nước không riêng gì ai. Nhưng hai thằng em tôi, lúc ấy vẫn còn quá nhỏ. Chịu đựng cơ cực quá sớm.

Tính ra hai thằng mới bằng tuổi cháu ngoại tôi bây giờ chớ mấy!

3.

Hai thằng em tôi hồi nhỏ đau ốm hoài dù con nít đau ốm là chuyện bình thường, đứa nào mà không bịnh lặt vặt. Nhưng thằng em út ốm nhách lớn không nổi dẫu ba tôi vốn cứu không biết bao nhiêu người bịnh mà vẫn chịu, không biết đó là bịnh gì. Đến ông thầy của ba tôi, ông bác sĩ nổi tiếng cả nước cũng đầu hàng luôn. Mãi về sau nhờ một nhóm bác sĩ trong đoàn truyền giáo người Mỹ khám nghiệm và nghiên cứu cả mấy tháng mới tìm ra được nguyên nhân và chữa mới hết.

Tuy nhiên thằng này út ít, không lớn nổi là bởi tại thì là mà, có căn có cớ đàng hoàng, bịnh có tên gọi đàng hoàng, chứ thằng kia, tướng tá ngon lành, chẳng biết bịnh gì mà cứ xỉu lên xỉu xuống. Đang chơi ngon lành, bỗng đùng một cái im hơi lặng tiếng rồi nằm lăn quay ra. Mà thằng em tôi không động kinh, không yếu tim, không áp huyết thấp cao gì ráo mới lạ nhé. Chỉ xỉu. Dài dài. Chích thuốc xong hết xỉu thì tỉnh. Tỉnh rụi. Vì vậy y như Joseph trong Kinh Thánh bị gọi là thằng nằm mộng, thằng này vốn có... nick-name là "thằng chết giả".

Phải thành thật mà nói là lúc nhỏ mấy chị em trong nhà chẳng đứa nào muốn đụng tới thằng này. Con em tôi nhắc hoài chuyện chơi tam cúc với nhau:

- Có con tướng xanh sợ quá ổng xỉu đã đành, mà có con tướng đỏ, mừng, ổng cũng xỉu!

Sợ, hồi hộp, xỉu. Mừng, vui cũng xỉu. Thua, tức, xỉu. Thắng, cũng xỉu nốt. Tôi hay nói thằng này thuộc loại quân tử tàu. Vì thường để cho yên chuyện, chúng tôi vẫn hay "nhường cho rồi", nhưng rất hiếm khi được yên chuyện! Bởi "thiếu gia" mà khám phá ra mình thắng không… minh bạch, không rõ ràng thì thế nào cũng lăn đùng xuống và mẹ tôi lại phải vác đi cấp cứu nếu ba tôi vắng nhà. Cứ mỗi bận như vậy, không chóng thì chầy, sau đó cả lũ chúng tôi đều phải ra trước… vành móng ngựa, phải trả lời cho mẹ tôi biết tường tận nguyên nhân dẫn đến chuyện "thằng con" nằm ỳ ra không chịu thở. Mà tệ hại hơn hết là dù có do nguyên nhân nào đi chăng nữa, cả lũ cũng sẽ bị… la như thường! Mẹ tôi hay nói:

- Chơi với em phải biết coi chừng em!

Vì vậy thuở đó đụng tới "em" là đứa nào cũng ngán. Đứa nào cũng cố né "em", khỏi chơi với "em" để khỏi phải… coi chừng. Và mãi như vậy cho đến lúc nhà có thêm một người!

"Người" ở đây là một thằng em nuôi, lớn hơn "em" một, hai tuổi, ba mẹ mất trong một trận đánh lớn chỉ còn lại ba anh em trơ vơ nên được đưa tới trạm xá của má lớn tôi. Sau vài tuần, ông anh lớn và cô em gái ở lại với má lớn, còn thằng em này ra thành phố sống với gia đình tôi.

Nhà tôi lúc ấy lủ khủ một đám con nít lớn nhỏ đủ loại tuổi. Ngoài mấy anh chị em tôi, ba mẹ tôi còn nuôi thêm mấy mạng con cậu, con cô. Thằng em nuôi được giao nhiệm vụ khi đi học chung với hai thằng, khi chơi với hai thằng, chịu khó để mắt coi chừng "em" có… xỉu thì chạy đi báo cho thầy cô giáo và hiệu trưởng biết! Sau này lớn lên tôi cứ phì cười lúc nghĩ tới cái khoản "báo cho biết" này. Vì ba thằng học ba lớp khác nhau, cho đến lúc thằng lớn mà biết được thằng bé xỉu, thầy cô giáo chẳng cần phải nghe báo cũng đã biết rồi!

Ba thằng chơi đã với nhau rất hòa thuận cho dù cũng lắm phen cãi cọ, và lắm phen hàng xóm phải chạy qua nhà mắng vốn vì sự hoà thuận, cùng nhau hợp tác phá phách của ba thằng con. Nhưng sự có mặt của thằng em nuôi này dường như có điều gì cũng lạ. Ba mẹ tôi yên tâm hơn thì đã đành, mà điều kỳ lạ nằm ở chỗ là kể từ khi thằng này vào nhà, không cần "thần dược" gì cả, thằng kia bỗng dưng lại hết… chết giả.

Lên trung học, học hết lớp chín, sau 75 thì thằng em nuôi tôi đòi nghỉ học theo ba tôi vô rẫy. Không biết có phải vì chuyện "bỏ học về làm rẫy" đã trở thành cao trào trong nhà tôi như tôi hô hoán trong bài thơ của mình hay không, mà trước hết là ông anh tôi học hết năm thứ ba đại học, đã khăng khăng giã từ thành phố mang tên Bác về nhà làm ruộng. Anh nói với chúng tôi thấy ba tôi cực quá cầm lòng không đậu. Kế đến là thằng này, rồi con em gái tôi cũng thôi không còn muốn đến trường.

Ba tôi buồn và tủi thân vì nghĩ không còn nuôi nổi con cái, cháu chắt ăn học. Còn ông anh tôi bảo học hành gì thời buổi này!

Nhưng ông anh tôi lớn, nói vậy. Mà thằng "nạn nhân chiến tranh" hỉ mũi chưa sạch cũng bày đặt nói theo và mặc cho ba tôi khóc, hai người vẫn khăn gói vào rừng.

Tính tới tính lui tới thời điểm ấy, tôi mới là đứa cuối cùng đi làm rẫy. Lý do lý trấu tôi rớt đại học là chính, nhưng có một lý do nữa cũng lớn không kém là tôi… lười. Tôi sợ cảnh ngồi ở nhà một mình lẩy đống bắp cao chất ngất như thái sơn trong phòng khách, mắt thỉnh thoảng phải đảo ra ngoài trời xem nắng mưa để chạy ra sân kéo ra kéo vô mấy tấm cót phơi lúa muốn oãi xương sống. Đã vậy còn phải phụ mẹ tôi lấy nước từ cái giếng sâu hoắm cả hai chục thước để tắm táp cho lũ heo sau nhà nữa chứ.

Tôi ngán. Tôi sợ. Nên tôi đùn cho con em kế đảm đương những công việc đó. Tôi đòi vô rẫy nấu cơm cho ba và đám con trai. Mà "cơm", thời buổi ấy ngoài gạo độn bắp, độn khoai, món "chủ lực" chỉ có rau luộc, rau khoai, rau dền dại, canh chỉ có bí đỏ, và cuối cùng là đậu phộng rang. Thỉnh thoảng "cải tiến" có thêm mớ rau càng cua trộn dầu giấm. Là chấm hết. Xuống hàng. Con em tôi kể có khi thằng em nuôi cắm được vài ba con cá lóc, "rớ" được mấy con cá rô, có dầu mỡ thì chiên, không, nướng trui. Nhưng nói thêm chuyện "đột xuất" đó cũng hiếm xảy ra, năm thuở mười thì vì ai cũng đi cắm câu, cũng đặt "rớ" lấy đâu ra cá mà chiên với nướng. Nên xem ra toàn cảnh, tôi thấy có vẻ khá… lạc quan! Cảm thấy dễ chịu hơn chuyện lẩy bắp, kéo nước giếng phồng tay nhiều, nên tôi sè sẹ làm hèn sĩ Lê Chiêu Thống, tuyên bố chính thức vác trọng trách… lánh nặng tìm nhẹ lên vai.

Mà cũng có một điều nên nói, không biết sao tôi cứ tưởng vào rẫy là… nên thơ, lãng mạn mới dị kỳ chứ. Tôi có ông anh họ rất ư nghệ sĩ. Hè năm đầu tiên nghỉ học, khi về rẫy phụ ba tôi, sáng sáng chiều chiều vác cuốc ra đồng, lại sáng tác ra hàng bao nhiêu thơ cho người yêu. Toàn thơ hay mới đáng nể chứ. Nào là:

"Trong cô đơn đã mang hồn cây cỏ
Có mưa rơi trong đất ngấm tháng ngày

Lòng vá víu héo màu thương nhớ
Bởi tình yêu không còn ở trong tay"

Rồi lại:

"Nhỏ cứ đi thôi đừng quay lại
Để tay anh với mãi vô vàn
Giòng Thu Bồn có ngàn khúc khuỷu
Bóng Cà Tang, Thạch Bích, Đá Dừng...
Anh đứng một mình giơ tay vẫy
Lệ không rơi nhưng ướt hàng mi
Cho anh khóc một lần đưa tiễn
Cánh nhạn ngàn phương lẻ bạn rồi
Chừ nhỏ về cuốc rẫy trồng dâu
Nuôi tằm tơ sợi kéo về đâu
Trong từng cánh kén hồn anh vỡ
Đặt lên khung cửa vạn tơ sầu..."
(Lê Quang Bính)

Tôi thiệt… tiểu tư sản! Tôi đọc thấy ông anh tôi than thở, "Chút tình đó không nhiều với nhỏ. Nhưng hồn anh nhuộm mấy thu vàng. Những chiều đi gửi hương theo gió. Tiễn chân người qua mấy chuyến đò ngang…", nghe hay quá, tôi đâu hiểu bởi vì ông có "tâm sự" mới làm ra thơ. Chứ tôi thuở ấy chỉ vừa tập tểnh đọc thơ, lại chỉ có những mối tình "hình như" mà tưởng cứ vào rẫy thì sẽ… nên được thơ!

Không lẽ tôi đã "hy vọng" mình cũng được như vậy, bởi vì nhớ tới lời "bình lựn" của hai thằng em!

4.

Hai thằng em nói tôi không thể phân biệt được ai là... ông Hai Xồi và ai là bác Tư Nùng mà đòi vô rẫy là sẽ khó sống. Tôi la làng tôi mắc mớ gì tôi cần phải biết và phải phân biệt người nọ với người kia. Một thằng lắc đầu:

- Đó là điều căn bản nhất khi vào rẫy.

Nhưng nói vậy mà cả hai thằng đều không nói thứ căn bản đó là gì. Và để làm gì! Nghe cái kiểu ấm ớ hội tề và "ra vẻ" của hai thằng như vậy, tôi đem lòng ghét, không thèm hỏi lại một câu. Vô tới rẫy, tôi hỏi thằng em nuôi:

- Ai là bác Tư Nùng, ai là ông Hai Xồi?

Thằng em nuôi cho biết bác Tư Nùng là Bá Nha-Tử Kỳ với ba tôi.

Bác Tư Nùng người... Nùng. Gọi là người Tàu Nùng thì đúng hơn. Năm 54, người Nùng ở sát biên giới Việt-Hoa, từ các tỉnh Cao Bằng, Lạng Sơn, Tuyên Quang..., phần lớn là dân của Khu Tự Trị vùng Hải Ninh (Territoire Autonome Nung) do tướng Voòng A Sáng thành lập và lãnh đạo, chạy vào Nam bằng tàu há mõm ở Hải Phòng hoặc đi đường bộ vượt vĩ tuyến 17 sau khi hiệp định Genève ký kết. Sách vở bảo người Nùng nói tiếng Tày-Thái. Nhưng bác Tư Nùng nói tiếng Hoa, tuy ba tôi nhận xét tiếng Hoa của bác và những người Nùng ở huyện lỵ ấy khác với tiếng Hoa ở Chợ Lớn hay những người cùng làm ăn với ba tôi trước đây.

Ba tôi ngoài tiếng Pháp thì giỏi chữ Hán, nghe được tiếng Quảng Đông, tiếng Quan Thoại, nhưng không nói được nhiều. Còn bác Tư thì không biết có nói được tiếng Pháp như ba tôi không, cũng không giỏi tiếng Việt cho mấy nhưng câu kéo rất rành mạch, nói đâu ra đấy. Hiếm khi thấy bác dùng chữ sai. Xét ra về phương diện "nói" không thôi, thì có thể cho bác nhiều điểm hơn ba tôi lúc ba tôi sử dụng tiếng Tàu.

Tuy nhiên cái hàng rào ngôn ngữ chắc chắn đã không thể nào cản được ba tôi và bác Tư Nùng. Vì vừa vào tới rẫy, sớm chiều hai ông đã trở thành bầu bạn với nhau. Tôi đoán chắc hai ông đều rành câu chuyện kết nghĩa vườn đào. Chỉ có điều tôi không thể nào nhớ nổi ai là Lưu Bị ai là Quan Vân Trường, mà một trăm em ơi chiều nay một trăm phần trăm, không có Trương Phi và... Tào Tháo!

Chiều chiều, bác Tư hay qua "nhà" tôi mời ba tôi sang "nhà" bác uống rượu. Bữa nào sang, ba tôi và bác Tư ăn thịt gà xé phay, mực khô hay cá lóc nướng bắt dưới ruộng lên. Không, bác ôm hũ... ớt hiểm dầm dấm ra làm mồi. Sau này không biết đứa nào "vui miệng" kể ra vụ này mà mẹ tôi nghe được, bà vừa khóc vừa la:

- Còn gì là bao tử!

Phải công nhận là ba tôi và bác Tư Nùng uống rượu thiệt là gân. Sắp qua lứa tuổi tri thiên mệnh, chứng kiến nhiều cảnh "chiến đấu sa trường" của dân nhậu từ rượu ta đến rượu tây, và dẫu gì cũng kha khá rành rẽ chuyện trà đình vì tôi làm việc trong ngành gastronomy khá lâu, nhưng có lẽ là chưa bao giờ tôi thấy ai dám "chơi" ớt hiểm ngâm dấm mà đi uống với ba xi đế như vậy. Thậm chí có lần ngồi nhắc chuyện xưa tích cũ, mấy anh em tôi đã chậc lưỡi "khen" hai ông già ngon lành quá, nhưng cũng chẳng có đứa nào đủ can đảm dớt một trái ớt rồi uống một ngụm bia, nói gì là tới rượu đế!

Cái thời ba tôi ở trong rẫy, dĩ nhiên đã hết còn điều kiện để hút tẩu, uống Crown Seven, Hennessy nên không cognac, không whisky để mời bạn hiền. Chỉ có thằng em nuôi tôi hay xung phong chạy đi mua ba xi đế cho ba tôi "trả lễ" bác Tư. Và mồi, trừ… hàng "độc" ớt ngâm dấm ra, thì "xêm xêm" như bên bác, ba tôi cũng đãi lại bác những thứ mình có. Lâu lâu không có gì, anh tôi kể đã chôm đại mấy cái trứng gà đang ấp đem ra làm ốp la cho hai tri kỷ.

Hai người, một dân miền trung, một dân miền núi, nhưng ba tôi với bác Tư có điểm chung là lại hay nhắc chuyện Hà Nội! Không biết hai ông có kỷ niệm gì sâu đậm với thủ đô mà nếu ngồi lơ mơ chỗ nào đó ngoài chòi, thỉnh thoảng sẽ nghe hai ông cười với nhau sẽ thấy rất… đã. Tôi đoán có lẽ đó phải là những câu chuyện thú vị lắm. Bởi nếu không, làm gì có… tiếng cười giữa thời buổi chỉ muốn khóc như vậy!

Tôi không mấy có duyên với bác Tư, mặc dầu ngoài ba tôi ra, thì bác là bạn của… ông anh tôi. Bác Tư rất giỏi nghề trồng trọt, tương tự như những người Nùng làm rẫy ruộng ở huyện lỵ đó, nên bác nghiễm nhiên trở thành xếnh xáng, sư phụ, nhưng hơn vậy nữa là còn như tri kỷ của anh tôi khi biết ra ông anh tôi dân trường tây mà lên đại học lại chọn ngành chăn nuôi với mộng ước ra trường sẽ mở một trại gà ở Long Thành!

Gần như chuyện gì bác Tư cũng thấu đáo. Từ gieo xới

cày tỉa cho đến thời tiết mùa màng… Chỉ cần ngó lên đám mây trên trời, ngó xuống mực nước dưới ruộng, là bác Tư biết như đinh đóng cột phải làm gì, phải "xử lý" như thế nào với đám đất của mình. Động tĩnh chuyện gì bên tôi, ông anh tôi cũng chạy qua nhờ bác Tư "tư vấn".

Hai thằng em tôi nói bởi vậy bác Tư mới là… bác Tư!

Rõ ràng là hai thằng này phát biểu một câu nói rất ư đục nghĩa. Tối hù như đêm ba mươi. Nhưng hình như đứa nào trong nhà tôi cũng công nhận là hai thằng nói đúng.

Tôi bảo tôi không có duyên với bác vì lúc tôi vô rẫy cũng chính là lúc bác chuẩn bị dọn luôn về thị. Bác có vài mẫu đất trồng cà phê nhưng không có ai chăm sóc, sợ bị tịch thu. Trước đó gia đình bác đã muốn bác bán mảnh đất cạnh cái rẫy nhà tôi rồi, nhưng bác vương vấn đất đai không quyết định được. Bác nói cả đời gắn liền với nương rẫy, bỏ đi, hệt như chặt đứt lìa cánh tay mình ra khỏi thân thể. Sau này thêm Tử Kỳ, Bá Nha lại càng nhấc chân không đành!

Tuy nhiên nói tới nói lui, dùng dằng nửa ở nửa về cách mấy đi nữa, cuối cùng thì bác Tư cũng phải về thị. Không về, chắc khó sống nổi với vợ con!

Cái con đường từ rẫy về tới huyện ly, sau này người ta tráng nhựa, làm đường lớn, chạy cái vèo chút xíu là tới; thuở còn sình lầy, bụi bặm đi đứng khá khó khăn, nhưng thật ra lòng người không ngại núi e sông thì đi hoài cũng phải tới, vậy đó mà ba tôi và bác Tư đã giã từ nhau buồn ơi là buồn. Bác Tư bịn rịn như xa người yêu. Và ba tôi thì bùi ngùi quyến luyến như Vũ Hoàng Chương than đời vắng em rồi say với ai.

Nhưng cũng thật, khi nghìn trùng xa cách người đã đi rồi, chẳng biết kẻ… sang Tần mang tâm sự não nề đến đâu, còn ba tôi chiều chiều cứ im lặng ngồi lên cái sạp tre, đưa mắt ngó xuống con đường đất chạy vòng vèo, xa xa có nhánh cây xương gầy vươn lên trên không giống hệt như một bàn tay vẫy. Có khi ba tôi cầm mãi ly rượu trên tay mà không đưa lên môi nhấp một miếng nào.

Cũng chẳng còn cười, hay nhắc chuyện Hà Nội. Nhắc những chuyến tàu ra Bắc…

Mà cũng phải. Ba tôi biết nhắc với ai nữa chứ!

5.

Cái rẫy nhà tôi đúng là không nằm trên đồi cao. Nhưng dẫu sao đi nữa tính từ phía dưới ruộng, muốn nhìn thấy nó thì cũng phải ngước mắt.

Hôm tôi vào tới rẫy, trời mây trắng bàng bạc. Chiều vắng lặng không một tiếng động, không bóng chim bay ngang. Cái tịch mịch, êm đềm của buổi chiều và cảnh vật chung quanh đang ngả dần vào hoàng hôn vàng rực, trông thật giống như một bức tranh, một đoạn phim tuyệt mỹ.

Lẽ ra khi nhìn thấy cảnh thiên nhiên, đất trời như vậy, hồn thơ của tôi phải láng lai, chữ nghĩa phải lồm cồm bò dậy trở thành thi thành phú mới phải, nhưng đằng này tôi chỉ thấy… lạnh người. Sợ. Dù chẳng biết là sợ điều gì.

Ngước mắt lên cao nhìn thấy trời chiều đang dần xuống. Ngó xuống dưới chân là con đường mòn chạy dọc theo hai bên bờ ruộng thấp cao, chỗ khô cứng, chỗ nhầy nhụa. Hai thằng em bảo phải bỏ dép ra mới đi được mà tôi vốn không quen đi chân đất nên trượt lên trượt xuống như làm xiếc. Nhưng vậy đó mà hai thằng nhất định không thèm chờ, cũng không thèm chỉ giáo một câu để tôi đi cho dễ dàng, cứ tỉnh bơ bươn bả đi tới trước. Lúc đó tôi thật tình không nghĩ ra nổi gạo mắm, xì xầu nước tương và cuốc xẻng mang trên vai, xách trên tay làm hai thằng muốn hết thở, chỉ mong lên được tới trên chòi để xả hơi chút đỉnh. Nên tôi, con chị tiểu tư sản không quán triệt và cập nhật tình hình của địa phương, không thực hiện tốt công tác… lội ruộng, đã phừng phừng lửa giận ở trong bụng. Tuy nhiên tôi lại không dám dừng nửa chừng, mà ỳ à ỳ ạch, ná thở lội theo vì sợ mất dấu hai thằng. Về sau này thì tôi biết ra là ngoài chuyện hai thằng đã quá xá mệt, từ cái gốc cây gẫy ba tôi sầu vạn cổ ngó theo bác Tư Nùng giã từ nương rẫy, chẳng cần hướng dẫn viên, …tour guide gì hết ráo cũng có thể đi một mình.

Bởi đó là con đường duy nhất. Từ đám ruộng lên tới rẫy nhà tôi làm gì có con đường cách mạng, con đường tình ta đi thứ hai!

Lội lên tới rẫy, chỉ có cái giỏ PanAm trên vai mà tôi cũng ướt nhẹp mồ hôi. Dầu gì cũng mấy tiếng đồng hồ quanh co lên bờ xuống ruộng, lội hết hố bò này đến lỗ chân trâu kia. Tôi không đuối mới kể là lạ. Nhưng đến lúc này nhớ lại chuyện xưa tích cũ, tôi đang tự hỏi không biết có phải tại ngó cái chòi xộc xệch một bên vách gỗ bên vách tre, không cửa ngõ, chỉ có chiếc giường be bé chắc là dành cho ba tôi, mà tôi… toát mồ hôi hột hay không!

Lúc đó có lẽ bộ dạng tôi thảm sầu lắm, nên ba tôi dịu dàng nói con ngồi nghỉ một chút rồi đi tắm, để ba nấu cơm cho. Đang mệt, định than mệt, nghe câu nói của ba, tôi giật mình im luôn. Ngạc nhiên đến sững sờ. Y hệt như mới vừa nghe một tin giựt gân nào đó. Bởi vì ba tôi mà cũng biết nấu cơm sao?

Thiệt đúng là khó tin nổi. Nhưng thiệt là đáng ngưỡng mộ! Vì suy ra chỉ cần kiên định lập trường, tìm hiểu sâu sắc chủ trương và đi đúng đường lối, kể từ ngày đứng về phía nhân dân và biến mình thành giai cấp vô sản mà ba tôi đã chuyển sang giỏi giang như thế này!

Vì thế tôi đã quyết định thay vì nghỉ ngơi rồi đi tắm, lại ngồi xuống tấm ván ở bên cạnh ngó ba tôi "nổi lửa lên em" với cái bếp kiềng ba chấu, nấu bằng củi mục và lá khô. Lẽ ra "phận làm con gái chưa một lần yêu ai, nhìn về tương lai mà thấy như sông rộng đường dài", "nhà neo đơn, bầy em chưa lớn trĩu đôi vai gánh nhọc nhằn", thì tôi phải nói với ba để con làm cho, nhưng tôi cứ ngồi im, quan sát người hùng xông pha khói lửa. Tôi muốn tận mắt nhìn thấy đôi bàn tay thích làm nghệ thuật, viết chữ Hán đẹp như rồng bay phượng múa, biết đánh trống chầu văn, chầu hát bội..., sẽ chiến đấu như thế nào.

Tôi muốn xem ba tôi "đổi đời" ra sao.

Xưa nay ba tôi vốn là người chuộng nhàn nhã. Cốt cách phong lưu. Chắc học được từ các "lão tiền bối" Khổng Mạnh. Và phóng khoáng như dân Tây. Tiền bạc ông làm ra, luôn luôn muốn dành cho vợ con được hưởng những điều tốt nhất. Chẳng hạn để dạy các anh tôi ăn uống theo cách thức của người Tây, mẹ tôi đi mua bộ dao nĩa, ba tôi im lặng không phản đối nhưng nhỏ to với mấy ông anh rồi dẫn đi ăn ở những nhà hàng sang trọng nhất thị xã, đến lúc biết ra, mẹ tôi đã cằn nhằn nghe muốn nổi da gà, mà ba tôi chỉ cười.

Tôi ngồi ngó đi ngó lại đôi bàn tay vững chải, ấm áp của ba một lúc, tự dưng chợt nhớ lần về Huế, đang nắm lấy tay tôi dẫn qua cầu Gia Hội, chỉ cho tôi thấy ngôi nhà từ đường của giòng họ, nói nhà mình có dính dáng tới vua chúa, bỗng ba tôi khua tay, cười dòn:

- Lúc còn nhỏ, ngày nào ba cũng ngồi trước thềm nhà chờ học trò đi học về để chọc họ "nhân chi sơ sờ vú mẹ, tính bổn thiện miệng muốn ăn", rồi "tam tự kinh rình ăn trộm"..., tới lúc ông nội bắt đi học chữ nho để lớn lên làm quan cho giống... giòng họ, ba sợ gần chết. Vừa sợ học trò lớn trả thù, vừa sợ phải đi làm quan.

Tôi nói nhưng ba có học chữ Nho mà. Ba tôi gật đầu:

- Ba phải học hết mấy năm rồi sau mới đi học tiếng Tây.

Tôi hỏi tại sao. Ba tôi đáp thời buổi "mười người đi học chín người thôi" mà con, chữ Nho lúc đó đâu còn được chuộng nữa. Đó là lần đầu tiên ba tôi đổi đời, bỏ bút lông qua bút sắt, giã từ Trung Dung Luận Ngữ qua "parler français", giã từ luôn cả mộng ước quan chức của ông nội tôi, ngao du một mạch qua Thái, qua Lào. Về sau này, ba tôi mua sách về tự học thêm Tứ Thư Ngũ Kinh.

Ba tôi hiền lành. Cười nói cũng hiền lành. Trong nhiều năm liền, cứ mỗi lần bịnh nằm dài, là tôi lại nhớ bàn tay dịu dàng đặt lên trán tôi, nói con gái của ba ráng khỏe cho ba mừng...

Và lần này, đổi đời, cũng cái bàn tay ấy, trước mắt tôi ngày ở trong rẫy, loay hoay hoài với mớ lá khô củi mục. Có lúc tôi đã định nói ba bỏ bớt lá bớt củi ra để con không chảy nước mắt, nhưng rồi tôi vẫn ngồi im. Củi lửa mà cháy tốt, nếu thình lình ba tôi quay lại thấy, chắc khó có cớ đổ thừa tại sao nước mắt rơi.

Thi sĩ cách mạng nói "bàn tay ta làm nên tất cả. Có sức người sỏi đá cũng thành cơm". Bàn tay người hùng của chúng tôi đã không cần xài tới sỏi đá cũng thành được một nồi cơm. Nhưng lúc dọn ra ăn, người hùng cứ thắc mắc:

- Ủa, sao ba làm kỹ lắm mà nó lại như vậy cà?

"Nó lại như vậy" là vì người hùng không dám hạ lửa khi lò hết nghẹt, lá, củi cháy phừng phừng. Cơm réo rồi cơm sôi. Thiệt đúng như người ta vẫn hay nói, tơi bời khói lửa. Nên cái kết quả cuối cùng là một nửa bên trên hơi... sống, còn một nửa bên dưới thì... khét lẹt. Cháy đen.

Ba tôi khá buồn vì đã không "hoàn thành chức năng" của một... anh nuôi. Còn đứa con gái của ba ngồi sau lưng không chịu mở miệng nói tiếng nào vì đã bận "ngộ" ra một điều là cũng chỉ với đôi bàn tay ấy, nhưng ngày xưa có thể nuôi nguyên một đàn con, lại cáng đáng thêm một đám cháu vừa bên vợ vừa bên mình một cách rất thảnh thơi nhẹ nhàng, còn ngày nay, dẫu có cố gắng đến toát mồ hôi hột, lực vẫn bất tòng tâm!

Suốt buổi cơm, người hùng chặc lưỡi không biết bao nhiêu bận:

- Bậy quá, bậy quá, đáng lý ra ba phải kiếm cái gì lót ở dưới cái nồi mới đúng phải không?

Anh tôi không dám đưa mắt nhìn người hùng, chỉ khẽ nói không sao đâu ba, tụi con ăn ngon mà.

Nhưng lúc ra sau hè rửa mặt, anh nói nhỏ với tôi, nên mới nói hai cô chịu khó thay phiên nhau vô rẫy là vì vậy!

6.

Vô rẫy, chỉ là vô rẫy. Tôi không bao giờ nghĩ đó là phải đối diện với cơm áo, là kiếm miếng ăn, là đổ mồ hôi sôi nước mắt như mẹ tôi nói ra mới có thứ để bỏ vào bụng. Tôi, cho tới lúc đó, vẫn là con người ở dưới đất, hồn ở trên mây.

Vì vậy tôi ung dung đi rẫy như đi chơi. Như đi làm một cuộc phiêu lưu, thám hiểm vùng đất mới. Vì ý muốn chính của tôi ngay từ ban đầu chỉ là làm một cái gì đó thay đổi cho những nhàm chán hằng ngày, thoát khỏi cái "thực tại" lẩy bắp nấu cháo heo mà thôi.

Tôi tí tửng theo hai thằng em vượt qua một cái chợ nhỏ, lơn tơn cưỡi ngựa xem hoa một khúc đường tráng nhựa rồi lách vô con đường mòn đầy sình lầy tựa nhưng vẫn cứ như đang tiến về vùng trời thơ mộng. Tiếng hát Thái Thanh, bài ca của Phạm Duy vẫn tràn đầy gợi cảm trong tôi. "Chiều ơi, lúc chiều về rợp bóng nương khoai. Trâu bò về dục mõ xa xôi, ơi chiều". Vẫn lãng mạn trong lòng tôi cảnh "chiều ơi lúc chiều về là lúc yên vui. Qua đường mòn ngửi lúa thơm hơi…"

Ơi chiều!

Thiệt là, ơi chiều!

Lội hết những con đường ngập dấu chân trâu, đất cày lên sỏi đá, khi lên đến cái chòi trơ trọi giữa những bắp lúa, chói mắt trước cái vẻ... nghèo nàn sầu thảm của nó, tôi mới hoảng, mới thấy rẫy ruộng hoàn toàn chẳng có gì giống như mình tưởng tượng! Những thứ nương dâu vạt cà tôi có nhìn thấy ở gần gần thị trấn, đều... gần gần như những bài ca viết về thôn quê của các nhạc sĩ thành phố có lẽ đã sáng tác trong hoàn cảnh "chưa đi thực tế" như mấy bài thơ ruộng rẫy của tôi! Là những nơi có cây cao bóng mát, có... trái cây ăn giải sầu "ngọt hương lúa tình quê thêm đậm đà".

Nó không phải là một "thực tại chưa được trải nghiệm". Không có gì giống như khi tôi hỏi thằng em nuôi nhà tắm ở đâu thì được nghe một câu trả lời muốn tá hỏa tam tinh. Thằng này đã tỉnh bơ lắc đầu, chỉ tay xuống phía xa xa cuối rẫy:

- Làm gì có nhà tắm. Lấy đâu ra cây gỗ mà dựng nhà tắm. Chị đợi trời tối tối hơn chút nữa rồi xuống tắm ở cái giếng đó.

Tôi sững sờ. Tôi... hỡi ơi! Cái miếng đất xoai xoải dốc. Nhìn xuống phía dưới theo bàn tay của thằng em , là những thửa ruộng xanh nằm liên tiếp nhau. Xa lắc xa lơ phía mịt mù chân mây nào đó, mới thấy vài ba căn nhà tranh mái thấp, vách tre vách nứa buồn rầu giữa những bụi cây không mấy nhánh. Phải nói là nghèo ơi là nghèo! Không thấy khói lam chiều, không thấy "nhà sàn thở khói âm u" bay lên từ những nơi đó, hẳn nhiên cũng không thể nào có cảnh "cô nàng về bên suối tương tư".

Tôi đã nhìn mãi vẫn chẳng thấy cảnh đồng quê đẹp đẽ nào trong sách vở, mà quan trọng hơn nữa là không thấy... cái giếng nước ở phía cuối rẫy nhà mình, nên tối tăm mặt mũi. Thằng em không hay tôi sầu cổ độ, nên lại léo nhéo:

- Lát nữa em dừng cho chị cái cót, chị mặc nguyên quần áo để tắm, lúc tắm xong thì lên đây thay đồ ở trong cái cót đó rồi đem dựng nó vô chỗ gần lối đi để tối em làm cửa, chắn lại cho ấm.

Giống một người rớt từ trên trời xuống dưới đất, tôi nghe những điều và những từ ngữ thằng này đang nói mà như đang nghe một thứ tiếng… ngoại quốc nào đó. Không dám hiểu đó là cái gì! Vì cái gì mà tắm với nguyên quần áo, rồi cái gì mà lấy tấm che chỗ thay quần áo làm thành cửa chắn gió cho buổi tối!!! Tôi rớt bịch từ thượng tầng khí quyển xuống địa ngục! Hệt như thằng em tôi đang "truyền tải một thông tin hiện đại và vô cùng bí hiểm" mà với cái trí tuệ đần độn của tôi về rẫy ruộng đã không thể nào… tiếp thu được.

Nhưng chưa kịp để tôi hoàn hồn, thằng em lại tiếp như muốn giáng thêm cho tôi một đòn chí mạng:

- Ở dưới đó có một cây ổi, nếu chị sợ người ta ngó, thì đứng nép vô gữa cây ổi và vạt bắp cho khuất. Mà chị phải coi chừng cây ổi vì trong đó có một tổ ong vò vẽ, chị làm động, tụi nó bay ra là chạy không kịp đâu.

Tôi hết còn lời để nói. Đến lúc đó tôi mới thấy mình… u mê, chọn cửa tử mà không biết. Thật là hết còn đường để thoát thân. Vì bình thường ở ngoài thị, nếu bị mẹ tôi cằn nhằn, hay quá chán ngán những khung cảnh thường ngày tôi sẽ xách xe chạy, hay thậm chí đi bộ lên rẫy của má lớn tôi… ở ẩn vài ba tiếng đồng hồ. Bởi ở đó, chắc chắn tôi sẽ được má hái cho mấy trái xoài chua để tôi chấm muối ớt rồi còn an ủi "ăn đỡ, má không có đường làm nước mắm cho con". Hoặc hết mùa xoài, má sẽ cắt cho miếng mít, và rồi cũng an ủi "con thích mít ướt nhưng lâu lâu mới có một trái mà để dành lâu không được".

Trong nhà, tôi là đứa "khắc khẩu" với má nhất, hay cự má tôi nhất, nhưng cứ hễ tôi chịu khó đi thăm bà, là hòa hình sẽ được lập lại. Má tôi sẽ để tôi nằm tòng teng trên cái võng treo giữa nhà, mặc cho tôi ngó trời ngó đất hay đọc sách. Lâu lâu khi tôi ngóc đầu dậy hỏi xin con em hay thằng em miếng nước lá vối, sẽ được nghe má tôi hối thúc "mấy đứa lẹ lên cho chị". Thỉnh thoảng nếu thấy bản mặt tôi có vẻ tươi tỉnh, má tôi sẽ bắt chuyện gì đó, hỏi han gì đó. Không, bà sẽ để tôi nằm ỳ ra… ngẫm nghĩ sự đời mà đi làm công chuyện của mình.

Vô tới rẫy, đã xa xôi thì chớ, tôi còn không biết đường để tự về một mình, chưa gì tôi đã thấy tàn đời. Chưa gì tôi đã thấy sợ. Chưa gì đã thấy ớn cảnh đìu hiu của núi rừng ruộng rẫy, cộng thêm chuyện không có nhà tắm, không chỗ giải quyết bầu tâm sự, tôi loay hoay nghĩ ra cách để chào tạm biệt, trở về mái nhà xưa an vui bên đống bắp và mấy… con heo sau nhà. Thằng em nuôi, cuối cùng như để xổ cho tôi lô… an ủi, bỗng bật cười hi hí:

- Mà chắc trời tối, tụi ong không bay ra đâu.

Tôi không trả lời, xụ mặt ngó về phía cuối ruộng, cuối rẫy lần nữa. Mắt tôi muốn mờ đi. Không hiểu nổi tại sao trời lại xẫm tối rất nhanh ở cái chốn này như vậy. Những vạt nắng vừa mới vàng au nơi đó đã chuyển nhạt rồi sang lam như có bàn tay… phá màu lên bức chân dung của đất trời. Hoàng hôn chưa kịp vàng, chưa kịp tím đã vội ngả qua tối hù. Và dẫu cũng "chiều chưa đi màn đêm buông xuống" như Đêm Đông của Nguyễn Văn Đông, nhưng chẳng nghe tiếng chuông buông lững lờ và "đôi cánh chim bâng khuâng rã rời" gì ráo mà những con chim đen thùi lùi như quạ không biết từ đâu bỗng vút lên không, phát ra những tiếng kêu ai oán.

Hệt như tiếng lòng tôi đang ai oán.

Khi không tôi đâm ra hậm hực. Và cuối cùng là đâm ra oán hận… con em. Tôi nghĩ bụng đáng lẽ ra nó phải nói cho tôi biết tình hình ở trong rẫy như thế này. Lẽ ra nó phải "phân tích cận cảnh" những chuyện như thế này trước khi tôi quyết định đi mới phải.

Tôi bực dọc muốn nổi khùng lên, cứ như thể con em tôi đã đòi đổi… job, chứ không phải chính tôi sợ chuyện ngoài thị, nằng nặc kêu nó về.

Mười tám tuổi, thật tình tôi vẫn như một đứa con nít cho dù xã hội đã sang trang, đã không còn những ngày thảnh thơi để tôi duỗi rong xuống phố, hàng quán với bạn bè. Tôi đã ngó cái rẫy, ngó đám ruộng một cách chán chường thay vì cám cảnh bao nhiêu tháng ngày nắng mưa ba tôi, anh tôi và các em đã dãi dầu; cả gia đình đã thấm mùi cơ cực, ai cũng mồ hôi ướt trán, đẫm lưng để chiến đấu với cuộc sống.

Lòng tôi trào lên nỗi oán hận, dù chẳng biết nên oán hận ai.

Mà nói vậy thôi, chứ nếu biết rõ "ai" là kẻ tôi đang oán hận, cũng sức mấy dám để lộ ra ngoài!

7.

Thằng em kế út của tôi biết làm thơ. Khá hay. Mà không muốn cho ai coi. Tôi chỉ đọc qua được một lần do thằng em út… phản bội, chôm cuốn sổ chép tay đưa cho tôi khi hai đứa có chuyện bất hòa, nên không nhớ rõ nội dung những áng thơ bất tuyệt đó như thế nào. Tuy nhiên văn chương chữ nghĩa của thằng này lúc không làm thơ mới thiệt là bừng bừng sáng tạo! Chẳng hạn hai chữ "tóc xừng" khi nói lái lại sẽ là… tưng xạc, quần đùi là… qui đừng. Vân vân. Tên tuổi anh em trong nhà cũng bị thằng này gọi khác đi.

Thằng em nuôi tôi tóc quăn, bị thằng này đặt tên là Tư Đầu Quắn, nói ngắn gọn đi thành Tư Đầu. Bảo bác Tư Nùng đi rồi, phải có người thế chỗ, trong rẫy… ít nhất cũng phải có một người tên Tư, là Tư Đầu! Tuy nhiên thằng này chỉ dám gọi thằng kia và thằng út hưởng ứng theo như vậy ở sau lưng ba tôi mà thôi. Vì nghe được, thế nào hai thằng cũng bị chỉnh. Ba tôi luôn bảo phải ăn nói ngay ngắn, anh em có tên đàng hoàng phải gọi cho đàng hoàng, không được trêu chọc như vậy.

Ba tôi nói năng chừng mực. Hình như chưa khi nào tôi thấy ba tôi giận dữ hay quát tháo ai. Cũng chẳng la tiếng lớn bao giờ. Vào rẫy, ba tôi càng điềm đạm, và càng hay cười nhiều hơn. Như để an ủi anh em tôi.

Từ khi bác Tư Nùng về thị, không còn ai đối tửu nên chiều chiều ăn uống xong, ba tôi hay chơi cờ tướng với đám con giải sầu. Thường thì ba tôi và ông anh đấu với nhau, ba thằng kia và tôi ngồi làm khán giả. Tôi không thích cờ tướng cho mấy vì đánh… dở. Nói cho đúng là tôi chỉ biết tên gọi quân cờ và biết cách đánh như thế nào thôi. Vì vậy ba thằng kia không chịu chấp nhận là tôi biết đánh cờ. Nói tôi chỉ thuộc "mã nhựt tượng điền xe liên pháo cách" để dời quân không trật. Một trong ba đứa còn dám tuyên bố tôi mà ngồi vô bàn cờ, nhiều lắm là ăn một con chốt của đối phương là cùng!

Thỉnh thoảng ba tôi và ông anh chơi cờ thế, nhưng bình thường thì chơi… bình thường. Ba thằng kia ngồi châu rìa học hỏi. Trời trong rẫy mau tối, trừ đống lửa đốt bên ngoài xông muỗi, cả nhà chỉ có một ngọn đèn dầu, ba tôi và ông anh ngồi hai bên, ba thằng kia tranh chỗ dễ nhìn nhất, che mất ánh sáng nên tôi không thể viết nhật ký làm thơ hay đọc sách, vì vậy mà tôi cũng chụm đầu vô coi. Nhưng cứ hễ đến lúc gay cấn là tôi buồn ngủ. Bởi tôi không hiểu thế cờ, thế trận, có trợn mắt, căng đầu óc ra như sợi dây cáp treo cũng chẳng đoán nổi bên này sẽ chống cự với bên kia ra sao, mà ba tôi và ông anh lại là hai đối thủ ngang ngửa sức nhau, thường phải nghĩ ngợi rất lâu trước khi quyết định nhấc quân cờ nào, nên chờ không nổi, tôi ngáp lên ngáp xuống. Và tôi làm ngứa mắt ba thằng, cứ tới "giai đoạn" đó, thế nào cũng bị nghe một câu, lần nào cũng tương tự như nhau:

- Bà này đi ngủ đi. Ngồi đó làm gì!

Một cái câu nói thiệt rõ đành rành cái ý "bà này không biết cái gì hết mà cũng bày đặt ngồi coi!" làm tôi nổi sùng, mặc dầu cũng rõ đành rành là tôi chả biết gì thật. Tôi hay cáu, nói lại bộ tụi bây ngon lắm hả, nhưng chẳng thằng nào thèm trả lời. Cả ba thằng đều đang hồi hộp, để hết tâm trí xem hai đối thủ sẽ đi con nào, có trúng như ý mình nghĩ hay không.

Khi chơi với ba tôi hay anh tôi, ba thằng này đều phải được chấp một con xe, con pháo, con mã hay cả cặp. Để trả thù tội bị coi thường, tôi thỉnh thoảng cũng ghẹo lại là nếu đối phương chấp thêm con tướng, chắc chắn ba thằng sẽ thắng liền mà không cần lên xe xuống ngựa.

Ba thằng bị ghẹo, hẳn là bực tôi lắm. Nhưng cứ đến trưa, tôi cũng bực nhặng lên lúc ba thằng chơi với nhau. Vì gần như không có trưa nào mà ba thằng không cãi cọ. Ăn thua gì cũng cãi ráo riết. Nội cái chuyện "hạ thủ bất quờn" không là đủ điếc con ráy rồi. Thường thường thằng gần thua sẽ không bao giờ chấp nhận mình đã hạ thủ, mà cãi là chỉ mới vừa chạm vào quân cờ rồi đòi đi lại nước khác khiến thằng gần thắng nổi điên lên. Nhưng điên hơn như vậy nữa là lúc cái thằng chiếu được con tướng của thằng kia, vì sẽ bắt đầu… gáy te te y như thể mình vô địch đệ nhất thiên hạ!

Và tôi, con chị… thi sĩ đang mơ màng cạnh bồ lúa, nặn hoài vẫn chưa ra chữ để dán vào bài thơ của mình, nếu không bị nghe Hán Sở tranh hùng chuyện "bất quờn" thì cũng là những tiếng cười hí hí "thấy chiêu pháo đầu mã đội ác liệt chưa?", "chốt mà sang sông rồi tướng cũng chẳng nhằm nhè gì"…, um ùm ngoài vách tre mỏng dính. Thử hỏi sao tôi không nổi điên lên cho được. Có thể nói sau này tôi làm thơ… dở là tại ba thằng này đã giết chết hồn thơ của tôi từ trong trứng nước!

Gần cuối mùa, ba tôi đi Sài gòn thăm bạn bè bà con, dẫn theo thằng em nuôi cho biết chốn thành đô đầy xa hoa rực rỡ. Nhưng không hiểu có phải tại lúc đó thành phố mang tên Người đã tàn tạ, thảm sầu hay vì nỗi đam mê chất chứa, mà thằng này lên tới nơi, chẳng muốn đi đâu, chẳng muốn mở mang trí óc gì cả. Mỗi ngày chỉ xin ba tôi cho tới vườn Tao Đàn để coi các bô lão đánh cờ tướng. Và cứ sáng ra, là thằng con lại đi xích lô từ Gia Định qua Tao Đàn.

Vài hôm sau về lại huyện ly, tôi tin chắc "kiến thức" về đô thành của thằng này hoàn toàn vẫn y sỳ như lúc chưa đi, nhưng cờ tướng thì mở ra! Bởi toàn bộ những câu chuyện kể về Sài Gòn của "người về từ thành phố" chỉ là thế cờ và thế trận.

Tôi không nhớ rõ mấy tập sách mỏng viết về các thế chơi cờ tướng có sẵn ở nhà, hay do thằng này nhịn đi xích lô, lội bộ ra vườn Tao Đàn mà mua về, nhưng bắt đầu từ hôm ấy, ba thằng lao vào... nghiên cứu dữ dội. Cãi nhau cũng dữ dội vì dành sách để đọc. Trưa trưa, ngoài chuyện chơi cờ, tôi phải nghe thêm binh pháp, tấn thủ như thể ba thằng là tướng lãnh thiệt ở ngoài mặt trận. Nhiều lúc ồn ào quá, tôi chỉ mong ba tôi bị phá giấc ngủ trưa sẽ nổi trận lôi đình lên la cho một mách, nhưng hình như lần nào cũng chỉ nghe ba từ tốn nói:

- Phải học cách đánh cờ trước cho giỏi, rồi mới nên học tới mấy cái này.

Và hình như cũng vì ba tôi dịu dàng quá nên chẳng có thằng nào nghe lời. Chuyện tôi tiếp tục bị tra tấn bởi cặp xe cặp mã, thuận pháo nghịch pháo xảy ra đều đều mỗi trưa, cộng thêm những câu phân trần thừa thãi nghe qua không thể không... cười. Chẳng hạn, "tại quên để mắt tới con xe chớ không thì...", hay "tại trời nắng quá không thấy con pháo qua sông chớ bộ". Rồi thỉnh thoảng ngồi coi ba tôi và ông anh chơi, một trong ba thằng cũng bắt đầu... xầm xì bàn tán, nhỏ to cách ra quân, thủ thế, nước cản nước chiếu...

Tôi không được ba thằng em thừa nhận biết chơi cờ tướng, nhưng tôi biết trên bàn cờ, giữa lúc đang gay cấn mà có người đứng bên ngoài "gà" cho một trong hai đấu thủ, hay… ngứa miệng chọt chẹt phê bình, thì thế nào cũng bị mắng. Huống gì là đã chơi dở mà còn bày đặt "xía dô chiện người khác". Vì vậy một hôm "như thường lệ" tới giờ ba tôi và ông anh đang nghiền ngẫm một thế để hạ đối phương, tôi cọt kẹt leo lên cái sạp gỗ chuẩn bị… nhớ người xưa người cũ và an giấc, thì thình lình tôi bỗng nghe tiếng ông anh chặc lưỡi rồi tiếng bực bội:

- Ba cái thằng này!

Tính anh tôi giống hệt ba tôi ở chỗ hiền lành, ăn nói dễ nghe và không bao giờ lớn tiếng với bất cứ ai, chẳng bao giờ la lối em út lấy nửa lời, nhưng để bật ra mấy chữ "ba cái thằng này", chắc hẳn phải là có chuyện làm anh bực mình ghê gớm lắm. Tôi nghe vậy và hí hửng trong bụng, "cho tụi bây chừa!". Thật tình tôi đã định bụng ngồi dậy để "quan sát tình hình", để sáng mai có cớ chì chiết ba thằng. Nhưng chưa kịp hất cái chăn sang một bên đã lại nghe tiếng của ba tôi:

- Bắt đầu từ ngày mai ba thằng này mà có ngồi coi thì không được nói một tiếng, nghe chưa? Còn cái thằng...Tư Đầu, đem cất hết mấy quyển sách cờ thế đi!

Ha ha. "Thằng Tư Đầu!". Tôi muốn kêu lên mấy tiếng chân thành cảm tạ. Vì ba tôi mà kêu thằng em nuôi là "thằng Tư Đầu" thì trăm phần trăm là có chuyện lớn rồi! Chắc chắn ba ông tướng sĩ tượng này đã làm hé lộ một "cơ thiên bất khả lậu" nào đó khiến một trong hai đối thủ phải đầu hàng rồi!

Tôi khoái chí ngồi bật dậy ngó xuống. Không định trêu

ngay vì sợ ba và anh thêm nóng, nhưng nghĩ thầm ngày mai ba thằng sẽ chết với tôi!

Nghĩ vậy, nhưng mà lúc nhìn thấy ba thằng tiu ngỉu đống ôm mền gối đi ngủ, khi không nước mắt tôi bỗng dưng lại chảy ra. Cái dáng ba thằng con trai bắt đầu tuổi mới lớn hắt hiu dưới ngọn đèn dầu le lói khiến tôi chợt nhớ tới những giòng sông rộng, những bãi cát trắng, những đồi núi chập chùng, những công viên xanh lá cùng cả những ánh đèn đô thị sáng rực. Những nơi, những chốn lẽ ra ba thằng đã được đi, đã được tới để trải những ngày xanh của mình.

Lẽ ra, cuộc đời của ba thằng phải tươi sáng lắm mới phải.

Chứ ai đâu, lại sống ở một nơi rừng núi thẳm sầu tới như vầy!

8.

Lịch sử rẫy ruộng nhà tôi phải nói là ban đầu chỉ có ba tôi và ông anh nuôi, tức là anh ruột thằng em nuôi, sau 75 anh không ở với má lớn tôi nữa mà đi theo thằng em. Lúc ấy anh chỉ còn hai anh em, trạm xá của má lớn tôi bị pháo kích hai năm trước đó, má lớn tôi bị thương còn cô em gái anh mất. Anh về ở với gia đình tôi, nói con giúp cậu trả ơn cậu nuôi dưỡng em con.

Nhưng anh chỉ ở với gia đình tôi một thời gian ngắn, sau đó bị phường bắt gia nhập đội du kích phường vì tới tuổi. Cuối cùng bị buộc phải "thoát ly" nghĩa là không được sống ở nhà. Và từ phường chạy về nhà vài ba bước nhưng anh không được phép về thăm thường xuyên. Còn lại một mình ba tôi loay hoay trong rẫy, nên thời gian sau ông anh tôi xót ruột, không muốn đến trường nữa dẫu chỉ còn vài tháng cuối cùng là xong bằng kỹ sư.

Ngày thường trong rẫy chỉ có ba tôi, ông anh và thằng em nuôi. Cuối tuần có thêm hai thằng em. Con em tôi thì đi ra đi vô không thời khóa biểu. Giãn giãn việc, ba tôi biểu nó về với mẹ cho vui. Lúc đó tôi còn đi học. Con em ở nhà cơm nước và hủ hỉ với mẹ tôi.

Đi học, nên tôi chẳng để ý ở nhà thì con em làm cái gì. Phần tôi mà ở nhà là ngồi ỳ trên bàn học, không làm bài, không học bài cũng không hề muốn đứng dậy. Tôi ngồi "thương về dĩ vãng" –cái dĩ vãng chỉ có những ngày ăn chè ăn cháo với bạn bè, mini jupe ngắn cũn cỡn hay áo dài tha thướt xuống phố, chẳng "mười năm trường hận", sông Dịch sông Hàn gì ráo như người lớn. Cũng chưa biết đau lòng con cào cào con cuốc cuốc. Bởi vì lúc đó tôi đang còn mải miết nặn óc làm thơ cho những thằng con trai tôi để mắt thời thanh xuân thiếu nữ, mà tới về già thì… ngã ngửa ra vì trong số đó có nhiều thằng… chán còn hơn cơm nếp nát, trò chuyện muốn sái quai hàm vẫn không kiếm ra được một câu có duyên!

Tôi đã chẳng muốn làm gì… động đầu ngón tay một phần do cái thói chây lười của tuổi mới lớn, phần "sở hữu" bản chất lười thứ thiệt. Chưa bao giờ tôi nghĩ đến chuyện nhà đang nghèo cực như vậy thì mình nên làm cái gì đó để giúp đỡ, chưa bao giờ hoạch định một kế hoạch năm năm ba năm, chẳng muốn đi từng bước hay nhiều bước, mà cũng chẳng chịu mở mắt ra nhìn tương lai xa hay quá khứ gần.

Tôi không biết số phận cả nhà nằm ở đám rẫy và mẫu ruộng tôi chưa được hân hạnh… thấy mặt đó. Nói cho đúng ra tôi đã… nhắm mắt đui như vậy là vì vẫn còn hy vọng được lọt vào một trường đại học, hy vọng sau khi chịu thương chịu khó vài năm ở nội trú rồi ra trường trở thành công nhân viên chức nhà nước!

Cái thời, khi phong trào vượt biên chưa ồn ào rộ lên, hầu hết những đứa học sinh như chúng tôi đều chỉ mơ, chỉ thấy được cái hình ảnh trở thành công nhân viên biên chế nhà nước là "huy hoàng" nhất mà thôi. Một trong những lý do hấp dẫn là khi dân chỉ mua được bốn thước vải tem phiếu, thì công nhân viên năm. Dân mười ba ký lương thực, công nhân viên mười tám. Đã vậy tôi lại sống ở cái huyện lỵ nghèo nàn và tiếng nói chẳng có ký lô nào với trung ương, nếu không muốn nói trung ương chả thèm đếm xỉa tới cái tội uýnh cho tới ngày Sài gòn đầu hàng vẫn chưa chịu buông súng là may lắm rồi; nơi mà chẳng có một đấng phó thường dân nào được miếng mua lương thực, thực phẩm gì từ nhà nước. Thỉnh thoảng nhà nước mở chiến dịch thu mua hải sản của dân buôn lậu từ Vũng Tàu Bà Rịa về, thì chen lấn bở hơi tai sẽ được mua vài ký cá mang tên một loài… mắm, nghĩa là mình mẩy đã trầy trụa không còn chút vi vảy, và mắt thì đỏ quạch như Quan Công. Chuyện được phân phố căm lốp xe đạp đến công nhân viên còn phải tính đến… hên xui mới được một xuất, hỏi sao tôi không mộng ước, không khao khát giấc mơ thiên đường xã hội sẽ trở thành hiện thực!

Và điều quan trọng hơn như vậy nữa, đối với tôi, không cần phải la làng ai cũng biết cũng biết là nếu được làm công nhân viên thì khỏi phải… đi rẫy, khỏi phụ mẹ tắm táp, nấu cháo heo!

Kể cho đúng ra thì cả nhà, chỉ chắc có một mình mẹ tôi xuất thân con nhà nông, theo nguyên quán được ghi trong hộ khẩu là một… làng quê! Nhưng nếu phải viết lý lịch, tôi không chắc mẹ tôi đã biết phải điền vào chỗ thành phần xuất thân là gì. Vì ông ngoại tôi vốn là ông đồ nho, cả ngày thanh cảnh đi ra đi vào làm thơ, học chữ thánh hiền để chuẩn bị ngày lên thành đô ứng thí, khi bị làm ruộng chỉ biết chắp tay đứng ngó người tới làm mướn, chưa từng một lần được khoác áo... nông dân. Còn bà ngoại tôi chính hiệu tiểu thương, thuộc giai cấp… chuyên mua đi bán lại hàng hóa từ phố lên miền núi và từ quê xuống đồng bằng, nên trăm phần trăm ở khoản này, xét trên quan điểm và lập trường thì ông bà ngoại tôi đã bị liệt vào thành phần tiếp tay cho chủ nghĩa địa chủ phong kiến và tư bản phát triển!

Nhà ông bà ngoại tôi không giàu, cũng không nghèo, nhưng có cuộc sống thong dong cho đến thời cách mạng mùa thu. Thuở nhỏ nhà đông anh em trai, nên cô con gái rượu là mẹ tôi được ông bà ngoại tôi cưng chiều, muốn làm gì thì làm, vì vậy mà mẹ tôi cũng chẳng biết gì nhiều về chuyện đồng áng, trồng tỉa. Khi hỏi kỹ đến kiến thức phổ thông thường thức về ngành nông nghiệp, mẹ tôi được tính là người đã từng hơn... một lần đi cấy lúa, chứ trình độ nhận thức và kinh nghiệm bản thân gần như không có gì đáng để tuyên dương!

Tuy nhiên đến khi bước vào thời kỳ quá độ, trong lúc những thành phần khác trong gia đình chưa hề đặt chân xuống đất ruộng theo nghĩa đen; nghĩa là chưa có ai đã từng nhúng thử bàn chân mình xuống bùn non bùn già của một thửa ruộng coi có... dơ hay không mà thình lình bị biến thành nông dân hết ráo, mẹ tôi ngang nhiên được đứng hàng ngũ giai cấp tiên tiến. Vì vậy mà cũng chỉ có mình mẹ tôi là người ngày nào cũng than thở "ai ơi ăn chén cơm đầy. Dẻo thơm một hạt đắng cay muôn phần", ngày nào cũng bảo sẽ còn nhiều thứ để làm và để lo.

Và trong lúc đó thì cả nhà chẳng có ai biết mình sẽ... làm gì, và lo lắng cái gì!

Ba tôi mua lại đám ruộng từ một người đồng hương với lời quảng cáo chỉ cần làm một mùa là đủ lúa ăn cả năm. Mẹ tôi ngạc nhiên bảo chưa bao giờ thấy ai trồng một mùa lúa mà ngồi không ăn cho tới mùa sau thì bị ba tôi chặc lưỡi:

- Ruộng ở miền nam khác với ruộng ngoài mình!

Nên mẹ tôi, mặc dầu hơi có chút nghi ngờ, nhưng thực chất chẳng có kinh qua sản xuất gì ráo trọi, đã phân vân một hồi rồi cũng đưa tiền cho ba tôi đi mua. Tậu xong đám ruộng, tiến lên toàn thắng ắt về ta, ba tôi còn sắm thêm hơn một mẫu đất trồng hoa màu, bắp, đậu xanh, đậu nành. Mẹ tôi cằn nhằn khơi khơi:

- Từ ông xuống thằng, từ thầy xuống thợ, biết có làm gì được không mà mua cả đống!

Cằn nhằn thì cằn nhằn, nhưng sau khi thay hình đổi dạng, nhào xuống làm giai cấp công nông cho hợp thời, cái "pa tăng", mẫu mã gia đình của ông ngoại tôi bỗng trở thành khuôn mẫu của mẹ tôi. Noi gương bà ngoại tôi, mẹ tôi không chịu đi làm rẫy, tuy nhiên thay vì đi buôn bán kiếm lời vì không được phép, thì mẹ tôi bán… vàng, bán nữ trang cho ba tôi mướn người trồng tỉa gặt đập, mướn máy cày, mua phân bón, thuốc trừ sâu để làm ruộng.

Năm đầu tiên ruộng nhà tôi trúng lớn. Chỗ đất tốt, ba tôi và ông anh nuôi còn trồng một sào nếp nên Tết, ba tôi bắt hai chị em tôi ra coi má lớn tôi gói bánh tét cho biết. Ba tôi cười hỉ hả:

- Nếp nhà mình, đậu nhà mình, lá chuối nhà mình, thịt heo cũng nhà mình…, thiệt là thích quá đi thôi!

Thiệt là cuộc đời vẫn đẹp sao! Cả nhà tôi, trừ mẹ tôi ra thì ai cũng hân hoan thắng lợi. Năm đó nhà tôi ăn Tết vui như hội. Mấy ông anh họ tôi kéo về đông đủ, còn dẫn theo một "ngày xưa thân ái" của tôi. Xin mở ngoặc ở khúc này là Tết năm đó, tôi đã ngoan ngoãn ngồi với má, mắt mở trừng trừng ngó vô thau nếp thau đậu mà lòng để nơi… tiếng đàn và tiếng cười ở nhà trên, còn con em tôi không biết ngó cái gì mà nhiều năm sau, mỗi bận Tết thì má tôi lại phải về nhà tôi để gói bánh tét. Về sau này có lần tôi nổi hứng muốn gói thử, gọi điện thoại hỏi có phải má đã chỉ vậy không, con em tôi cười hi hi,"ai mà biết má chỉ cái gì!".

Làm rẫy làm ruộng, nếu có… vàng đem đi bán để mua thuốc trừ sâu, mua phân bón và thuê người tới làm ráo trọi mọi công đoạn, ngày đi cấy cả nhà chỉ xuống cắm vài cây mạ non vô bùn cho vui, hay ngày đi gặt thì quơ quơ cái liềm, chỗ cắt chỗ không, có khi cỏ nhiều hơn lúa, đúng thiệt là vui vẻ. Đã vậy tới Tết lại có bánh tét, thịt heo kho càng đậm đà hương vị thì khúc ca ngày mùa nào mà không được hát lên tưng bừng.

Nhưng như lời mẹ tôi hăm dọa, mọi thứ sẽ thay đổi, mọi thứ sẽ không như là mơ!

Mà thiệt, ở cái thời ai cũng khổ, không lẽ chỉ một nhà không khổ!

9.

Mẹ tôi có một thành ngữ để dùng cho thời gian gia đình tôi sống ở huyện lỵ đó là thời "ăn tro mò trấu". Mẹ tôi tuy học không cao nhưng giỏi chữ nghĩa, làm thơ hay và nói năng ý tứ tế nhị. Tuy nhiên đến lúc miền nam đổi chủ thì nữ sĩ không còn bạn bè văn chương thi phú chung quanh nên chẳng cần phun châu nhả ngọc, cũng chẳng thèm dịu dàng nhỏ nhẹ gì cả. Nếu không muốn kể là ngược lại suốt ngày nữ sĩ chỉ phàn nàn và cằn nhằn. Ngoài chuyện thở vắn than dài, lại còn hay hăm dọa tôi và con em mỗi bận thấy hai chị em tị nạnh nhau chuyện nhà với nhau:

- Sẽ cực nữa chớ chừng nay chưa thấm tháp gì đâu!

Thành thật mà nói chắc có lẽ lúc ấy cả hai chị em tôi đều không biết cái "ý niệm" cực thêm là như thế nào. Vì từ chỗ nhà có hai, ba người làm, xuống tới chỗ hai chị em phải đi chợ, nấu ăn rửa chén quét nhà, còn phải làm rẫy ruộng, lẩy bắp phơi lúa nấu cháo heo là đã thấy quá cỡ thợ mộc rồi. "Thêm nữa" chắc chỉ… mission impossible! Gần như chẳng đứa nào tin sẽ bị khổ thêm.

Với tôi, nỗi khổ, nỗi khốn khó nhất của tôi thời đó là phải đi bán vàng cho mẹ. Tôi xấu hổ. Tôi nghĩ vàng mà đem đi bán để mua thực phẩm nghĩa là nhà đang nghèo, quá nghèo! Và mãi cho tới sau này, tôi vỡ lẽ ra có vàng bán là quá... thượng lưu, chứ khi thiên hạ rao ngoài đường "ai bán gì mua nấy đây", mà nhà còn không có thứ gì để bán mới là dễ sợ!

Nhiều lần tôi định hỏi con em tôi vào cái thuở "ăn tro mò trấu" đó, nó sợ chuyện gì nhất, nhưng quên bẵng đi. Tôi chỉ đoán theo cái trí nhớ đang dần dà trở nên suy tàn của mình, thì chắc có lẽ con em tôi sợ đi chợ! Bởi cứ sáng sáng nhận nhiệm vụ, nghe dặn dò mua thứ nọ thứ kia, mà mười lần hết tám, chín lần vác giỏ về tới nhà thế nào nó cũng bị mắng:

- Dặn dậy thôi, nhưng mắc quá phải biết mua thứ khác chớ dồn hết tiền vô mua chừng này, nấu hết cho bữa sáng, chiều ăn cái gì???

Thiệt là tội nghiệp cho con em tôi! Bị dặn mua, không mua về thì bị la, mà mua cũng bị la! Đàng nào cũng la! Nhưng nghĩ cho cùng mẹ tôi chắc vốn có máu nghệ sĩ trong người, nên rất thích... đờn ca tài tử. Khi thấy hai chị em tôi coi bộ lơ mơ quá, sốt ruột vì công dung ngôn hạnh coi bộ ngược lại với chuyện nữ sĩ từng thơ thẩn, "mẹ trồng cây hạnh để đời cho con", thì chẳng biết có con ma nào chịu đi cưới hay không, mẹ tôi bèn thở dài rồi... la muốn oãi xương sống. Nhưng đến lúc ngó tới ngó lui nguyên con đường dài không có lấy bóng một đứa con trai nào học hết cấp ba, mẹ tôi lại lo lắng về chuyện kiếm ra được một thằng tử tế cho con chắc mòn hơi. Nhưng khi tôi động viên tinh thần, xuống giọng an ủi "tụi con sẽ cưới mấy thằng ở... đường khác" thì mẹ tôi cũng la nốt!

Cái thời buổi gì lạ! Mẹ tôi bị biến đổi hà rầm như chong chóng. Nghe hai chị em tôi hi hí với nhau, chê thằng nhà ở khúc này răng... hô hơn thằng nhà ở khúc khác bị la đã đành, mà nhìn chúng tôi cười cợt phê bình mắt thằng đầu đường lé hơn mắt thằng cuối xóm, là thế nào cũng cất lên một bài trường ca nguyên tông "la"! Người ta nói trật lất, bảo giang sơn dễ đổi, bản tính khó dời. Khi giang sơn thay đổi rụp rụp, bản tính mẹ tôi hoàn toàn chẳng còn như xưa! Dời vèo vèo từ nơi này qua nơi kia. Không giống mẹ tôi ngày cũ chút nào. Hết... ngon lành như chúng tôi vẫn thấy ngày xưa. Chẳng hạn như ở nhà mẹ tôi hay la như vậy, mà ra đường lại không dám la tiếng nào.

Mẹ tôi... sợ.

Mỗi tuần mẹ tôi bị đi họp, bị đi sinh hoạt với tổ phụ nữ một buổi tối. Bà vốn không thích tụ họp, nên chẳng bè bạn gì nhiều. Về huyện lỵ đó, đường vắng người thưa, ngoài thiếm và má lớn tôi ra, mẹ tôi chẳng trò chuyện cùng ai, chẳng đi đâu. Rảnh, mẹ tôi nói đọc sách và làm thơ, trí óc sẽ nhẹ nhàng hơn. Cái bầu không khí hừng hực... chuyện trong nhà ngoài ngõ của các bà cùng lứa tuổi làm mẹ tôi sợ và càng lo thêm cho đường tình duyên của hai đứa con gái. Bà nói nghĩ tới chuyện nếu chẳng may phải làm sui gia một trong những người đó chắc áp huyết tăng nhanh mà chết sớm. Tôi phì cười nói chị em tôi sẽ chọn má chồng trước khi chọn chồng, mẹ tôi lại la, nói chuyện tào lao.

Mẹ tôi hay nói là bà sợ bà Năm hàng xóm. Kể, trong những buổi họp tổ phụ nữ, bà Năm thường phát biểu những câu đại loại:

- Tui cám ơn Cách Mạng oánh thắng tụi Mỹ Ngụy, chớ hồi đó hòa bình chưa lập lại, tụi Việt Cộng pháo kích chết người tùm lum, sợ thấy mẹ!

Rồi lần nào cũng vậy, bà Năm khẽ khàng quay sang mẹ tôi khều tay, hỏi lớn tiếng, đúng dậy hông. Mẹ tôi ngán bà Năm vì sợ vạ lây. Bà muốn yên thân. Nhưng về tới nhà, mẹ tôi sẽ lườm... không khí:

- Muốn chết thì chết một mình đi, đã phát biểu như vậy, lại còn khều, còn hỏi kiểu đó, người ta hiểu lầm mình có "tư tưởng" thì sao!

Bà Năm ở sát vách nhà tôi. Có con trai đi học tập cải tạo không biết ở đâu, người con dâu ẵm đứa cháu nội duy nhất của bà về quê sống với mẹ, để mặc bà lủi thủi. Tôi chắc bà Năm hận đời đen bạc, nên đụng chuyện gì cũng mắng chửi nghe muốn nhức óc. Chửi "dân lành" chưa đã, bà quay sang chửi cả cán bộ. Mẹ tôi thấy vậy nên tránh. Bảo tránh voi không xấu mặt!

Và mẹ tôi thì thầm bà Năm cùi không sợ lở.

Tuy nhiên có một bà khác không… cùi, không lở gì mà mẹ tôi cũng ngán. Ngán hơn bà Năm. Đó là bà Tám làm tổ trưởng phụ nữ. Mẹ tôi gọi bà này là bà "quệt liễm", theo cách đánh vần hai chữ "nguyệt liễm" trong cuốn sổ thu tiền hàng tháng của tổ trưởng.

Nhiều người "đồn" bà quệt liễm được làm tổ trưởng nhờ gia đình có công với cách mạng. Thời đệ nhị cộng hòa hai vợ chồng bà là kinh tài và tiếp tế thuốc trụ sinh cho mặt trận, nên sau 75 vừa được tấm bằng treo tường sáng "chá là", và còn được cấp giấy phép bán hàng ngoài chợ huyện. Tôi không nhớ bà quệt liễm buôn bán thứ gì, chỉ thấy bà còn mặc áo bà ba, quần sa teng mới tinh, và thỉnh thoảng tới nhà gạ mẹ tôi bán lại chén bát kiểu, sập gụ, tủ lớn tủ bé cho bà… Giữa thời điểm ai cũng ngáp, mà còn nghĩ tới chuyện ăn chén kiểu, đựng quần áo trong tủ kính, chứng tỏ nhà bà quệt liễm có tiền và sống thong thả.

Mẹ tôi bảo ngán bà quệt liễm vì trước buổi họp nào cũng phải ngồi nghe bà lên án đế quốc và tàn dư Mỹ Ngụy, có khi phải còn nghe thêm tình hình thế giới, Cuba, Tiệp

Khắc, mà cuối giờ lần nào mẹ tôi cũng phải mang mớ giấy tờ về viết giùm báo cáo vì bà quẹt liễm chỉ biết chữ... sơ sơ. Tôi nói mẹ đừng thèm làm, mẹ tôi bảo sợ bà quẹt liễm trình lên "trên" là mẹ tôi... phản động không chịu hợp tác với... cách mạng. Mẹ tôi cố gắng mọi thứ để có thể sống còn mà nuôi con. Và dầu không muốn giao du, không muốn tiếp xúc, nhưng khi bà quẹt Liễm kêu cửa thì mở, nhắn là có mặt.

Kể cả lúc không muốn tiếp, bà quẹt liễm tỉnh bơ xông thẳng vào nhà, đi một mạch từ trước ra sau như đi duyệt binh mẹ tôi cũng không dám có phản ứng gì.

Tôi nhớ vào cái thời buổi ai cũng nghèo xơ xác giống như nhau, nhưng mẹ tôi vẫn... sỉ, vẫn không muốn bất cứ người nào nhìn thấy mâm cơm hẩm hiu của nhà mình, mà có lần bà quẹt liễm sừng sững xuất hiện, đi thẳng vào bếp vào đúng lúc chúng tôi đang ăn cơm, sau đó ghé mắt vào nhìn, rồi hỏi lớn:

- Ủa, sao không mua cái gì cho tụi nhỏ ăn hết dầy nè?

Mẹ tôi giận muốn run lên nhưng lại làm thinh. Để mặc bà quẹt liễm tán hươu tán vượn thêm một hồi. Khi bà quẹt liễm về rồi, mẹ tôi mím môi ngó ra cổng mà mắt như muốn khóc:

- Ỷ nhà có công, muốn làm gì thì làm, muốn nói gì thì nói. Mà coi thử, nói chiện gì mà dô diên muốn chết!

10.

Mẹ tôi, một "phụ nữ Việt Nam vốn hay lam hay làm", mặc dầu không chịu chấp nhận "có Đảng chỉ đường như là đôi mắt sáng". Sau ngày cả nước bừng bừng khí thế cách mạng, nhân dân đã đứng lên làm chủ đất nước, thì càng là người làm việc nhiều hơn hết trong nhà. Nhưng mẹ tôi làm việc rất có hiệu quả, nên vừa dọn tới tỉnh ly, sang tuần sau đã đi mua mấy con heo con về nuôi. Kinh nghiệm túng thiếu cùng cực của chín năm kháng chiến làm mẹ tôi đứng ngồi không yên với cuộc sống mới.

Mẹ tôi sắp xếp, tính toan giữa sự ủng hộ nhiệt tình của ba tôi và ông anh sắp sửa thành kỹ sư chăn nuôi, và giữa sự thờ ơ của cả đám còn lại. Lần đầu tiên nhà có vườn, có cây ăn trái, suốt ngày lũ chúng tôi cứ trèo hết lên mái nhà ăn chôm chôm tại chỗ, lại leo qua cây xoài, cây mận. Ba tôi hân hoan nhìn lũ con... vui thú điền viên, hớn hở dạy hai chị tôi làm bánh xèo, mì Quảng.

Chẳng đứa nào biết mẹ tôi rầu đến mức độ nào. Chỉ thấy mẹ tôi ngon lành chiến đấu một mình, không những chỉ nuôi vài con heo thịt gọi là lấy ngắn nuôi dài, mà còn nuôi thêm một em heo nái. Nếu như phường khóm lúc đó phát động sớm chiến dịch nhà nhà làm rẫy, người người nuôi heo, dám chắc mẹ tôi sẽ đạt được danh hiệu chiến sĩ thi đua! Ngày ngày chúng tôi đi ra đi vô, tiếng éc éc um sùm đàng sau nhà, tiếng gà tiếng vịt quạc quạc ó o từ lúc mới mở mắt cho tới xế chiều, hòa lẫn với tiếng cười đùa của anh chị em tôi, xem ra cảnh gia đình tôi đầm ấm và hạnh phúc hơn "đêm về nghe con khóc vui triền miên" nhiều.

Trừ những công việc mà ba tôi bắt anh chị em chúng tôi phải phụ với mẹ, chẳng hạn kéo nước tắm heo hay thỉnh thoảng phải xắt rau khoai bằng cây dao chuối dài ngoằng và bén ngót như dao lam khi mẹ đi họp tổ phụ nữ của bà quệt liễm, thì hình như chẳng đứa nào chịu thấy... quan tài. Bản thân tôi tuy lười chảy thây và sợ bầy heo, heo nái heo con heo thịt như vậy, mà vẫn chưa đổ lệ. Mẹ tôi, người phụ nữ Việt Nam sống qua nhiều thời đại, không biết là quá quán triệt đường lối, ủng hộ tinh thần phát huy tính tự giác cao độ, hay vì thấm nhuần tư tưởng phong kiến xuất giá tòng phu, phu chưa tử cũng tòng tử, nhưng tới phiên mà không thấy đứa nào xuống phụ, mẹ tôi cũng lẳng lặng làm một mình. Chẳng bao giờ nghe mẹ tôi ca cẩm hay than vãn.

Nói một cách công bằng thì lúc đó chỉ trừ thằng út ít, giàu ăn khó chịu, mỗi buổi sáng nghe loa phát thanh phường réo ỏm tỏi là tung chăn đạp xe tới chỗ mẹ tôi mua rau khoai chở về giúp mẹ, còn lại tôi và hai đứa kế cứ gọi là tà tà đủng đỉnh qua ngày. Tôi nhớ mang máng con em tôi có phụ với mẹ tôi chuyện này nhưng không biết được bao nhiêu lần, còn tôi thói sống lưng, thường vẫn hay... ngủ quên vào giờ đó!

Tuy nhiên thật ra tôi còn có một đồng minh -thằng em kế út. Xin thành thật khai báo và tự phê ở đây là tôi đã cố tình không thức dậy sớm, không muốn chạy ra khỏi giường, nhưng tôi cũng muốn... đấu tranh tư tưởng tới cùng để phê phán thằng này rát da về chuyện trốn tránh trách nhiệm như tôi. Vì ngày nào cũng như ngày nấy, vào những giờ phút lịch sử trọng đại, cứ hễ nghe tiếng kéo nước ở ngoài giếng là thằng này sẽ khe khẽ ẩn náu vào một chỗ an toàn. Nếu đang ngồi trong phòng khách, thằng em tôi sẽ thụt đầu xuống cho thấp thua cái cửa sổ để ba tôi khỏi nhìn thấy. Hoặc đang ngồi trên bàn học thì sẽ chăm chỉ, miệt mài đèn sách đến độ không hề nghe bất cứ tiếng động nào đang vang lên ở chung quanh. Tôi không chắc tòa án nhân dân mà mở ra, thì chẳng biết trong hai chị em, đứa nào sẽ bị phán quyết có tội hơn đứa nào!

Phần mẹ tôi nếu bị đi chứng lý lịch thì chắc cũng sẽ nhận lời phê "thành phần xuất thân không rõ ràng" như lý lịch đi thi đại học của tôi được các đồng chí công an huyện xác định như vậy. Và thực tế cũng đã chứng minh việc mẹ tôi không có nhiều kinh nghiệm để rút, vậy mà lại dám đảm đương nuôi một em heo nái. Nói cho cùng, có lẽ vì mẹ tôi đã "oánh giá" những ý kiến tham khảo của ông anh tôi rất cao, hy vọng ông con lở dở bằng kỹ sư chăn nuôi sẽ giúp mình được nhiều thứ. Có thì giờ rảnh ra, là mẹ tôi và ông anh lại rù rì rủ rỉ chuyện chăn nuôi.

Tuy nhiên sách chăn nuôi và phát triển nông nghiệp của anh đưa cho mẹ tôi, coi xong bà bĩu môi phê bình:

- Viết cái gì đâu không, chẳng thực tế chút nào.

Mẹ tôi chê sách, bảo sách nói toàn chuyện gien nọ gien kia, tế bào nọ tế bào kia, rồi "phân ta di" tùm lum ra, trong khi mấy em heo mà mẹ tôi mua về được mệnh danh là giống Yorshire, nhưng không biết có thiệt đã đến từ xứ của nữ hoàng Elizabeth hay không. Bởi thật tình mà nói mấy em này chỉ có ngoại hình lông trắng, sau mông điểm vài ba cái đốm đen, được giới thiệu bởi lái buôn và được sự xác định rất... mơ hồ của ông anh tôi dựa theo kinh nghiệm...

sách vở đến thánh cũng không biết được "thành phần xuất thân" của chúng tôi như thế nào! Tôi không biết trong thời gian học ở đại học, có bao giờ ông được "đi thực tế" đến một nông trại nuôi heo Yorshire để quan sát và thấy tận mắt chúng như thế nào không, chứ bầy em út tính từ tôi trở xuống, bảo đảm chỉ từng thấy những con heo mọi, da đen, lùn tỉn và... hôi rình mà bác gái tôi đã nuôi ở quê ngày trước mà thôi.

Lần đầu tiên con heo nái nhà tôi muốn... lấy chồng, mẹ và ông anh tôi hồi hộp lắm, mấy ngày liền cứ ngồi ngó tới ngó lui con heo rất lâu, cuối cùng mới quyết định đi thuê heo nọc. Gia đình tôi dân miền trung, lại không ở thôn quê, nên lần đầu tiên thấy cái bảng hiệu "tại đây đi nọc, giống loại tốt" ở đầu đường, về nhà tôi và con em đã hỏi nhau "đi nọc" là loại... cây gì mà hai chị em chưa nghe nói tới bao giờ. Cả đọc trong sách "cây cỏ miền nam Việt Nam" của giáo sư Phạm Hoàng Hộ, cũng không thấy luôn! Mãi cho tới lúc con heo nái này bỏ ăn, phá máng, cứ muốn nhảy ra khỏi chuồng và kêu gào thảm thiết, tôi hỏi bộ nó bịnh hay sao, mới nghe mẹ tôi nói một câu mà muốn... bật ngửa:

- Nó muốn nhảy nọc.

Và thú thật là tôi phải hỏi lại lần nữa mới ngộ ra hai cái chữ tai hại kia!

Ở huyện ly, vào thời điểm đó không mấy ai làm nghề nuôi heo nọc, nên để mướn được "tay chơi" về là phải "đặt hàng" sớm. Tôi nhớ hình như mẹ tôi đã phải năn nỉ mới được... lên lịch trình. Và vào cái ngày chủ tớ tân lang của con heo cái tới nhà tôi, mẹ tôi dặn hai đứa con gái không được xuống nhà sau. Nhưng không cần mẹ tôi căn dặn gì cả, vì chỉ nhìn thấy cái bản mặt nhơn nhơn của cả chủ lẫn tớ nghinh ngang đi vào cổng nhà tôi là tôi và con em đã hết hồn rồi.

Con heo nọc, phải nói thiệt là… ghê. Không phải chỉ vì bộ dạng to lớn, dềnh dàng của nó nhưng là ở cái vẻ… ta đây của thằng đi truyền giống này. Tôi chắc chắn nó hiểu rất tháo đáo và sâu sắc tầm quan trọng của bản thân, nên một cách hết sức… tự hào dân tộc, thằng heo này vừa khệnh khạng bước đi vừa kêu lên những tiếng "ục ục" liên hồi vừa xộc mõm vào bất cứ nơi nào nó muốn, chẳng thèm coi ai ra gì. Nhìn mặt nó cứ như sẵn sàng gây hấn với cả năm châu bốn bể. Tôi nghĩ nếu nói được tiếng người, dám nó sẽ đòi chủ… đeo cho nó một khẩu súng bên mình để thị oai, bắt thiên hạ quỳ chơi cho bõ ghét!

Và vì không được phép xuống nhà, cũng không có ai… online, quay hình trực tiếp, nên tôi không biết diễn biến ở phía sau như thế nào. Chỉ nghe tiếng éc éc um sùm chen lẫn giữa tiếng quát tháo của ông chủ… nọc. Chừng khoảng mười lăm phút sau, tình hình coi bộ lắng dịu, thì hai chị em tôi thấy chủ và tớ lại nghinh ngang đi ra cổng.

Trước ngày em Yorshire nhà tôi lấy chồng, mẹ tôi đã hồi hộp, nhưng sau ngày… vu qui của nó, thì mẹ tôi buồn rũ rượi. Ông anh tôi cũng buồn. Bởi vì con heo nái đã không được thụ thai. Tôi không biết lý do vì sao. Nhưng thấy mẹ tôi không chỉ buồn, mà bà còn giận.

Bà lằm bằm:

- Đúng là cái quân gian xảo. Mình không kinh nghiệm, còn nó biết chắc đã trễ ngày mà cũng nhận lời rồi cứ cho "nhảy" đại để lấy tiền. "Nhảy" không xong cũng lấy tiền!

Ba tôi coi bộ tình hình nghiêm trọng quá nên an ủi:

- Thôi bỏ qua đi, coi như mình học tập kinh nghiệm đi. Lần sau mình nên báo cho tụi nó biết trước một tuần cho chắc ăn.

Mẹ tôi làm thinh không trả lời trả vốn lấy một câu. Bà chỉ ngồi im với bộ mặt rất... hình sự. Lát sau chắc thấy không vui vẻ gì mà ngồi, bà vừa đứng dậy vừa lườm... không khí rồi bỏ xuống nhà.

Nhưng sau đó mẹ tôi thở dài cả mấy ngày.

Mấy chị em tôi lúc đó hoàn toàn không hiểu được như thế là mẹ tôi lại phải chờ tới kỳ rụng trứng mới của con Yorshire, vì lại phải tốn tiền thuê chủ tớ thằng "đi nọc" lần nữa, mà những tính toan về tài chánh của mẹ tôi còn coi như hoàn toàn sụp đổ.

Cả lũ chúng tôi chỉ biết tiếc... ly sữa bò trộn hai cái hột gà mà mẹ tôi phải làm để... bồi dưỡng cho thằng lục lâm thảo khấu heo nọc!

11.

Căn nhà nằm mặt lộ, trên con đường bé tí xíu nhưng mang cái tên của một trong những con đường lớn của Sài Gòn. Ngày gia đình chúng tôi về huyện lỵ đó, điều gì cũng làm tôi buồn, cũng làm tôi không thích, chỉ trừ khuôn viên căn nhà có những hàng móng tay màu hồng chạy dọc theo lối đi, dậu huỳnh anh vàng nằm trước ngõ, bụi tướng quân trắng sang trọng nằm khuất sau cây bơ, chùm trắc bách diệp bên thềm và hàng cau non trước hiên trổ hoa thơm ngát. Không biết bao nhiêu lần tôi đã mang hình ảnh thơ mộng của khuôn viên này vào truyện ngắn, tiểu thuyết, thơ của mình. Và có lẽ đó cũng là những hình ảnh ít đau buồn nhất còn lại trong ký ức tôi.

Mẹ tôi không thích rời khỏi thị xã cũ, nên không thích cái huyện lỵ buồn tẻ đó. Hẳn nhiên cũng không thích căn nhà. Tôi hỏi mẹ làm thơ mà không thấy nó thơ mộng sao. Mẹ tôi trả lời:

- Không thơ phú gì nữa hết.

Thơ và những thứ đi kèm theo không giúp ích gì trong xã hội mới. Mẹ tôi nói vậy. Những thứ thuộc về căn nhà mà tôi vừa kể, dậu hoa vàng, chùm trắc bách, hàng móng tay vân vân, mẹ tôi hờn dỗi bảo cái gì không bán được, cái gì không đỡ đần nổi một ngày cơm gạo thì coi như không có. Cuộc sống khó nhọc quá đã bức tử hồn thơ của mẹ tôi.

Nhưng tôi thì chưa! Hồn thơ của tôi thuở ấy lai láng lắm. Vì tôi mới mười bảy tuổi. Vì "người ấy" đã từng đến ngôi nhà ấy. Chỉ là thăm anh tôi, nhưng nụ cười, ánh mắt, câu nói, tiếng đàn của "người" đã làm tôi bật ra thơ. Tôi viết,

Tháng Tám lá rơi đầy mặt đường
Gió mới vừa đưa về đây mùi hương
Từ một chỗ nằm chùm trắc bách
Quyện hồn sách vở chưa khai trương
Em buổi sáng đường đi uyên nguyên
Áo lụa bay trong gió dịu hiền
Đến lớp học với hồn thánh thiện
Đứng im nghe lá nhỏ hàn huyên
Vào tháng tám khi mùa thu tới
Người có hay khô gãy trong vườn
Nhánh phượng gầy hiu hắt trơ xương
Là em bước chân vào cửa lớp...

Tôi đã nghĩ ánh mắt ấy đuổi theo tôi ra khỏi cổng nhà, dẫn tôi vào lớp học. Lúc đó tôi vẫn chưa hay lớp học những tháng năm tôi mười bảy tuổi tựa thể một hố sâu hun hút, đen ngòm, nuốt mất thời thanh xuân của những người con gái như tôi. Tôi thật chưa biết đớn đau vì thời cuộc, vẫn chưa phàn nàn dẫu nhiều lúc cũng thấy mình bức bối vì những diễn biến đang xảy ra chung quanh. Chỉ mới thấy khó chịu vì không còn được hát những bài hát tình yêu, không được dùng những câu thơ lãng mạn vào sách vở. Tôi vẫn chưa vỡ lòng những bài học phản bội nào từ bè bạn, những đứa mới ngồi đờn ca với mình hôm trước, hôm sau có thể báo cáo với chi đoàn, với thầy cô giáo, gán ghép một tư tưởng khủng khiếp nào đó lên bạn, hy vọng bản thân mình sẽ được tiến xa hơn.

Tôi bước chân vào lớp học với hồn thánh thiện như câu thơ ngây ngô của mình. Bằng những bước chân lẫm chẫm, lạng quạng của một đứa bé lên một, lên hai trong xã hội mới. Cứ bước mà không nghĩ xã hội đang sẵn sàng quất những ngọn roi tơi tả xuống cuộc đời mình. Không biết chủ nghĩa, lý thuyết sẽ bít kín tất cả mọi con đường đi tới tương lai.

Tôi ca hát với bạn bè *"con kênh ta đào chưa có nước chảy qua. Chỉ có nắng mùa hè nóng bỏng. Mồ hôi thấm lưng áo em bạc trắng. Con kênh ta đào chưa là con kênh xanh..."* (Phạm Tuyên). Tôi không hề biết mình bị lọt thỏm vào giòng thác tuyên truyền. Sau này khi đã già, ngoảnh lại những tháng năm làm học trò, tôi cố đem chút ngây thơ của ngày mười bảy, mười tám tuổi, gắng tin rằng chính người thi sĩ làm ra bài thơ được phổ nhạc đó cũng không biết mình đã làm thơ tuyên truyền (Bùi Văn Dung)! Gắng hy vọng ông cũng đã ngây thơ ước mong đất nước sẽ có màu xanh, có những tháng năm rực rỡ đẹp, con người sẽ được ăn những hạt cơm trắng, sẽ được thấy những cánh đồng lúa vàng rực rỡ, sẽ có những ngày vào mùa gặt mới người con gái của ông *"soi khuôn mặt hồng xuống dòng kênh xanh."*

Tôi lên lớp bị buộc hát đầu giờ, giữa giờ, "Trường Sơn Đông nhớ Trường Sơn Tây", cười với bạn bè "hết măng rồi anh có lấy em không", nhưng về nhà vẫn làm được những câu thơ lãng mạn,

Một buổi mai trời thật nồng hương
Ta ra sân hái đóa hoa hường
Ép vào tay bỗng buồn chi lạ
Gọi tên người mà nghe tơ vương
Nên buổi mai nào đó thật buồn
Ngó nắng vàng trên khóm tướng quân
Khe khẽ ngâm mấy giòng thơ cũ

Thơ của người đầy những bâng khuâng...

Mù mờ giữa cuộc sống mới và cũ, giữa những thực tế phũ phàng và những giấc mơ chưa quên, và cả giữa những thờ ơ vô trách nhiệm với chính cuộc đời mình, tôi không nhận ra nhà đã nghèo đến độ mẹ tôi chỉ muốn tự tử mà vẫn phải sống. Ngày ngày tôi vẫn ngồi trên bàn học, ngó ra hiên nhà, chờ một phiến nắng vàng, và chờ tiếng người gọi cổng. Ở đó, nghe tiếng còi tàu mỗi chiều về sân ga nhỏ, tôi chưa bao giờ nghĩ tới những con người khổ cực bám theo các toa chở hàng hóa chật cứng, gian nan vật lộn từng giây nhiều khi chỉ đủ một phần khoai sắn. Ở cái thị trấn nhỏ, cái huyện lỵ đìu hiu ấy, năm 77, lên mười tám tuổi, tôi vẫn làm thơ.

Lâu rồi người không về thăm ta
Hàng móng tay vẫn nở hiền hòa
Bầy chim sẻ vẫn về trước ngõ
Ngóng trông người về tình hộ ta
Nửa tháng bảy tàu về sân ga
Còi xa đưa trên lũ cây già
Ta mong ngóng hiu vàng bóng mắt
Dậu huỳnh anh nào nhớ non xa...

Tôi đã sống tội nghiệp như một con mèo, nhưng không phải con mèo ngái ngủ trên tay anh của thơ Nguyên Sa, mà là một con mèo thiếu ăn, bơ vơ, lạc lõng giữa chợ đời.

Cuối năm đó tôi thi rớt đại học.

Rớt thêm cái cao đẳng.

Rớt luôn cả cái trung học chuyên nghiệp nhiều người không thèm thi.

Ông anh họ làm thành ủy Sài Gòn, ghé lại nhà thăm ba tôi, coi tờ giấy chứng nhận lý lịch của tôi, xong khuyên tôi nên đi Thanh Niên Xung Phong ba năm rồi về thi tiếp. Tiễn khách đi rồi, mẹ tôi, vẫn chỉ dám lườm không khí, bực dọc nói:

- Chính miệng mấy "ổng" hay nói gái nông trường như cái giường bịnh viện mà giờ biểu con người ta đi Thanh Niên Xung Phong!

Tôi đáp con làm sao dám đi Thanh Niên Xung Phong. Mẹ tôi đáp có đem súng tới nhà cũng không đi.

Tôi khăn gói lên đường vô rẫy. Núi Rừng Bạt Ngàn đón chân tôi từ hôm ấy.

12.

Nhà, từ lầu xuống trệt, từ trệt xuống chòi.

Cái chòi lá buông. Một loại cây rừng mọc nhiều ở Hàm Tân, Bình Tuy, có dạng tương tự như cây cọ, cây kè. Lá buông rất lớn, dạng hình cánh quạt xòe, có khi dài đến cả bảy, tám mét, hay được đan thành tấm để làm vách nhà. Nhưng là lá, và có khi người đan vách đan cả lá non, nên không được chắc như tre, vì vậy vách dựng bằng buông dễ hư, dễ thủng. Nhiều nhà phải chằm thêm chỗ nọ chỗ kia nhìn hết sức… rối mắt và thê thảm.

Cái chòi của ba tôi và mấy tên đực rựa dựng lên cũng không hơn, khúc mới khúc cũ, khúc vàng khúc nâu, y hệt sân khấu về đêm! Phía đàng trước chòi, ông anh tôi và mấy thằng em cưa mấy khúc củi lớn, cao thấp khác nhau làm thành cái bàn uống cà phê, uống trà buổi sáng. Ở vào thời buổi này nếu có được "bộ bàn" như vậy cho một quán cà phê, chắc có thể được ưa chuộng vì lạ mắt.

Mà hồi đó kể ra cũng lạ. Ít nhất là trong mắt tôi. Bởi tôi chưa hề thấy loại bàn ghế như vậy bao giờ. Có thể nói trông chúng rất ư là… thiên nhiên, rất ư là "môi trường".

Tôi không tham gia uống cà phê tám mươi phần trăm bắp rang, hai mươi phần trăm cà phê đèo cà phê đẹt nhà nước không thèm thu mua, cũng không uống trà nước lá vối của anh Vọi, nên không ra đó ngồi mỗi sáng. Nhưng lúc không làm gì, và nếu trời không nắng cháy da, thì kể ra viết lách ở bộ bàn ghế đó cũng tiện lợi. Bốn bề lộng gió trăm ngàn cửa ô, rất dễ để có thể lòi ra thơ, nhưng tôi đã hoàn toàn từ chối mở trại sáng tác ở đó!

Chẳng phải vì thời tiết, chẳng phải vì không gian gì cả mà chỉ vì tôi ghét mấy cặp mắt rình mò của ba thằng em. Thơ của tôi lãng mạn, "em ra phố huyện một mình. Có hai người lạ cười tình làm quen", thằng em kế lục ra coi, cười hi hi với hai thằng kia, rồi thêm mấy câu, "một anh ốm nhách thì đen. Một anh mập mạp, ho hen quá trời"...

Tôi tránh "thị phi", thường leo lên cái sạp gỗ, trước đây dành cho ba tôi, nhưng sau ngày nhị vị công chúa là tôi và con em vô rừng thì được "tư hữu hóa" thành chỗ của hai chị em. Nhưng thiệt tình đó không phải là cái sạp, và cũng không biết gọi tên gì cho đúng. Vì nó không thấp như cái sạp, cũng không cao đủ để trở thành một cái gác lửng mặc dù muốn leo lên đó, phải xài tới một cái thang ngắn. Nó chỉ cao hơn mấy bồ lúa dựng bên dưới chừng vài ba gang tay, không có "lan can" tay vịn gì cả, khi ngủ mê, lăn lộn nhiều, có thể rơi xuống đất bất cứ lúc nào. Và ở ngay trên đầu của nó là một cái mái thấp lè tè, giơ thẳng tay lên là đụng mớ rơm mớ rạ. Vì vậy tôi cứ gọi nó là cái sạp cho tiện.

Cái sạp cao, cái mái thấp, nhưng chính vì thấp như vậy, nên buổi trưa thật mát và buổi tối thì lại ấm. "Tầng" dưới cái sạp phía ngoài ba bồ lúa to tổ chảng, là một cái giường tre cho ba tôi, đặt cạnh những tấm ván gõ ngay trên nền đất, chỗ ngủ của ông anh và mấy thằng em. Đây là bộ ván gõ rất đẹp, càng dùng lâu mặt gỗ càng bóng loáng, trên mặt có những đường vân nâu thẫm nổi bật trên nền màu nhạt hơn, thỉnh thoảng lại ánh lên chút đỏ như màu rượu chát. Bộ ván cưu mang nhiều kỷ niệm của mẹ tôi, nên dọn đi đâu bà cũng muốn mang theo. Lâu lâu còn nói hay là mai mốt mẹ chết, xẻ bộ ván ra làm quan tài.

Ở ngoài thị, bộ ván nằm trên bốn con "ngựa", nhưng vô rẫy, không hợp cảnh hợp tình, choáng chỗ, cứ thế mà được tọa luôn trên đất. Sinh hoạt của mấy cha con tôi thường diễn ra ở trên bộ ván này. Ăn uống, đánh cờ tướng, ngồi nghe ba tôi kể chuyện Tam Quốc Chí, chuyện phiêu bạt giang hồ của ông thời còn trẻ. Một mái tranh nghèo, nhưng khung cảnh rất hữu tình hữu ý, "dầu cho bao gian lao nhưng tình nghèo góp sức mà vui" chỉ vì ba tôi không bao giờ... cằn nhằn hay than vãn như mẹ!

Cái không gian chật hẹp đúng là chỉ có mấy cha con. Buổi sáng ông anh tôi và mấy thằng em ra rẫy, tôi xuống giếng giặt đồ. Ban đầu tôi chỉ giặt cho ba và cho mình, sau thấy mấy ông đực rựa loay hoay, tôi nói để đó tôi làm luôn. Cái chòi ở trên cao, thằng em nuôi cuốc đất trồng mấy vồng khoai nhưng không đủ nước nên cằn cỗi, không đủ lá để luộc. Thậm chí nấu canh cũng không. Tôi hỏi thằng em sao không làm gần dưới giếng tốt hơn. Thằng này nhăn nhó đáp, người ta đi ngang qua thấy thì hái hết, mất công trồng. Tôi không "bốn bể dò sông, dò lòng người", không tin lời thằng em, nên hỏi cách thức trồng dây khoai rồi cắt mấy nhánh đem xuống cắm gần chỗ nước. Mỗi ngày xuống giếng giặt đồ, tôi chịu khó kéo thêm mấy gàu nước tưới tắm cẩn thận nên dây khoai của tôi tốt tươi, xanh nhanh và lớn như thổi.

Tôi gọi đó là dây khoai Phù Đổng. Ngày nào cũng đứng ngắm cả buổi những phiến lá có hình trái tim xanh mướt, những ngọn tim tím vươn lên trên không. Tôi đếm đủ từng ngọn, từng lá. Tôi cũng để dành tóp mỡ, hứa sẽ làm cho cả nhà dĩa rau xào ngon như… có thịt. Thằng em nuôi nói chị muốn làm thì làm liền, chần chờ coi chừng không được ăn. Tôi la ngày nào tôi không canh kỹ, đợi mớ rau lớn lớn một chút xào mới ngon.

Vậy đó mà tôi không có được mớ rau để xào thiệt. Buổi sáng sớm xuống giặt quần áo tôi còn tần ngần không biết nên hái hôm nay hay đợi đến ngày mai bởi cái vẻ đẹp và tươi tắn của đám dây khoai làm tôi tiếc, lưỡng lự; đến chiều xuống lại giếng chỉ còn thấy một đám đất trơ trụi. Nói theo chữ của người Nam là tuầy huầy thì mới đúng. Vì mớ dây khoai của tôi lúc bị chôm, chắc do vội vã, sợ bị trông thấy nên "người ấy" đã lôi đi luôn cả đám… đất bùn. Đến một cái rễ cũng không còn nằm lại trên đất cho tôi "trộm xem dung nhan đó bây giờ ra sao"!

Tôi tiếc ngẩn tiếc ngơ. Nếu không có dấu chân người còn hằn trên mặt đất khô quanh đó, chắc tôi đã đổ cho… trâu bò. Tôi giận lắm. Và tôi mắng cái thời buổi gì kỳ. Sản sinh ra loại người gì cũng kỳ. Trộm dây trộm lá, thì cũng phải để lại cho tôi cái… gốc chớ. Rồi tôi lằm bằm suốt từ ngày hôm trước đến ngày hôm sau. Thằng em nuôi nghe riết một hồi bèn cười hi hí:

- Em nói rồi mà! Làm uổng công!

Tôi nổi quạu không thèm trả lời. Thằng em lại cười hăng hắc. Cái giọng cười y thể trong rẫy không có gì để giải trí, nên lấy chuyện tôi tức tối làm đề tài! Tôi im một hồi, cuối cùng tôi quát lên:

- Thế nào cũng có ngày bị…. quả báo.

Tôi bực mình, nói bừa cho hả giận. Nhưng như vậy đó mà cũng có ngày tôi được chứng kiến cảnh "quả báo" thiệt.

Ngày lịch sử là một buổi trưa nắng đổ lửa, khi ông anh tôi và thằng em nuôi đang lim dim ngủ trên mấy tấm ván, còn tôi thì nằm chết dí trên sạp, bỗng cả ba đều choàng người ngồi bật dậy vì tiếng la ơi ới phía dưới giếng vọng lên. Ông anh và thằng em mắt nhắm mắt mở hỏi cái gì. Tôi mặc dầu không ngủ nhưng dưới cái nắng gắt gay phía bên ngoài chòi, chỉ thấy mờ mờ nhân ảnh bóng hai người đang co chân chạy ra khỏi khu vực có cái giếng.

Tôi nói với thằng em, không biết chuyện gì chỉ thấy họ vừa chạy vừa la thôi. Thằng em nuôi tôi ngồi im một hồi như để cho tỉnh. Thằng này vốn vẫn hay bị mộng du. Nên phải mất một lúc lâu, chớp mắt cả trăm cái, cuối cùng mới bật cười lên ha hả:

- "Dính chấu" rồi!

Chúng tôi đồng hỏi dính cái gì. Thằng này vẫn cười sằng sặc:

- Dính cái bẫy chùm ổi!

Tôi ngẩn ngơ hai giây. Sau đó cũng không nhịn được cười. Cái chùm ổi nằm phía sau mấy nhánh lá xanh mướt của cây ổi thấp lè tè. Toàn bộ cây ổi không biết vì cây còn non, hay vì "thời buổi" mà chẳng có bao nhiêu trái, và cứ hễ có thì trái nào cũng đèo ngặt, xanh một màu... đen như trẻ con thiếu ăn già trước tuổi. Tuy nhiên nếu nhìn "cận cảnh" thì phía trong mớ lá hơi dày đó, sẽ hiện ra một chùm trái mướt rượt, xanh màu xanh lá mạ non rất hấp dẫn và hằn nhiên sáng lấp lánh như có ai đó đánh bóng. Hôm tôi mới vào rẫy, ba thằng em đều dặn dò kỹ lưỡng là đừng có thò tay vô cái bẫy đó mà mang nợ, vì cạnh chùm ổi đẹp đẽ ngon lành đó có một đám ong vò vẽ làm tổ rất khéo, rất kín, chỉ cần động đậy một chút là cả đám sẽ bay ra tấn công liền. Ba thằng đều... bình lựn giống nhau:

- Tại có cái tổ ong đó không ai dám hái nên mới hết chùm này ra tới chùm khác mọc ra, chớ không thì đừng hòng!

It nhất là cũng "đừng hòng" với ba thằng!

Ngồi một lúc, tôi nhớ lại cảnh "bỏ của chạy lấy người", bèn hỉ hả với thằng em nuôi:

- Nói rồi mà, ăn cắp dây khoai của người ta thì thế nào cũng có ngày gặp nạn.

Và hai chị em tôi cứ thế mà hi hi ha ha với nhau. Mãi cho tới lúc ông anh tôi chắc chịu không nổi nữa, mới lên tiếng:

- Mà biết có phải đúng cái người hái dây khoai của mình không mà hai đứa khoái trá dữ vậy?

Tôi và thằng em hơi ngẩn ngơ. Ừ nhỉ, biết đâu lại là người khác? Nhưng cuối cùng tôi nói bừa, mà người đó hay người khác thì cũng là kẻ gian, có ý định chôm chĩa của người khác thôi.

Thiệt là trời cao có mắt. Chỉ xui cho cái thằng nào đó trưa nay, gặp đúng ngay lúc ông trời đang... để ý!

13.

Bác Tư Nùng họ Tằng, chữ lót và tên giống hệt đại tá Voòng A Sáng, người sáng lập khu tự trị Nùng từ thời tiền di cư. Tên tiếng Việt của bác nghe hay như tên một tài tử Hồng Kông nào đó, Đường Quang Sáng.

Bác Tư Nùng Đường Quang Sáng tính tình điềm đạm. Ít nói. Ai thân quen với bác Tư cũng nói bác Tư dễ thương. Ai cũng thích bác Tư. Mọi người, chỉ trừ một người. Đó là mẹ tôi. Mẹ tôi hay nói bà chẳng ghét bỏ gì bác Tư, mà chỉ lo cho cái bao tử của ba tôi, sợ bác Tư "ám hại" ba tôi bằng xị đế và ớt hiểm ngâm dấm, nên mới… không thích bác Tư! Bà nhất định không thèm biết mặt bác Tư và lúc nào cũng gọi là "ông" Tư Nùng. Thỉnh thoảng bực lên còn kêu là "thằng cha Tư Nùng" như thể cho… đáng đời!

Mẹ tôi phân biệt giai cấp, kỳ thị chủng tộc! Bà nói "tại thời buổi, chớ sức mấy mà ông được làm bạn với ba bây!" Mẹ tôi "nâng cấp" ba tôi lên tới mấy tầng mây xanh dầu ba tôi vẫn hay nói:

- Không nên coi thường người học ít thua mình, vì biết đâu họ chỉ thiếu điều kiện chứ nếu có, không chừng họ lại giỏi hơn mình!

Mẹ tôi "đắng cay thời cuộc", buồn đau thân phận,

không thèm nghe lời khuyên của ba tôi. Tôi ít có dịp gặp bác Tư, nhưng qua lời kể của cánh đàn ông con trai trong nhà, tôi xếp hạng bác Tư là người tốt. Chắc chắn tốt thiệt. Dễ thương thiệt. Vì ít nhất ra bác Tư cũng là người đã giúp ba tôi qua ngày đoạn tháng trong thời gian cùng cực, buồn đau nhất, và luôn luôn là người chỉ bảo cho anh em tôi những công việc rẫy ruộng hữu ích.

Ông anh tôi và mấy thằng em gọi bác Tư Nùng là bác, mà lại gọi cháu bác Tư là… "ông". Ông Hai Xồi. Chưa vô rẫy tôi tưởng "ông" Hai Xồi già lắm, nhưng vô rồi, tôi mới biết không phải. Và sau đó tôi còn ngộ ra nhiều thứ. Chẳng hạn là "ông" Hai Xồi, mà chỉ lớn hơn anh tôi vài tuổi. Giới thiệu là bà con, nhưng bác Tư cao lớn, khi trẻ chắc đẹp trai lắm, còn Hai Xồi thì vừa thấp vừa có cái nhan sắc của một người… không dễ coi. Đã vậy Hai Xồi lại có cô vợ dữ dằn, bao nhiêu việc nhà việc rẫy đùn hết cho chồng, nên ông chồng ngày càng già và càng khắc khổ rất nhiều so với tuổi. Một chuyện nữa tôi ngộ ra là mẹ tôi có mức độ ảnh hưởng đến con cái rất lớn, lớn vô cùng. Nội cái tư tưởng "bỡ ghét" của bà cũng đủ chứng minh cách chắc chắn đã ăn sâu vô óc vô tim của anh em tôi, nên vì vậy mới có chuyện ông anh tôi và mấy thằng em gọi bác Tư Nùng là "bác" mà Hai Xồi là "ông"!

Bác Tư tính tình phóng khoáng dễ thương bao nhiêu thì Hai Xồi cầm cầu, keo kiệt và kỹ lưỡng bấy nhiêu. Thằng em nuôi kể thỉnh thoảng phải "đổi công" cho kịp vụ mùa, nghĩa là nếu bên tôi rảnh hơn sẽ qua "xạc" cỏ, hái đậu giùm cho bên bác Tư hoặc Hai Xồi, sau đó họ sẽ sang giúp lại chuyện chúng tôi cần. Thường bác Tư Nùng khi đổi công sẽ giúp cho hết việc nhưng Hai Xồi thì chỉ làm hết ngày. Thằng em nuôi nói muốn "ân đền oán trả", muốn tính lại từng giờ như vậy cho sòng phẳng và công bình, nhưng ba tôi và ông anh không chịu, mỗi lần sang giúp là bắt mấy anh em phải làm hết mình. Ba tôi nói hàng xóm láng giềng nhằm nhò gì ba cái lẻ tẻ mà tính toán.

Cái chòi của Hai Xồi ở bên trái, bác Tư ở bên phải chòi của chúng tôi. Không cách dậu mồng tơi. Cũng không hàng rào khoai mỳ như những cái chòi khác của những người bị đi kinh tế mới ở phía trong rừng. Lý do là ruộng rẫy ở miền đông Nam bộ thường chỉ là… ruộng rẫy, có nghĩa người có rẫy sống ở một nơi khác, chỉ vào làm việc trong rẫy những ngày trồng tỉa, gặt hái, nên không lập xóm, lập làng như người ở miền bắc hay miền trung. Hết vụ, thì về nhà.

Sau ngày độc lập tự do dân chủ, nhân dân được đảng và nhà nước quản lý, nên người có rẫy ruộng phải có một cái "chỗ" đàng hoàng theo nghĩa đen và phải đăng ký tạm trú nơi mình đang canh tác. Trước hết là để chứng minh cho ban nông nghiệp xã, huyện của mình như lời tổng bí thư Lê Duẩn nói trong kỳ họp thứ nhất quốc hội chung cả nước năm 1976, là không còn "chạy theo những nhu cầu giả tạo theo kiểu 'xã hội tiêu thụ', đua đòi theo những thị hiếu tầm thường, hoàn toàn trái với cuộc sống hạnh phúc văn minh chân chính", mà đã "trở lại với thực tế, trở về với cuộc sống của dân tộc, sống bằng kết quả lao động của mình". Thứ hai để cho thấy mình không phải chỉ mua miếng đất cho có hòng qua mặt lãnh đạo, mà cũng theo nhận định của tổng bí thư là đang đi trên "con đường để tiến tới một cuộc đời tươi vui, đẹp đẽ, có ý nghĩa, có phẩm giá, có hạnh phúc thật sự và lâu bền cho chính mình và con cháu mình"! Cuối cùng, quan trọng hơn hết, như chủ tịch và bí thư xã, bí thư huyện nói rằng việc quản lý hộ khẩu là chỉ để giúp cho nông dân thực hiện… nghĩa vụ đóng thuế dễ dàng hơn mà thôi!

Hồn Trương Ba da Hàng Thịt, vì hộ khẩu chính thức

của chúng tôi ở thị trấn, nên lâu lâu ông anh, tôi, con em hoặc thằng em nuôi phải về làm công tác phường khóm, đi họp tổ dân phố và học tập chính trị. Đi đi về về mãi, thằng em nuôi tôi ngán con đường đất đỏ, ngán cảnh ngồi đò đưa ở phường, bèn nảy ra ý định chạy qua ủy ban xã, ấp "tạo dựng mối quan hệ", hỏi có cần người giúp làm giấy tờ không. Các đồng chí lãnh đạo xã lúc đó là những người vô cùng sáng suốt vì đã thông qua các lớp bình dân học vụ, nên chấp nhận lời đề nghị tha thiết của thằng em tôi liền.

Có một điều không thể nào không công nhận là chữ viết của thằng này rất đẹp. Y như in trong máy ra. Cho dù viết tháu hay viết cẩn thận cũng thấy nét đẹp ấy. Phần lớn giấy tờ trong nhà, mẹ tôi đều bắt thằng này viết và hay khen nhìn thật mát mắt.

Ở trong rẫy, hiếm khi đụng tới miếng giấy, cây viết nên tôi không biết Hai Xồi có nhìn thấy bao giờ chưa và có khoái chữ viết tay của thằng em tôi hay không, nhưng một hôm Hai Xồi xách giấy tờ qua nhờ điền giùm tờ khai hộ khẩu và tờ đơn xin giảm thuế lương thực. Đúng người, đúng nghề, thằng em tôi xách bút viết ra giúp liền. Hai Xồi ngồi xuống ghế đối diện, mắt dán vào tờ giấy kê hộ khẩu. Thằng em nuôi tôi hỏi:

- Họ tên?

Hai Xồi:

- Làm Văn Xồi.

Thằng em viết xuống Làm Văn Xồi. Hai Xồi ngó chăm chăm vô tờ giấy rồi la lên:

- Không phải Làm, mà Lê.

Thằng em sửa lại Lê Văn Xồi. Hai Xồi cau mày, chặc lưỡi:

- Không phải là Lê. Ngộ là Làm, Làm Văn Xồi.

Thằng em lại "Làm". Hai Xồi la làng:

- Không. Không. Ngộ là Lê. Lê á!

Thằng em sửa "Lê". Hai Xồi lại la oai oái. Sửa tới sửa lui, gạch tới gạch lui một hồi dơ hầy tờ giấy, thì thằng em tôi chịu không nổi nữa, đẩy tờ giấy qua một bên:

- Cái gì mà hết Làm rồi Lê. Họ của chú là gì mà không biết sao bắt tui sửa tới sửa lui hoài vầy nè?

Hai Xồi trợn mắt:

- Ngộ piết chớ sao không piết! Ngộ họ Làm mà nị diết chật rồi còn diết lại là Lê sao ngộ không nói chớ?

Thằng em tôi quăng cây bút xuống bàn:

- Chú nói sao tui viết vậy còn gì nữa! Nếu chú giỏi thì viết đi.

Hai Xồi lườm thằng em nuôi tôi một cái dài, vừa cầm cây bút lên vừa càm ràm:

- Tại diết chữ xấu mới nhờ nị chớ ngộ piết tiếng Diệt chớ bộ.

Thằng em tôi chõ mắt nhìn xuống tờ giấy Hai Xồi vừa mới sửa để xem trình độ biết tiếng Diệt của Hai Xồi tới đâu. Hai Xồi nghuệch ngoạc mấy chữ. Hai mắt thằng em nuôi tôi trố ra rồi trợn lên. Trong lúc đó Hai Xồi đứng dậy, vừa quay đi vừa nói:

- Dậy mà ngộ tưởng nị giỏi lắm. Có chữ Lê mà cũng không biết diết.

Thằng em nuôi tôi nhảy dựng lên chồm chồm sau lưng Hai Xồi:

- Thôi đi cha nội! Lần sau đừng có nhờ tui nữa đó nghe! Đàm Văn Xồi mà nói Làm Văn Xồi, chữ "đê" mà kêu là "lê" thì có tiến sĩ cũng viết trật chớ đừng nói gì tới tui!

Tôi không nhịn được cười. Hai Xồi đi một mạch về bên kia chòi. Thằng em thấy tôi cười quá cũng bật cười theo. Tôi nói, vô tới rẫy tôi ngộ ra nhiều chuyện. Tôi bảo:

- "Làm" Văn Xồi không phải là "Lê" Văn Xồi và Đường Quang Sáng là "Lường" nhưng không là "Lê"!

14.

Tôi vô rẫy, nhưng mãi, vẫn chưa làm rẫy ngày nào. Tôi chỉ nấu cơm, giặt giũ và... làm thơ. Không cuốc đất, không nhổ cỏ, không lội ruộng. Thậm chí cũng không hái bắp để độn cơm mỗi ngày. Ông anh tôi và mấy thằng em làm hết những công việc nặng nhọc và chuẩn bị cả mọi thứ để tôi nấu nướng. Chuyện dính dáng tới đất đai duy nhất của tôi là đi loanh quanh xem có rau gì để "cải thiện" bữa ăn hay không. Nhưng sở dĩ tôi chịu khó như vậy vì tôi không thích bí đỏ, không ưa đậu phộng, sợ cá khô, ghét tóp mỡ... Tôi cố đi tìm thứ gì đó có thể với ăn cơm độn bắp mà không... chảy nước mắt chứ chẳng ý tốt lòng lành gì!

Và thật ra tôi chỉ đi loanh quanh những khu vực có rau dền, rau càng cua, lá tàu bay, lá chua me đất. Chưa từng "mạo hiểm" đi hết khu vực của cái rẫy xem nó thế nào. Chuyện xuống tới ruộng là điều xa vời mộng mị, bởi... tầm nhìn xa của tôi hoàn toàn không vượt quá khu vực có mấy trái đu đủ của nhà Hai Xồi.

Tôi trở thành "thiên tài" nấu nướng một cách hết sức ngoạn mục. Thiếu thốn quá, tôi loay hoay đủ thứ và bỗng khám phá ra lá ớt nấu canh tôm khô ăn rất ngọt, lá chua, lá me đất vắt nước làm gỏi rất ngon, hay xương gà mà chịu khó ngồi bằm... nguyên một buổi thì có thể làm ruốc mà ăn không mắc cổ. Nhưng cuối cùng nấu nướng trong hoàn cảnh cái gì cũng không có, cái gì cũng thiếu, quanh đi quẩn lại chỉ có chừng đó thứ mãi như vậy, tôi đâm ra đau đầu. Tôi hỏi thằng em nuôi sao không trồng đu đủ như bên Hai Xồi, để có gỏi, có canh hầm, có kho chay, có mắm Thái, và có cả dưa món mà không cần chờ đến Tết. Cuối cùng là có cả… tráng miệng. Tôi nói nhìn mấy trái đu đủ hườm hườm bên nhà Hai Xồi muốn chảy nước miếng.

Thằng em trả lời đất bên chúng tôi cao, không đủ nước để có thể ra trái tốt, trồng mất công. Thằng em làm tôi cụt hứng. Cái gì cũng nói mất công. Tôi nghĩ dây khoai ăn lá cần nước, chứ đu đủ cả mấy tháng mới ra trái thì… việc gì phải tưới. Tôi giận trong bụng, đinh ninh mấy ông con trai nhà tôi lười không chịu trồng, chứ từ bên tôi qua giang sơn của Hai Xồi chỉ cần mấy xãi chân là tới nhưng một bên như trời mộng một bên chỉ bạt ngàn bắp lúa, khoai mì, đậu xanh, đậu nành. Kể là có được đám rau khoai nhưng cằn cỗi và hai bụi sả giống hệt như cây… chổi quét nhà. Thời đó nếu người ta đã đem tiểu thuyết Harry Porter của JK Rowling ra làm phim, chắc có thể đem cho mướn để làm… phục trang điển ảnh!

Tôi méc với ba tôi chuyện đất cao, đất thấp. Ba tôi cười. Hỏi tôi có biết là ngay cả trên chính vạt đất nhà mình, cũng có chỗ chỉ trồng được bắp, chỗ trồng được đậu tùy theo độ ẩm và loại đất hay không. Tôi lắc. Thấy "kiến thức" rẫy ruộng của tôi mỏng quá, thua cả giấy cuốn thuốc lá, nên thỉnh thoảng ba tôi phải mở một lớp "phụ đạo", giảng giải cho tôi biết phân biệt giữa lá cỏ và lá lúa, giữa cây đậu nành và cây đậu xanh, giữa vụ mùa đông xuân và vụ hè thu… Ba tôi bảo ngày trước nông dân miền đông Nam bộ chỉ trồng lúa vào mùa mưa, tức là bắt đầu từ tháng tư đến tháng mười một, sau khi gặt xong sẽ cho đất nghỉ ngơi, vì vậy mới có chuyện người đồng hương bán ruộng cho ba nói một năm chỉ làm một lần. Ba tôi giải thích:

- Ngày trước trồng lúa thơm, gạo dẻo, thời gian cần để cho cây lúa lớn, có bông là sáu tháng. Còn bây giờ thì nhà nước muốn có thêm vụ đông xuân nên phải trồng giống lúa Thần Nông ngắn ngày.

Ba tôi chép miệng nói lúa Thần Nông ăn không ngon, hạt cứng và phải ngăn nước, phải chăm sóc nhiều. Và rồi ba tôi thở dài, nhưng không trồng thì không được, vì đó là "chỉ thị ở trên giao xuống". Tôi thở dài theo ba, nhưng lầm bầm trong bụng, "trên" thiệt kể cũng... rảnh, bởi ruộng nhà người ta, muốn trồng gì thì trồng, mà lại cứ lo hoang phí đất, bắt phải theo chỉ thị, công văn!

Thỉnh thoảng ở giữa chừng câu chuyện và các bài học nông nghiệp, nếu ba tôi quên... giáo án, thì ông anh và mấy thằng em nhắc để giúp tôi mở mang trí óc. Ba nói bữa nào cha con mình xuống ruộng làm thử một bữa. Tôi đáp tôi sợ đỉa. Ba tôi cười:

- Cùng lắm nó hút chút máu thôi chớ gì đâu mà sợ con.

Tôi làm thinh. Dầu chưa hề biết con đỉa hình dáng ra sao, nhưng nghe nói "dai như đỉa" và nghe mấy thằng em tả chân tả thực, màu đen... thùi lùi, da nhờn, là tôi đã thấy ớn. Lại còn nghe ông anh tôi truyền "kiến thức chuyên môn" là chỗ bị đỉa hút sẽ chảy máu rất lâu vì đỉa tiết ra chất chống đông máu. Tôi muốn nổi da gà, hoàn toàn chẳng có... hứng thú gì với chuyện lội ruộng.

Tuy nhiên nghĩ tới nghĩ lui thấy các công tử nhà tôi trước đây chưa từng làm công việc gì nặng nhọc, chưa bao giờ biết rẫy ruộng ra sao mà tới lúc bị buộc phải xông pha khói lửa, cũng đang vượt qua được hết mọi sự, nên tôi hy vọng mình cũng sẽ... không sao. Tôi dạ cho ba tôi vui. Và mặc dù không nghĩ mình sẽ cố tìm cách tránh, nhưng thật lòng mà nói nếu đừng bị... lên bờ xuống ruộng thì chắc chắn sẽ vui hơn! Tôi hồi hộp chờ lúc bị... tuyên án.

Tuy nhiên sau đó, ngày trôi qua hai bữa, tôi cũng chỉ nấu ăn, giặt đồ và làm thơ. Ông anh và mấy thằng em vẫn xuống ruộng ra rẫy. Mãi cho đến hôm "định mệnh đã an bày", sau khoảng thời gian thời tiết thất thường không "xuống" lúa được, đến lúc phải làm cho kịp thời vụ thì không kiếm ra người để phụ, thậm chí mướn cũng không có, ba tôi bèn dọ ý:

- Ba sẽ xuống phụ tụi nó, nhưng nếu không xuể thì con giúp một tay được không?

Tôi im im một hai giây, cuối cùng thấy không thể tẩu thoát đường nào bèn gật. Ba tôi ngó tôi một hồi rồi hỏi lại cho chắc ăn:

- Con nhắm được không?

Thấy mặt ba tôi có vẻ lo, tôi đáp cho ba tôi vui:

- Dạ chắc được chớ ba.

Ba tôi ngần ngừ:

- Con không sợ đỉa chớ hả?

Tôi hơi chựng đi vài giây nhưng nhớ tới lời ba tôi nói cùng lắm là bị hút máu chớ có gì mà sợ. Tôi cười đau khổ:

- Có ôm mìn lấp lỗ châu mai gì đâu ba.

Ba tôi ừ. Tối hôm đó tôi ngâm cá khô, kho sẵn một nồi, rửa sạch sẽ mớ rau dền dại, rồi cẩn thận đặt vào trong một cái thúng, phía bên ngoài còn chụp thêm một cái "bu" úp gà, và cuối cùng chặn cục đá lên trên cho chắc ăn. Ông anh tôi dặn phải mặc quần áo dày để tránh nắng. Thằng em nuôi dặn thêm nên kiếm hai cọng dây thun hay sợi dây gì đó để cột túm ống quần lại cho kỹ. Nói là để khỏi bị đỉa bu lên bắp vế. Nghe tới đó, tự dưng tôi… quợn chè đậu, thấy tương lai trước mặt mình bỗng tối sầm như đêm ba mươi. Nhưng đã trễ quá để tôi kiếm ra lời thoái thác, nên tối đi ngủ, tôi đành tự nhủ, cố an ủi mình bằng câu nói của ba và đặt hết "niềm tin yêu hy vọng" vào "núi sông hôm nay và mai sau" là ruộng nhà tôi sẽ… không có đỉa!

Sáng hôm sau khi nấu xong hai ấm nước lá vối lớn đổ vào thùng nhựa, nai nịt kỹ càng như ông anh và thằng em nuôi dặn, tôi cắt thêm một miếng xà bông cục, cột đâu đó vô người, hễ bị đỉa đeo thì nhúng xuống nước chà cho nó rớt xuống như lời thằng em út. Thằng em kế cười hề hề:

- Khỏe nhất là cứ để cho nó hút no, thì cũng tự động nó cũng rớt xuống hà. Người ta hiến máu, bán máu mỗi lần tới mấy trăm xê xê, con đỉa nhỏ xíu, hút được nhiêu đâu mà sợ. Cứ coi như là làm phước, bố thí đi.

Tôi lườm. Mấy thằng em cười ha hả, chia nhau chỗ phải xuống cấy. Tôi được "phân công" đi đưa mạ, đúng nghĩa "lên bờ xuống ruộng" ôm những bó mạ đã được cột thành túm đưa cho từng người. Lúc đầu tôi hỉ hỉ hả hả vì thấy công việc này không nặng nhọc gì, lại còn có thì giờ để kiểm tra lũ đỉa có tấn công mình hay không. Nhưng lội đi lội lại một hồi dưới bùn, tôi khám phá ra đưa mạ cũng chẳng dễ "ăn" chút nào vì lớp bùn kéo chân, khó đi, làm tôi mỏi rụng rời. Đã vậy phía bên trên đầu trời lại nắng và nóng hừng hực, cái nón lá không che nổi như cái… dù, và bộ đồ vải ú hợp tác xã dày cui, nặng chịch như đeo đá lên người khiến mắt tôi muốn nổ đom đóm.

Tôi nghĩ tới nồi cơm trưa, nghĩ tới cách "thoát hiểm".

Và tôi quay tìm ba tôi, định đổi… job, định chuồn lên chòi. Lúc đó ba tôi đang ngồi trên bờ uống nước ngó dọc ngó ngang, tôi mừng quýnh hỏi ông anh là nhờ ba làm được việc tôi đang làm không. Ông anh tôi ngưng cấy, ngó lên định nói gì đó nhưng không hiểu sao chỉ cười cười.

Tôi mặc kệ câu trả lời, leo lên bờ đi lại chỗ ba tôi ngồi. Ba tôi hỏi có mệt không con. Tôi dạ rân, và mớm lời hỏi nhờ ba xuống ruộng. Bình thường khi nghe tôi nhờ điều gì đó, ba tôi đều vui vẻ nói "ừ để ba làm cho", nhưng lần này tôi thấy ba tôi lại có vẻ như không muốn.

Đó là lần đầu tiên trong đời ba tôi đã ngần ngừ như vậy. Tuy nhiên chỉ một giây thôi, là ba tôi lại nở nụ cười tươi hiền lành như bao giờ:

- Ừ, mệt thì nghỉ đi, con không quen làm ruộng rẫy mà.

Tôi dạ. Ngồi bệt ngay xuống bờ ruộng khô cằn, lởm chởm, hít một hơi dài. Vài cọng cỏ già đâm vào chân tôi đau điếng, nhưng tôi cảm thấy vô cùng… độc lập tự do hạnh phúc! Tôi thong thả hướng mắt nhìn theo ba, nhìn theo cái dáng không còn áo vest, mũ phớt, thuốc xì gà như những ông Tây dạy trường anh tôi học trước đây, mà mới chỉ hơn một năm sau ngày chạy thục mạng khỏi miền trung, đã trở nên tiều tụy, thảm não. Ba tôi xuống sắc hoàn toàn. Gầy và tóc bạc phơ. Dân trong rẫy gọi ba tôi là ông già đầu bạc.

"Ông già đầu bạc" đi một đoạn rồi dừng lại, lom khom xắn ống quần, sau đó men dọc theo bờ ruộng. Đến một chỗ, không xa chỗ tôi ngồi là mấy, ba tôi đứng lại nhìn tới nhìn lui một hồi, rồi nhúng chân xuống ruộng như người đi tắm biển tắm hồ thử nước ấm lạnh, sau đó mới dứt khoát bước hẳn xuống. Tôi hơi ngạc nhiên không biết tại sao ba tôi làm vậy. Nhưng nghĩ chắc có lẽ ba tôi sợ ngã, hay vì những chỗ đó trơn trợt, nên quay đi, đảo mắt nhìn chung quanh.

Từ chỗ tôi ngồi, lần đầu tiên tôi mới thấy một cách khá rõ ràng những ngôi nhà mái lá phía bên kia ruộng. Có thể gọi đó là những cái chòi như bên chúng tôi cũng được, vì cũng vẫn vách lá buông cũ kỹ, vẫn lu nước bể miệng, vẫn lưa thưa mấy cây khoai mì, chỉ trừ vài đứa trẻ tha thẩn chơi trên sân, một hai bụi chuối tả tơi lá, giống hệt như tranh, như những tấm hình chụp cảnh thôn quê nên trông chúng có vẻ là "nhà" hơn chòi.

Tôi ngồi lặng. Lần đầu tiên sau bao nhiêu tháng không còn được sống như ngày xưa, tôi mới nhìn thấy rõ nét cái nghèo nàn thiếu thốn của đời sống thôn quê, càng không tưởng tượng nổi gia đình mình cũng đang bị buộc phải hòa vào cái nhịp sống thê thảm đó.

Tôi bâng khuâng thở dài.

Nhưng bất thần đang lúc ngồi "thương dĩ vãng, đau hiện tại", thì bỗng nghe một tiếng kêu rất lớn phía sau lưng. Tôi tái mặt. Vì đó là tiếng kêu của ba tôi. Tôi quay ngoắt người. Thấy ba tôi đang vội vã leo lên bờ ruộng, tôi hoảng hốt đứng bật dậy chạy tới, quýnh quáng hỏi chuyện gì đã xảy ra. Nhưng ba tôi xua tay bảo không có gì đâu con. Tôi tròn mắt nhìn, chưa kịp hỏi thăm gì thêm, thằng em nuôi tôi đã nói vói lên:

- Để cậu nấu cơm trưa nay đi, chị xuống đây phụ với tụi em.

Và đang khi tôi còn rất "tâm trạng" thì ba tôi hăng hái, "ừ để ba làm cho" xong đi thẳng một mạch lên chòi. Tôi ngơ ngẩn nhìn theo.

Lúc bấy giờ ông anh tôi và mấy thằng em mới bật ra cười. Thằng em nuôi tôi kể:

- "Ảnh" sợ đỉa còn hơn sợ ma, có bao giờ tụi em để "ảnh" xuống ruộng đâu. Nhưng tại lỡ nói với chị có gì đâu mà sợ nên khi chị nhờ phải đành phải bước xuống. Mà đúng là "ảnh" xui thiệt, chưa được mấy bước em đã thấy con đỉa đeo chân "ảnh" liền, định đi tới sẹ sẹ gỡ cho ảnh, ai dè "ảnh" chắc "cảnh giác" quá, nên cũng nhìn thấy rồi mới la thất thanh như vậy đó.

Tôi bật cười. Mấy thằng em thi nhau diễn tả cảnh ba tôi nhắm mắt, vất đại đám mạ non xuống bùn rồi tự mình kéo con đỉa ra khỏi chân mà không đợi sự… hỗ trợ của thằng nào. Cả ba thằng đều hi hi:

- "Ảnh" quăng con đỉa cái ào ra sau lưng, rồi… bỏ của chạy lấy người. Con đỉa này nếu mà biết nói dám cũng kêu "cứu tui dzới" vì "ảnh" quăng mạnh lắm!

Tôi cười chảy cả nước mắt. Một lát sau, ông anh tôi như "trở về thực tại", ngó lên phía chòi nhà mình, rồi thở dài, chép miệng một tiếng rõ to:

- Trưa nay chắc thế nào cũng được ăn cơm ba tầng…

15.

Nhà Hai Xồi nuôi một con chó.

Nếu còn đi học và học tiểu học, tôi sẽ làm bài tập làm văn miêu tả một con chó như sau:

Nhà ông Hai Xồi hàng xóm của em có nuôi một con chó. Nhân dịp em đi làm rẫy mới biết nó là "ai". (Xuống hàng, thân bài).

Em không biết con chó này tên gì vì sợ hỏi, ông Hai Xồi nói nó tên "Len", tiếng Tàu có nghĩa là "người lẹp", mà em tưởng nó tên "Đen" thì ông sẽ giận. Em cũng không biết con chó nhà ông Hai Xồi là loại chó gì. Nó có màu da vàng vàng, mốc mốc giống như đôi giày da bò cũ của ông bán kẹo kéo ngày trước thường chạy ngang qua nhà em bán kẹo kéo. Con chó này nhỏ con, ốm nhách. Vào thời kỳ nhà ai cũng không có cơm ăn, nên con chó nhà ông Hai Xồi chỉ có da bọc xương. Em nghĩ những người thích ăn thịt cầy mà thấy nó chắc chỉ nghĩ tới món… rựa mận hay xíu quách. Con chó này có hàm răng trắng ởn và nhọn hoắc thấy ớn lắm. Nó ít khi sủa như sợ môi hở thì răng sẽ lạnh, nhưng không hiểu sao nó lại rất thích nhe răng ra để dọa người khác. Em muốn làm quen với nó để không bị nó cắn, mà nó chỉ biết tiếng… Tàu, không biết tiếng Việt, nên mỗi khi thấy nó, em phải kêu "chẩu, chẩu, ngộ xực nị à" nó mới chạy đi.

Và cuối cùng, để kết luận thì tôi sẽ viết như thế này, "em không thích con chó của nhà ông Hai Xồi chút nào. Nó chẳng giúp ích gì cho em hết. Nếu không có nó trong rẫy, em sẽ vui hơn".

Nếu không có con chó nhà Hai Xồi, thì buổi trưa ba tôi bị... đỉa tấn công, chúng tôi chỉ có thể bị ăn cơm khét nhưng vẫn còn nồi cá khô kho... quéo và mớ rau dền luộc. Đàng này sau khi trả lại cái job đưa mạ cho tôi, ba tôi lên tới chòi thì "phát hiện" ra tất cả những thứ tôi chuẩn bị từ đêm hôm trước đã bị hất tung tóe khắp mặt đất; không biết làm gì khác hơn là sau khi dọn dẹp, ba tôi rang đậu phọng lên để ăn trưa. Thành thật mà nói là dẫu thương ba tôi dữ lắm, nhưng tôi cũng phải kể ra ở đây, rằng mớ đậu phọng được thực hiện bởi cùng một đạo diễn cho nên số phận của nó cũng giống hệt như nồi cơm. Khi đem lên bàn phân tích và mổ xẻ thì chưa biết thằng nào... khét hơn thằng nào!

Chúng tôi đã nghẹn ngào hỏi ba tôi có thấy ai lai vãng không mà "vật chứng để lại" chỉ là một nồi cá kho không còn miếng cá nào, lại sạch bóng như được rửa bằng xà bông... thiệt, còn mớ rau vung vãi khắp nơi và nát bét như tương tàu ở dưới đất. Tôi nghĩ nếu có ai đó "nhận diện" ra được hình thù của mớ rau dền chắc có lẽ sẽ được tuyển vào trường đại học y khoa chuyên ngành mắt, hay ít nhất cũng được tuyên dương anh hùng phòng chống mù lòa.

Hôm đó, vừa ăn, vừa nghe ba tôi "mô tả hiện trường", không cần đưa ra nghi án để phá vỡ, chúng tôi đều đồng một lòng nói ngay ra tên của thủ phạm. Bị can là... con chó nhà Hai Xồi. Ông anh tôi khởi tố:

- Chắc chắn một trăm phần trăm không phải là người vào ăn trộm, vì chẳng có ai dám... ngồi tại chỗ ăn cho hết nồi cá khô như vậy đâu.

Thằng em út:

- Cả nồi cá khô mặn chát nếu không có cơm thì phải ăn với rau mới đỡ… uống nước, nhưng ba nói rổ rau bị hất tung tóe tùm lum tà la, có nghĩa là không phải người đã vô chòi của mình!

Tôi thêm:

- Mớ rau con trồng dưới giếng họ còn nhổ sạch sành sanh, lấy luôn cả gốc, đã vô được tới đây mà không lấy nguyên rổ rau đã rửa sạch sẽ là chuyện lạ rồi!

Thằng em nuôi tôi "phá án":

- Con nghĩ nếu là người, thì sau khi ăn xong họ sẽ được thêm cái nồi để… bán ve chai nên không bỏ qua đâu, mà cũng không có ai chịu khó rửa bằng… lưỡi cho sạch như vậy giùm mình!

Mỗi đứa một câu. Chúng tôi cực lực lên án và đấu tranh cho tới cùng để bảo vệ… công lý vì ba tôi cứ nói tội nghiệp, đừng đổ cho con chó nhà Hai Xồi khi không có ai thấy nó vào chòi chúng tôi. Ba bảo đổ bừa như vậy là oan ức cho nó. Mấy thằng em tôi rên, nó oan Thị Mầu. Và dầu không có nhân chứng, chúng tôi vẫn cứ hùng dũng biến nó từ nghi can thành bị cáo, rồi mỗi đứa đưa ra một mức án tối thiểu, chẳng hạn như quăng một cục đá vô mông cho nó biết thân, đập vô mỏ nó một trận cho nó chừa thói ăn vụng… Vân vân. Và vân vân.

Ba tôi dĩ nhiên không chịu chấp nhận những đề nghị vô cùng sáng suốt đó của chúng tôi. Ba tôi nói cái gì cũng phải thấy tận mắt mới được suy xét đúng hay sai, nhất là với một con vật vốn không có biết nói để cãi lại. Tuy nhiên chúng tôi vẫn kiên định lập trường, vẫn phân tích tình hình và vẫn cương quyết đòi đập tan âm mưu! Cuối cùng, có lẽ thấy không cách gì thay đổi nguyên một "tập đoàn luật sư" già mồm và quyết đoán, ba tôi đành nói:

- Biết đâu là… con chó khác.

Rừng núi bạt ngàn, rẫy ruộng mênh mông, ngó trước ngó sau chỉ có con chó nhà Hai Xồi đáng bị tình nghi, tôi nhảy vô "nhận xét" liền:

- Nếu không phải là con chó của Hai Xồi thì là con chó của ông Bảy Cúc!

Ba tôi nhăn mặt, chặc lưỡi. Thằng em tôi lắc đầu:

- Con chó ông Bảy Cúc khôn lắm, tới đây là nó nằm ngoài sân chờ, ông huýt gió nó mới đứng dậy đi theo. Em nghĩ không phải là nó đâu.

Ông Bảy Cúc là một trong vài người Thượng tôi biết sau một thời gian ở trong rẫy, bởi thỉnh thoảng họ ghé lại chòi nhà tôi xin thuốc và hỏi ba tôi cách trị bịnh cho người thân. Họ là những người có... mang gùi và đàn bà có mặc váy như bài thơ bỏ phố của tôi đã không được ba thằng em công nhận.

Phần lớn những người Thượng này không nói được tiếng Việt, ngoại trừ vài câu chào hỏi thông thường. Nhưng ông Bảy Cúc thì không. Trước 75, là nam giới, nên ông Bảy Cúc không phải là… cô gái vót chông, cũng không là… mẹ đào hầm, mẹ vẫn đào hầm, mà hình như có "quan hệ mật thiết với cách mạng". Ông Bảy Cúc nói được tiếng Việt lơ lớ, phát âm không rõ ràng lắm nhưng có thể… truyền đạt được tư tưởng của mình với người khác. Thỉnh thoảng vào dịp lễ lộc thì ông Bảy Cúc được mời ra xã làm đại diện đồng bào dân tộc, ngồi nghe đọc diễn văn và phát biểu cảm tưởng của cán bộ các cấp cùng ban ngành.

Thằng em nuôi tôi bị đi ghi báo cáo cho xã nên biết chuyện này. Thằng này nói ông Bảy Cúc "tay chân". Diễn tả ông Bảy Cúc đen nhẻm và... héo queo, ngồi nghe mà không biết có hiểu gì không vì diễn văn và phát biểu có nhiều từ ngữ bác học. Bảo từ lúc được nhiệt liệt chào mừng ở diễn văn khai mạc, đến được chúc sức khỏe và hạnh phúc ở bế mạc, mặt mày của "quí vị đại biểu" Bảy Cúc vẫn nhăn nhó như khỉ ăn ớt, chứng tỏ "đại biểu" đã hoàn toàn nghe... sấm.

Tôi... văn kỳ thanh bất kiến kỳ hình, chỉ nghe mô tả mà chưa được hân hạnh giới thiệu nên không thể nào tưởng tượng nổi ra dung nhan nhân vật này ra sao! Tới khi ông Bảy Cúc ghé lại, phải nói là tôi... hồn phi phách tán. Vì ông Bảy Cúc không những đen... thiệt, không chỉ héo queo mà phải dùng chữ "quắt" mới đúng. Quắt y như một cái xác ướp. (Thảo nào mà sau này khi đi Ai Cập, nhìn một xác Pharao, tôi đã thấy... quen quen.) Nhưng điều lạnh gáy hơn, là trên cái... xác ướp đó, trang bị rất kỹ lưỡng hai bên hông nào là dao là mác, là rìu là rựa khiến người ta nổi da gà, mà còn có thêm một mớ cung tên và một cái nỏ to tổ chảng như nỏ thần ở sau lưng!

Lúc tôi được chiêm ngưỡng chân dung ông Bảy Cúc là lúc ông mới đi săn về, mang tới biếu ba tôi một miếng thịt đùi heo rừng còn lấm lem đất cát và máu. "Cận cảnh" chân dung đại biểu, tôi ớn lạnh, nên không nhớ ông có mang theo con chó và nó có khôn như thằng em nói hay không. Tuy nhiên tôi cũng có thể xác quyết trên lý luận và lập trường, rằng thủ phạm nằm trong vòng bị tình nghi không thể nào là con chó của Bảy Cúc được. Vì vào thời điểm trọng đại không ai cho ai cái gì như vậy, mà ông Bảy Cúc dám... mang thịt rừng tặng cho ba tôi, nghĩa là đã vượt lên trên mọi thứ... chủ nghĩa! Tôi nhận định, người như vậy, không thể nào để đệ tử xực nguyên cái nồi cá kho quéo và dày xéo mớ rau của chúng tôi được!

Bị nghe mấy anh em chúng tôi lên án vắng mặt bị cáo một hồi, chắc ba tôi mệt tai, nên chép miệng nói mấy đứa nghỉ ngơi chút đi, coi trời bớt nắng hẵng xuống ruộng. Rồi ba nằm lên giường như đang ngủ, chấm dứt hoàn toàn mọi tranh chấp, thảo luận, bàn bạc và… cãi nhau.

Chúng tôi xem ra không thay đổi được tình hình, cũng thấy không thể đấu tranh thắng lợi gì hết, mỗi đứa bèn dạt ra một góc.

16.

Ông anh tôi đang yên thân ở trong rẫy, tự dưng bị mẹ tôi triệu hồi về thị. Lý do con heo nái chuyển bụng. Tôi không biết có bao nhiêu người đàn ông trên đời này đang đi công tác nhận tin vợ sắp sanh thì được cấp giấy phép về nhà. Nhưng con heo nái chuyển bụng, sinh con so, nhân vật… VIP bảo đảm cho nền kinh tế tài chánh của cả nhà, nên gì thì gì, ông anh tôi cũng phải về. Sự có mặt của một chàng trai dở dang bằng kỹ sư chăn nuôi chả biết có giải quyết được việc gì hay không, nhưng hình như đã làm mẹ tôi yên tâm hơn.

Tuy nhiên với tôi, đó là chuyện hết sức… tiếu lâm, nên tôi trêu:

- Hehe, cha nội này đi làm… cô mụ!

Ông anh tôi không thèm trả lời. Lúc đó tôi không biết ngoài cái "thiên chức bà mụ" sắp sửa bị đè nặng lên vai, ông anh không chỉ lo cho con heo nái ở nhà, mà còn thấy "trách nhiệm kẻ làm anh" trĩu nặng như đeo đá ở chốn rừng núi bạt ngàn ấy. Hiền huynh tôi đã hết nhìn đám rẫy, lại ngó xuống dưới ruộng mà thở dài sườn sượt mấy hơi liền. Cuối cùng, có lẽ cái vẻ mặt căng thẳng, chìm đắm trong "suy tư âu lo, men thuốc đắng trên môi" ấy đã làm ba tôi hồi hộp theo, nên ba tôi đã ra… nghị quyết là sẽ tháp tùng, sẽ về thị với anh để ủng hộ tinh thần đội nhà!

Tôi hoàn toàn không thấy nỗi buồn hoa phượng của anh, không hiểu ông anh tôi lo lắng vì hai thằng em chuẩn bị thi học kỳ, đã về nhà ôn bài từ khuya, trong rẫy chỉ còn lại mình thằng em nuôi và… tôi, chắc chắn trăm phần trăm sẽ không bao giờ "đạt được chỉ tiêu", nói gì tới năng suất và hiệu quả! Hơn ai hết anh là người hiểu rất rõ con em của anh đã chẳng biết rẫy ruộng là cái quái gì!

Tính cho kỹ ra, "quá trình tham gia công tác" của tôi với đất đai tới lúc đó, hình như chỉ có một lần vào mùa hè cuối năm lớp mười một, khi tới nhà con bạn thân, nghe nói nó đi làm mướn có tiền, tôi đã nhảy dựng lên đòi đi theo. Con nhỏ này trắng da dài tóc, nổi tiếng là đẹp nhất nhì trong lớp, trong trường, nếu đem so sánh bàn tay nõn nà, mướt rượt của nó so với bàn tay hoàn toàn không "thể hiện" được chút mỹ miều nào của tôi, hẳn ai cũng nghĩ nó mà làm rẫy được, thì tại sao tôi lại không. Và dĩ nhiên tôi cũng đã đinh ninh như vậy. Nhưng con nhỏ bạn tôi lại ngập ngừng nhìn tôi một hồi rồi hỏi:

- Mày thấy có ổn không?

Thiệt tình! Thiệt là bực mình! Tôi không hiểu tại sao ai ngó tôi, lúc nào cũng thấy có cái gì đó không ổn, cứ nghe tôi sắp làm chuyện nọ chuyện kia là lại hỏi "nhắm có được", "coi có ổn" hay không. Tôi… sao chớ! Bộ bất tài vô tướng lắm sao? Tôi nổi quạu với con bạn:

- Mày làm như mày giỏi hơn tao hả? Trước giờ mày cũng có đi làm rẫy đâu mà bày đặt hỏi tao như vậy.

Con nhỏ này vốn hay bị tôi ăn hiếp, nên liền xuống giọng bảo để tao hỏi ông chủ cho mày. Qua ngày hôm sau, con nhỏ rụt rè tới nhà, bảo tôi phải tới nhà nó sớm trước sáu giờ sáng, nó sẽ dẫn tôi đi "xạc" cỏ cho người ta. Tôi vui lắm. Thấy y như mình đang đi làm… bi di nít. Lúc con bạn về rồi, tôi hí hửng xuống nhà kể cho mẹ tôi nghe. Mẹ tôi tròn mắt lên nhìn và sau cùng cũng hỏi "được không con?". Một cái câu hỏi mà nếu không phải thốt ra từ mẹ tôi, dám tôi đã "biểu hiện nội tâm" rồi. Dám tôi đã làm ầm ĩ lên mất rồi. Tôi dỗi thầm, đến nỗi suýt không muốn ăn cơm nếu không vì… đói quá.

Sáng hôm sau, tôi dậy sớm, xúc một "gô" cơm nguội, bỏ lên trên mớ ruốc và xắt vài miếng dưa leo kèm theo. Tôi vác theo cái "xạc lai" -còn có tên là cái "nạo", mà không phải cái nạo dừa- một loại cuốc rất đặc biệt của người miền đông, hay có thể nói riêng của là người Long Khánh, Đồng Nai. Loại cuốc này có hình dạng hơi khác với những lưỡi cuốc thông dụng, không hình thoi, không bình hành mà cũng chẳng chữ nhật. Theo trí nhớ nhỏ nhoi không còn… đáng tin cậy của tôi, thì cán của nó tra lệch sang một bên, không ở chính giữa như tất cả các loại cuốc xẻng khác, vì vậy người xử dụng phải đứng nghiêng, khi làm cỏ sẽ đưa lưỡi từ ngoài vào phía bên hông, thẳng góc với mắc cá chân. Đặc biệt hơn nữa là loại "xạc lai" này chỉ để làm cỏ, "xạc" sát tận gốc, và không dùng để xới đất nên lưỡi thường được mài rất bén. Lạng quạng là bị chém vào chân như chơi!

Lần đầu tiên mẹ tôi thấy cái "xạc lai", đã bật cười, nhưng về sau biết cái công dụng của nó thì thán phục vô cùng. Thuở đó, tôi thật sự chỉ mới thấy và có… nghe nói đến cách xử dụng như thế nào, chứ "cuốc em chưa cuốc một lần", nhưng có lẽ "đồng tiền làm mờ mắt", tôi đã nghĩ chắc cũng không khó lắm để… học, và còn tưởng con bạn tôi chỉ quan trọng hóa vấn đề vì nó đã… dấn thân ra đời trước tôi!

Hôm đó ngoài con nhỏ bạn, còn có bà chị và một bà bạn hàng xóm đi cùng. Lúc thấy tôi, bà hàng xóm của con nhỏ trợn mắt lên ngó:

- Cái gì mà như tiểu thơ quá dzầy nè chời!

Thật tình tôi đã muốn trợn mắt lại hỏi sao chị nói vậy nhưng không dám vì trông chị… dữ dằn quá. Nhìn chị giống hệt như một tay anh chị. Tóc cạo trọc, dáng người thấp, to ngang như đàn ông, giọng nói rất trầm nhưng rất lớn. Thấy tôi đứng im giống bị hớp hồn, chị nhìn lại tôi lần nữa, rồi không cần tôi hỏi han, thắc mắc, chị nói chị là sư cô. Tôi dạ. Nhưng cái chữ "dạ" của tôi làm chị bật cười ha hả:

- Nói giỡn chơi thôi. Chớ đi làm gái bị công an bắt cạo trọc chớ không phải sư sãi gì đâu!

Chị khiến tôi nghẹn cứng ngay từ buổi sơ giao. Sau đó, sau màn hân hạnh giới thiệu, chị quơ tay xoa xoa lên đầu tôi:

- Nón đâu? Đi làm rẫy mà đội cái này là cái gì chớ hả?

Nón? Rõ ràng tôi có đội nón mà! Một cái mũ vải vành tròn, duyên dáng và đẹp hơn… mũ tai bèo gấp hàng trăm lần. Tôi e dè hỏi:

- Dạ không được hả chị?

Bà chị lại cười khành khạch:

- Chèn ơi, cái này chỉ che được cái chóp mũi thôi, cưng. Lát nữa trời nắng lên là nóng bõ mẹ cho coi! Đi làm rẫy chớ phải đi dạo phố đâu mà không đội nón lá chớ!

Được hoan nghinh nhiệt liệt kiểu chưa từng nghe, chưa từng thấy trong đời như vậy, tôi hơi hoảng. Tôi không dám nhìn lên chị lần nữa. Cũng không dám nhận xét oánh giá gì hết ráo. Tôi lủi thủi đi bên cạnh con bạn. Chị và chị con bạn đi đàng trước. Một người thấp, to ngang, một người mảnh khảnh qua cầu gió bay. Tôi hoang mang trong bụng, không biết đây là người có "thành phần lý lịch" như thế nào trong xã hội, và định sẽ hỏi nhỏ con bạn là "ở đâu ra" mà chơi với bà hàng xóm như vậy.

Vô tới chỗ làm, chúng tôi tới trình diện ông chủ đất. Lại một lần nữa, ôi bắt gặp cặp mắt mở to hết cỡ với vẻ đầy nghi ngờ, ngó chăm chăm vô mặt tôi từ người đàn ông ấy. Tôi định bụng nếu phải nghe thêm câu hỏi "làm có được không", thì tôi sẽ bỏ đi về liền mặc dù… không biết đường về. Bà chị "anh hùng xạ điêu" chắc đoán ra được ông chủ đất đang nghĩ gì trong đầu, nên cũng ngó lại chăm chăm một lúc, rồi chị nói:

- Nó học sinh giống con anh đó. Không làm được giỏi như tụi tui nhưng cũng không có cái mửng câu giờ đâu. Anh nhắm trả được nhiêu thì trả, đừng có ngó nó cái kiểu như dậy.

Tôi hết hồn. Không tưởng tượng ra nổi sao dân làm công mà lại dám phang ngang bổ ngửa, chẳng nể nang mặt mày ông chủ chút nào như vậy. Mãi cho đến về sau này mới biết làm rẫy ruộng vào đúng thời vụ, nếu không gieo giống, làm cỏ, gặt hái cho kịp, thì sau khi đóng thuế nông nghiệp xong, đến cháo cũng không có để húp, nên lúc không kiếm ra người, gặp phải dân… ba búa tới xin việc, ông chủ đất cũng đành… nuốt hận. Do vậy ông chỉ lườm lườm:

- Ai nói gì đâu. Để tới cuối ngày rồi tính.

Lúc vào hẳn trong vạt bắp, con bạn nhỏ bạn tôi thì thào:

- Bả phải dằn mặt như vậy ổng mới không ép giá. Mày làm được nhiêu thì làm, mấy bả bao cho.

Tôi "làm nhiêu thì làm", cuốc bở hơi tai, mắt nổ đom đóm, nhìn xuống đất chỉ thấy… sao, không hề thấy chân trời, tới trưa được nghỉ ăn cơm, hai vai tôi gần như lặt lìa, khớp chỉ muốn rời ra khỏi nhau. Nếu không muốn kể phía trong lòng bàn tay đã bắt đầu có dấu hiệu phồng mụn nước ở những chỗ nắm chặt cán cuốc. Bà chị con bạn đưa cho tôi miếng giẻ, bảo quấn lại cho đỡ đau. Tôi không muốn đứng dậy, cũng không muốn ngồi, mà chỉ muốn… chết. Nhưng cuối cùng, dầu muốn hay không cũng phải ráng lê lết cho đến hết ngày. Tối hôm đó đặt lưng xuống giường, tôi có cảm giác như mình đã qua đời. Và hình như tôi còn nằm mơ đánh nhau với cả... Địch Long, Khương Đại Vệ. Mình mẩy tôi rêm nhức như thua trận, bị uýnh tả tơi, tan xác.

Sáng dậy tôi… thân tàn ma dại đi theo con bạn và hai bà chị. Hai chân bềnh bồng trên đất mà giống hệt đi thuyền thúng. Vừa vô tới rẫy, chạm mặt ông chủ đất bị nghe liền một câu phê bình, tôi còn muốn chao đảo hơn:

- Cô cao cao này làm còn sạch, chớ cô thấp thấp, bữa nay phải dọn kỹ kỹ hơn chút nữa nghe.

Tôi chưa kịp dạ, cũng chưa kịp mở miệng hỏi lại câu nào vì không biết mình làm… sai chỗ nào, bỗng bất thần từ phía sau lưng ông chủ đất hiện ra một khuôn mặt thằng con trai. Tôi muốn rụng rời cả tay chân. Một hoàn cảnh rất ư là "tình hình" và "tâm trạng" mà không phải vì "thằng đó" quá đẹp trai, quá ngầu. Mà chỉ vì tôi… chưng hửng.

Tôi sụp hai mắt ngó xuống đất ngay lập tức. Nếu như lúc đó mặt đất mà nứt ra làm hai cho tôi chui đi chắc có lẽ tôi sẽ mừng rỡ chui liền. Tôi nghiến răng thầm, không nghĩ ra nổi ở đâu ra cái oan gia nghiệp chướng như vậy. Nên cuối cùng tôi chỉ lí nhí "dạ" rồi quay đi. Lầm lũi bước thì đúng hơn. Phía sau lưng tôi, một tiếng cười ban đầu khùng khục, sau đó vang lên rõ to. Như xoáy vào tận tâm gan tì phế thận của tôi. Tôi nghẹn ngào hỏi con bạn:

- Cái thằng này là cái thằng mà mày nói ghẹo mày bằng lời lẽ không nhã nhặn đó hả?

Con bạn tôi gật đầu:

- Mày xài chữ không nhã nhặn là quá lịch sự, chớ thằng này ăn nói nham nhở lắm. Có mày, lát nếu nghe nó ghẹo, mày mắng lại giùm tao. Vì tao ăn nói không ngon lành như mày.

Tôi im một hồi rồi huých cùi chõ vào hông con bạn:

- Mày không biết nó hả?

Con bạn tôi lắc. Tôi rít lên:

- Nó học cùng trường, cùng khối với mình đó.

Con nhỏ bạn tôi la lên "hả", rồi trợn mắt hỏi lại thiệt không. Thiệt tình tôi chỉ muốn "dớt" nó một cái cho hả dạ. Cái con nhỏ này đẹp, nhiều người theo nó quá nên không để ý thằng nào với thằng nào! Tôi nghiến răng:

- Nó là thằng học cái lớp có mấy đứa con gái không ưa tụi mình.

Con nhỏ bạn tôi ngẩn ngơ:

- Tao không nhớ ra nó. Không biết có phải tại nó ăn nói như một thằng chưa bao giờ tới trường nên tao không nhận ra nó.

Tôi tức giận làm thinh. Tôi với con nhỏ này đi học, mặt mày lúc nào cũng như… hình sự, tôi lại còn hay sẵn sàng cãi nhau với bất cứ đứa nào chọc ghẹo, đụng chạm tới nó và tôi, nên… triệu người quen có mấy người ưa, tôi chán chường nghĩ tới khuôn mặt thằng con ông chủ rẫy! Nhưng con nhỏ này hình như không biết nó từng bị đám con trai tán tỉnh, quấy rầy, nên thuộc dạng còn khó ưa hơn cả tôi. Nó nói:

- Chết cha, rồi mày tính sao?

Thiệt đúng là quả báo nhỡn tiền! Còn tính sao tính trăng gì nữa! Tôi sượng, tôi xấu hổ chuyện mình đi làm mướn thì ít nhưng nghĩ tới chuyện sẽ khổ sở đến mức nào khi năm tới đi học lại phải đụng mặt cái thằng cùng khối này ở đâu đó. Tôi mường tượng ra chuyện biết đâu nó "vui miệng", phấn khởi hồ hởi lôi vụ tôi làm công cho nhà nó mà làm không ra gì, kể với bạn bè trong trường, thì không biết sẽ độn thổ ở đâu!

Tôi rối bời trong bụng nên thay vì chú ý làm kỹ hơn, tôi lại… băm vằm đám cỏ như bằm mớ rau khoai nấu cháo heo cho mẹ tôi. Đất trời sụp đổ, tối tăm chung quanh tôi tựa đêm ba mươi. Mọi thứ đều sụp!

Buổi chiều hôm đó, sau khi "giám định" xong, ông chủ đất tuyên bố rẫy đã hết việc nên không cần đến tôi nữa. Tôi dạ. Nhưng nghĩ thầm trong bụng có cho vàng tôi cũng không bao giờ muốn trở lại.

Bởi vì làm sao tôi có thể trở lại khi ông bố khó chịu, nhăn nhó tuyên bố như vậy, thì thằng con đã có mặt ở đàng sau lưng, đang nhìn tôi bằng một bộ mặt vô cùng dễ ghét. Nham nham nhở nhở. Đang hỉ hả với một tiếng cười khó mà diễn tả cho đúng. Khềnh khệch. Khùng khục. Trong cổ họng. Có khi toát cả ra ngoài một cách rất khoái trá.

Tôi làm sao… Làm sao có thể mà bình tâm!

Suốt trên đường về hôm đó tôi không nói một câu. Im như cây cột nhà không biết nói. Im như hai lề đường chỉ biết ngóc cổ nhìn theo những bước chân tôi.

Đã im. Hoàn toàn im lặng.

Nhưng phải chi dám… chửi thề như bà chị anh hùng xạ điêu, chắc là tôi đã hét to lên một tiếng. Dữ dội!

17.

Ba tôi và ông anh về thị rồi, rẫy chỉ còn lại hai chị em. Buổi chiều thằng em nói em xuống ruộng đặt cái vó coi có con cá rô cá lóc vô phước nào nhảy vô không. Tôi ừ rồi ra sân ngồi lên khúc gỗ cưa cụt, vơ vẩn ngó chung quanh. Đã vắng đi hai người, bầu không khí tĩnh mịch của buổi chiều mùa khô và tiếng chim bay về núi càng khiến tôi buồn não ruột. Lần đầu tiên trong bao nhiêu ngày vào rừng vào rẫy, tôi đột ngột tự hỏi không lẽ cuộc đời còn lại của tôi phải dính cứng vào cái nương rẫy thảm não này hay sao.

Tôi ngẩn ngơ ngó đất ngó trời. Nhớ lâu lâu ba tôi cũng có nhắc tới chuyện tôi có muốn đi thi lần nữa không. Biết ba tôi sầu muộn vì con cái dở dang chuyện học hành, tôi đã đáp có để không thấy vẻ thất vọng hiện ra trên mặt ba tôi. Và thật lòng mà nói thì tôi vẫn mong có ngày được trở lại trường, được đi học tiếp. Nhưng càng ngày tôi đã càng cảm thấy ngán sách vở, ngán đi thi. Tôi hoàn toàn đâu có muốn cảnh không ngậm ớt vẫn cay như Trần Tế Xương. Đã có quá nhiều chuyện loanh quanh đời sống làm tôi không còn đủ sức tin tưởng sức học của mình sẽ đè bẹp được mấy câu chứng nhận tàn nhẫn ghi trong tờ lý lịch. Trong lớp tôi có mấy đứa chẳng học hành gì tử tế gì ráo, "khi không" bỗng đậu đại học, rồi lớp kế bên, nhiều đứa xầm xì thằng con ông chủ đất tôi đi làm mướn, cho tới cuối năm lớp mười hai vẫn còn chưa cân bằng được một cái phản ứng hóa học đơn giản, "bỗng" được vô dự bị y khoa. Mọi chuyện, làm tôi đâm ra "hơi" ngờ vực.

Mười tám tuổi, tôi chưa… hận đời đen bạc chắc có lẽ nhờ phước đức ông bà để lại, có lẽ nhờ ba tôi dạy phải có những suy nghĩ tử tế.

Ba tôi bảo, đói cho sạch rách cho thơm.

Vào cái thời buổi, nếu tôi nhớ không lầm là xà bông dầu dừa cô Ba tưởng đã ngoắc ngoải vì bột giặt Viso của công ty Trương Văn Khôi ra đời và xà bông Lifebyouy hàng PX, xà bông Dove của Mỹ, xà bông của Nhật, Đài Loan… tràn ngập vào thị trường miền nam một thuở, đến sau năm 75 "tắt nguồn" nên Cô Ba bỗng bừng bừng sống dậy. Tuy nhiên ngoài những loại xà bông bột trộn đầy vôi thì chỉ có những Cô Ba… giả dạng. Những "Cô Ba" có hình dáng giông giống, được gói trong những tờ giấy in bằng tay với phẩm mực nhòe nhoẹt có nhãn hiệu giông giống, và chất lượng thì hoàn toàn không giống vì chà đỏ tay vẫn không thấy xì ra chút bọt!

Thời buổi đó, nghèo và rách hẳn không cần phải tả thêm hay nhắc lại, chuyện "sạch, thơm" từ nước kéo lên từ những cái giếng đầy phèn, nước phông tên không hề được qua "xử lý", chắc chỉ là huyền thoại.

Mẹ tôi thường hay nói xà bông xà beng kiểu đó, lấy tro ngâm một đêm, lóng nước trong ở bên trên đem giặt đồ còn sạch hơn. Nhưng nói thì nói, mỗi bận gửi lương thực và đồ cần dùng vào rẫy, thế nào mẹ tôi cũng nhín ra ít tiền mua một túi xà bông dỏm. Mẹ nói ba ngày xưa mặc toàn đồ giặt ủi ở tiệm, không có xà bông chắc ba thấy gớm.

Và tôi cũng thấy… gớm khi bỏ công lao động ra vò mớ quần áo của cả nhà đến tróc da tay mà chẳng thấy vinh quang đâu hết. Những chỗ bẩn vẫn… nguyên vẹn hình hài. Tôi chỉ biết ơn "thời buổi" ở chỗ may mắn là không có dầu mỡ thịt thà, nên có hay không có xà bông rửa chén cũng không sao. Để "sát trùng" và để "đói cho sạch", tôi hay nấu ấm nước sôi tráng qua mọi thứ đã rửa. Củi ở rẫy ruộng hằng hà sa số, chỉ cần một mớ lá mớ thân bắp khô là có thể có được một nồi nước sôi rồi.

Vả lại, đó cũng là cách… giết thì giờ của tôi. Ngồi nhìn củi lửa bập bùng, tôi tưởng tượng ra một "anh", và tôi nặn ra thơ.

Mai anh về chỉ có anh thôi
Con đường đi vương vấn bụi đời
Mây cuối trời chắc vàng xám lắm
Chiều đang rơi nỗi nhớ nhung người
Đặt lên mắt dịu dàng tiếng thở
Mai anh về nhỏ nhắn mấy câu
Trời đã sắp mưa về lối đó
Nhỏ thương anh từng bước qua cầu
Sầu ướt đẫm đong đầy trong mắt
Tình lên xanh biêng biếc lưng trời
Mai anh về gọi dấu yêu ơi
Ngàn tha thiết trong đời khẽ đến
Mai anh về đốt ngàn ngọn nến
Soi rừng sâu tưởng tiếng nhỏ sầu
Nụ cười hiền nồng ấm thiên thâu
Ru anh nhớ thêm đời chút nữa
Mai anh về giữa rừng nhóm lửa
Đốt trầm hương ngút khói lên trời
Thoáng trông về phố thị xa khơi
Ưu ái gửi nhỏ lời thương nhớ
Mai anh về nẻo đời chới với
Đường luôn xa biền biệt chân trời
Mưa đến rồi không buồn tay với
Nên anh về chỉ có anh thôi!

18.

Hai chị em tôi ở lại rẫy, giữ chòi, và... thực thi chính sách. Cái chòi, thật ra chỉ có mấy bồ lúa là quí, còn lại là "không có gì", nếu không tính kỹ lưỡng, không kể tới mấy cái nồi nhôm có "khả năng" bán ve chai, và những... sáng tác văn chương của tôi! Tuy nhiên vào thời đó, hễ có gì là phải giữ nấy. Ngoài đường người ta rao "bán gì mua nấy", nên cũng có rất nhiều người thấy gì lấy nấy, không giữ không được. Noi gương chị Út Tịch, còn cái lai quần cũng phải giữ!

Rẫy bớt người, ngó qua ngó lại thấy tôi không có việc gì làm, thằng em bèn rủ tôi xuống ruộng đắp bờ giữ nước. Mới thoáng nghe, tưởng như đi gìn giữ nước non, đắp vun bờ cõi. Nghe kỹ, tóc muốn dựng, hai tai muốn lùng bùng. Nếu như đừng nhớ tới chuyện năm trước tôi liều mạng đi cuốc mướn và đã bị... layoff sau hai ngày, thì có bao giờ tôi đụng tới cái cuốc cái cào mà đắp bờ đắp ruộng!

Nhưng "hoàn cảnh neo đơn", bị... đề nghị, chẳng lẽ để thằng em đi làm một mình, nên cuối cùng tôi cũng đành ngậm ngùi nhỏ lệ.

Đất trời mang mang. Phía trên đầu tôi mây xanh và nắng đỏ. Phía dưới chân cái đám ruộng cũng mang mang mênh mênh khiến tôi toát mồ hôi hột dù chưa cuốc miếng nào khi nghe thằng em nói hai chị em mình sẽ lội dọc bờ ruộng, lôi đất từ phía dưới đắp lên bờ. Nổ đom đóm mắt, tôi nhìn quanh một vòng, ước lượng chỉ cần… dạo chơi cho hết cái đám ruộng thôi là đủ qua đời rồi, cuốc cày chỉ thêm đớn đau thân phận.

Tôi rụt rè hỏi cách cuốc đất như thế nào. Thằng em "làm mẫu" cho tôi thấy vài cái, sau đó hướng dẫn tôi cách cầm cuốc, và cuối cùng nói chị chỉ cần cố gắng đứng thẳng để không bị đau lưng. Tôi ờ. Khi nhìn thằng này làm, tôi nghĩ coi bộ cũng không mấy khó, cứ giơ cái cuốc lên cao xong "phập" xuống mặt đất một cách chắc chắn, rồi nhẹ nhàng kéo lên một miếng bùn nhão nhão, hất về phía sau lưng, cạnh dưới chân mình. Thằng em nói chỗ đất ướt sẽ nằm im trên bờ ruộng, nắng lên một hồi thì khô nên không cần phải làm thêm gì hết.

Vậy là xong!

Thằng em tôi nói vậy. Nhưng tôi không nghĩ ra trên đời này cái gì cũng có… lý thuyết! Và từ lý thuyết tới thực hành hoàn toàn khác xa một trời một vực. Y hệt như Các Mác và Ăng ghen ngồi mơ mộng tưởng tượng con người có thể nhường nhịn nhau, làm theo năng lực hưởng theo nhu cầu rồi viết ra thuyết giết chết cả một phần thế giới, chuyện tôi giơ được cái cuốc lên cao xong "gõ" xuống đất đã không dễ dàng gì rồi, tới cái khoản kéo miếng bùn lên khỏi đó mới vô vọng, không đường cứu chữa. Có một cái gì đó rất… vướng bận, rất khó để mà "trải nghiệm", mà thực hành. Cái miếng bùn, chẳng hiểu tại sao khi nằm trên lưỡi cuốc của tôi bỗng dính cứng ngắt như có nam châm và nặng như cục đá, cục sắt, không chịu rục rịch, không thể nào hất lên bờ ruộng được. Phải cố gắng lắm, tôi mới tung được một miếng lên lưng chừng trời, nhưng nó sẽ tỏm ngay xuống bên cạnh, chẳng "nằm im trên mặt ruộng" chút nào như đã được huấn luyện.

Tôi… tuyệt vọng, cố hết sức "vận dụng trí sáng tạo", nói với thằng em:

- Hay là chị chạy lên lấy cái xẻng, mình xúc đất hất lên phía trước chắc dễ hơn.

Thằng em lắc đầu:

- Đây là đất bùn, không xúc bằng xẻng được đâu. Xẻng chỉ dành cho thứ gì xốp và rời như cát hay sỏi thôi. Với lại hất tới đàng trước dễ mỏi hơn.

Nếu đem cái đầu tôi chẻ ra làm hai, nhét loại kiến thức này vô rồi khâu lại, tôi cũng sẽ không tài nào hiểu được tại sao xẻng dành cho cát sỏi, còn cuốc lại dành cho đất, và hất ra đàng sau thì ít mỏi hơn hất ra trước. Tôi tin chắc những tư duy và phạm trù này không hề có trong tự điển của cuộc đời tôi! Vì tôi đã không tài nào hiểu được tại sao cũng làm y hệt cái cách thằng em chỉ dạy, nhưng chỉ… khều khều mấy cái là lưng tôi bắt đầu gập xuống thành một cái góc vuông với hai chân hồi nào không hay. Lúc dựng cuốc đứng thẳng lên quan sát thằng em làm một lần nữa, tôi "phát hiện" ra cơ thể mình như đang… gẫy thành hai khúc. Bao nhiêu xương cốt trong người có lẽ không còn dính vào với nhau được nữa. Tôi muốn chảy nước mắt vì đã không học tập tốt, cũng chẳng lao động tốt gì ráo nạo nhưng chẳng biết kiếm cớ gì để biểu thằng em nghỉ. Bởi cái ước mơ của thằng này lớn quá:

- Cậu vô lại mà thấy chị em mình làm xong bờ ruộng này chắc vui lắm.

Không lẽ tôi nói "thôi cứ để cho cậu… buồn", nên cắn

răng ỳ à ỳ ạch, lê lết theo thằng em, và lại… khều khều như đang đứng trên sân khấu múa bài ca ngày mùa vui thôn xóm, đầy đồng giáo với gươm! Trưa lên ăn cơm, sư phụ tôi lại mở lớp phụ đạo, chương trình… xây dựng nông thôn:

- Đắp ruộng là để giữ nước, nhưng không phải lúc nào mình cũng giữ mực độ nước như vậy hết. Mới cấy, cần phải có nước để ruộng được giữ ấm, rồi cũng để cho cỏ chết nữa. Nhưng khi lúa kín nhánh, thì phải rẻ nước, rễ nó có ăn sâu xuống mới hút được chất đất.

Tôi bàng hoàng vì không ngờ mình dốt tới độ như vậy. Mường tượng nếu bắt tôi phải chứng minh một bài toán khó, ngồi vài ba tiếng đồng hồ còn có thể nghĩ ra cách, nhưng với cái đám ruộng sờ sờ, "hiện kim, hiện vật", càng nghe càng không tiêu hóa nổi những gì thằng em đang nói, tôi có cảm giác như mọi thứ đã trở thành một lớp sương mù dày đặc trước mặt. Tôi ngớ ngẩn hỏi:

- Rẻ nước là sao?

Thằng em chậc lưỡi:

- Cái "khâu" này là mệt nhất đó chị. Là tháo bớt nước ra khỏi ruộng mình. Bởi vì đất có lúc chỉ cần ẩm, nhưng có lúc cũng phải khô, nứt chân chim cho cây lúa đứng vững. Không làm đúng cách là thất mùa liền. Chẳng hạn như ruộng nhà mình cao mà tháo xuống ruộng thấp của người ta nhiều quá là lúa của họ sẽ úng. Vì vậy nếu muốn, mình phải rẻ từ từ, hoặc phải thương lượng với họ.

Tôi nghe mà như vịt nghe sấm. Nghe một hồi còn có cảm tưởng mình là… trâu hơn là người, vì hoàn toàn không cách gì "lãnh hội" được điều gì thằng em đang chỉ giáo. Tôi phục lăn quay. Nghĩ bụng thằng này thiệt quá xá hay, bởi chỉ mới qua vài mùa chiến đấu với ruộng nương mà đã "thu hoạch kinh nghiệm" được tới chừng đó. Và tôi đã ngồi ỳ ra đó cho thằng em… gãi tai trâu! Mãi cho đến sau này, khi đã già đi rồi tôi mới nhận ra là mình còn dốt nát hơn như vậy nữa, vì đã không hiểu được, không nhận ra được, rằng mồ hôi và nước mắt của các thành viên trong gia đình khó nhọc đổ ra trên đất lúc đó, hoàn toàn không phải để chơi, hay giải trí như khi ra hải ngoại, tôi trồng dây bí dây bầu cho đỡ nhớ quê hương, cho thấy chút màu xanh vào mùa hè. Mà thuở đó những gì tôi thấy bằng mắt, nghe bằng tai, chính là cơm, là gạo, là lương thực, là sự sống còn.

Hôm ấy thằng em tôi đã bùi ngùi, giọng nói còn kèm thêm chút lo âu:

- Hồi mình mới vô rẫy, năm đầu trúng mùa vì cậu mua cái ruộng lúc lúa sắp trổ đòng đòng, lại có bác Tư giúp ý kiến, hướng dẫn cho mình biết cái gì nên làm cái gì không. Qua tới vụ sau, không kinh nghiệm, chẳng biết lúc nào cần đắp bờ, lúc nào xả nước, nên cứ đắp rồi xả tá lả, làm ruộng dưới của người ta thất thu. Họ giận lắm.

Thằng em im một hồi rồi tiếp:

- Nghe họ chửi tùm lum mà không hiểu lý do là gì, gây lại với họ nữa chớ!

Tôi hỏi:

- Rồi họ làm gì mình?

Thằng em nuôi tôi cười buồn:

- Thì chờ mình đắp, họ tháo.

Tôi trợn mắt:

- Cái gì mà ác quá dậy?

Thằng em lại cười:

- Thì cũng chịu thôi chớ hồi ruộng họ thất thu, mình

đâu có đền cho họ.

Tôi ngẩn ngơ. Bởi những chuyện như vậy mà ba, anh tôi và mấy thằng này nín khe chịu đựng, chẳng hề kể lể thở than gì cả. Thằng em hạ giọng, mà bị bắt làm cái vụ đông-xuân này mới khổ nè. Và sau đó là mở mắt cho tôi thấy thêm:

- Ở miền Đông Nam hết mùa mưa là cạn khô như bà lão tám mươi, ở đây không có đập nước, lẽ ra phải để cho đất nghỉ ngơi, qua mùa tới mới có sức, nhưng nhà nước ra lịnh phải cấy thêm vụ này. Đã thiếu nước, giống cũng phải mua của mấy ổng vì phải trồng theo "chỉ đạo", phân thì mấy ổng… ăn hết trơn đâu có bán cho mình, nên đất sinh sâu rầy tùm lum. Ít bữa nữa là chị sẽ thấy!

Tôi té ngửa. Thì ra là nhà nước không… rảnh như tôi từng nghĩ. Tôi không rõ chính sách, chủ trương "nhà nước và nhân dân cùng làm" ra đời từ hồi nào, nhưng vào thời điểm đó thì tôi vỡ lòng ra chuyện nước non! Tôi nhận ra nhà nước đã "làm" cùng với nhân dân như thế nào. Chẳng hạn nhân dân "được" chỉ thị trồng thêm vụ lúa đông-xuân trong khi nhà nước không cần tìm hiểu vùng đất và khí hậu có phù hợp, hay có nước nôi đủ để cây lúa sống tốt trong vụ mùa ngắn ngày đông-xuân hay không. Nhà nước "khuyến khích" nhân dân tích cực tham gia công tác cày cấy. Nhà nước bán lúa giống. Nhân dân mua phân bón, thuốc trừ sâu chợ đen vì nhà nước đã tuồn hết những thứ này ra chợ đen. Kế đến nhà nước dự thảo và ước lượng sẵn những con số thu hoạch cao ngất ngưỡng trên diện tích gieo trồng eo hẹp. Sau cùng nhân dân thực hiện nghĩa vụ… đóng thuế và nhà nước "đề cao" nhân dân trong việc tăng năng suất để làm tròn bổn phận công dân, góp phần xây dựng chủ nghĩa xã hội thông qua chính sách thuế công bằng và hợp lý!

Vì vậy khi "trên" ban hành sắc lịnh, ủy ban xã đã ra sức giúp cho tính công bằng và hợp lý này được thi hành triệt để bằng cách đi đo ruộng để "thẩm định" mức thuế. Ngoài ra thì cán bộ xã còn phân phối phân bón cho những hộ cán bộ và gia đình có công… không có ruộng.

Tôi ngồi im. Thằng em cứ chặc lưỡi tới chặc lưỡi lui. Nói thêm gì đó nhưng tôi không nghe hết. Tôi bận lòng nghĩ, thì ra em tôi đã lớn hết rồi! Thì ra so với mấy thằng này, tôi vẫn chưa trưởng thành chút nào.

Tối hôm đó đang ngủ, nghe tiếng lục đục tôi choàng người ngồi bật dậy. Trời vẫn còn tối nhá nhem. Ngoài sân đống củi hai chị em đốt tối qua để đuổi muỗi, chỉ còn lại mớ than nhưng cũng sắp tàn không đủ lóe lên chút ánh sáng. Tuy vậy tôi vẫn có thể thấy bóng dáng một ai đó thấp thoáng ở ngưỡng cửa. Tôi hoảng hốt hỏi to "ai đó?".

"Là em!". Tiếng thằng em nuôi vọng lại. Tôi dụi mắt ngó. Thằng em chân trong chân ngoài dợm bước đi, ngoái cổ nói với về phía tôi:

- Chị ngủ lại đi. Chưa sáng đâu. Mới nửa khuya thôi. Em chạy xuống ruộng thăm chừng, lỡ có người tháo nước của mình thì sáng sớm mai còn trở tay kịp…

19.

Nhắm cuốc cày không nổi, tôi "hạ tự ái" nói với thằng em cứ xuống ruộng, còn tôi sẽ đi "dãy" đám cỏ phía sau chòi và nấu cơm cho tiện. Thằng em im một hồi rồi gật đầu. Nhưng không biết có phải vì thấy lúc đó rẫy chỉ còn mấy vạt đậu nành sắp sửa thu hoạch, chẳng cần phải làm cỏ hoặc "làm gì", hay vì chán ngán sau khi "ngộ" ra sự có mặt của bà chị chỉ là để... hiện diện cho đủ sỉ số, nếu có đem đi... đâu chăng nữa, cũng không thể thay đổi cục diện rẫy ruộng, nên mặc kệ tôi muốn làm gì thì làm.

Tôi, con cắc kè thay đổi màu mỗi ngày, buổi tối mới nhận ra mình vô tích sự, chưa kịp bày tỏ sự ăn năn hối hận để tham gia hay làm chuyện gì đó có ích lợi hơn cho cả nhà, sáng bừng mắt dậy là đã trở về cái thói sợ khó và lười biếng. Nên một ngày như mọi ngày, tôi vẫn chỉ làm nhiệm vụ nấu cơm rửa chén cho dẫu chỉ còn hai chị em, mỗi đứa một cái chén, một đôi đũa và dĩa rau, hay tô canh gì đó. Và cỏ thì vốn không nhiều, tôi lại chỉ làm qua loa cho có, nên rảnh rỗi quá, tôi đi loanh quanh rẫy tìm ý... làm thơ.

Nhưng thơ, đâu phải lúc nào cũng "làm" được, đi qua đi lại chán, tôi bèn hướng mắt ngó qua mấy cây đu đủ nhà Hai Xồi. Trong bụng cứ nghĩ phải chi mấy thằng em chịu khó trồng vài cây thì đỡ biết mấy, mà chẳng hề nghĩ nếu mình đủ siêng năng và đủ hiểu biết, thì đã tự gieo một mớ hột giống, tìm một chỗ thích hợp trồng xuống, dùng nước rửa chén, rửa rau để tưới, chỉ cần vài tháng sau là cũng có thể có được ít nhất là một, hay vài cây như bên Hai Xồi.

Vừa dốt, vừa lười chảy thây, tôi chỉ đem lòng "mơ ước" phía bên kia vườn địa đàng! Hoa mắt tưởng tượng ra gỏi và đồ tráng miệng, tôi nói với thằng em, ngó mấy trái đu đủ bên đó mà muốn nổi… lòng tham. Rồi tôi hăm bữa nào đó sẽ canh Hai Xồi không có nhà, sẽ kiếm cái cây chọc xuống vài trái. Thằng em tôi im lặng. Không biết nghĩ gì. Vì chắc là không dám lên mặt mắng bà chị nói chuyện tào lao rồi.

Ngay giữa lúc đó, Hai Xồi mang sang cái lồng gà nhờ thằng em nuôi và tôi ngó chừng giùm. Nói là phải về thị đem thức ăn vô. Hai Xồi chép miệng:

- Thiệt ra nị không cần dề, nhưng tại con dợ ngộ nó "lau". Dề coi nó sao.

Thấy hai chị em tôi ngó… thẳng vô mặt một cách không tế nhị gì ráo, chắc Hai Xồi sực nhớ lại chuyện cũ, nên sửa lại:

- Nó pị pịnh.

Pị pịnh nghĩa là bị "lau". Mà không piết là lau lầu hay lau pụng. Thằng em tôi xúi:

- Chú đem mấy con gà về nấu cháo cho bả ăn mau lành.

Hai Xồi lắc đầu:

- Pị pịnh, "lau" miệng, nó ít chửi, lành rồi nói goài chịu hông nổi!

Hai chị em lịch sự "à". Lúc Hai Xồi về rồi thì lăn ra cười. Thằng em bảo kiểu này chắc Hai Xồi phải trù cho vợ "lau" cả năm mới khỏe, khỏi pị nhức "lầu". Tôi nói bả mà "lau" thiên thu chắc Hai Xồi còn trăm năm hạnh phúc hơn.

Lúc mang gà qua, Hai Xồi đưa thêm một bịch thóc. Kể lể:

- Pình thường nó tự kiếm mồi ngoài rẫy, không cần phải cho ăn, nhưng nhốt trong lồng sợ nó "lói".

Người ta nói trâu buộc ghét trâu ăn, trâu bị cột cổ một chỗ phải xơi cỏ khô nên không ưa con trâu độc lập tự do hạnh phúc nhẩn nha ăn cỏ non ngoài đồng. Bên tôi và bên Hai Xồi không có trâu, chỉ có gà mà chuyện ganh ghét cũng xảy ra. Nhưng có lẽ vì không là… trâu, nên khác với ca dao tục ngữ, con gà bên tôi được tự do kiếm ăn ở ngoài mà kiếm không ra cái gì nên đem lòng… đố kỵ con gà bị nhốt trong lồng đang có nhúm thóc. Nó la làng lên như bị cắt tiết khi thấy cảnh gà nhà Hai Xồi "tục, tục" rồi nhẩn nha mổ hột nọ hột kia. Tôi không nghĩ nó bị khiêu khích mà chỉ vì muốn "nhào vô kiếm ăn" nhưng cái lồng đan nhặt quá, không cách gì thò đầu vô được nên nổi cơn tam bành, hùng hổ nhảy lên đá vào cái lồng tơi bời. Nó đá liên tục và dữ dội đến độ muốn không còn một cọng lông trên đầu. Nhìn cái tướng con gà mái mà cứ tưởng là gà đá, đầu đỏ chét, lông xù ra cái còn cái rụng, thằng em tôi sợ quá phải lấy cái tấm cót đậy cái lồng lại. Nói:

- Tụi nó mà chết vì bị gà nhà mình đá, chắc ông nội Hai Xồi thế nào cũng chạy qua đá lại hai chị em mình!

Tôi không tin Hai Xồi sẽ "lá" thằng em, mà sợ mấy con gà sẽ đi chầu ông bà vì ngộp thở. Bởi thằng em tôi không những chỉ chắn một tấm cót to tổ bố mà còn phủ thêm lên trên một miếng nylon cho con gà bên tôi không thấy cảnh ấm no trong lồng son con cái nhà Hai Xồi mà nổi điên.

Khi nghe tôi "tỏ ý quan ngại", thằng em bèn dặn:

- Vậy thì lâu lâu chị hé tấm cót lên cho tụi nó thở.

Cái tấm cót nặng… bà cố! Y hệt như chuyện cuốc đất, lúc thằng em tôi úp tấm cót lên cái lồng gà sao thấy nhẹ như chơi, vậy mà để giở lên lùa không khí lọt vào cho lũ gà thở, thì tôi muốn tắt thở. Cái tấm cót, tôi chẳng biết là được đan bằng tre, mây hay… cót, sợi tuy mịn, nhưng không giống như vải muốn giở lên chỗ nào là giở chỗ đó, mà phải dùng bằng cả hai tay mới có thể nâng được một góc lên. Đã vậy lũ gà bị nhốt ở phía trong, nghe động mà không thấy gì bên ngoài còn la quang quác, và nhảy um sùm như lên đồng. Loay hoay mãi, cuối cùng tôi mới"phát huy sáng kiến" chế ra được một cái đòn bẫy, dùng một cái cây đặt dưới tấm cót và chêm một cục đá ở lưng chừng, thỉnh thoảng chạy vào… đạp đạp lên mấy cái ở đầu bên kia cho tấm cót giở lên chút đỉnh để gió lọt vào. Mấy con gà chắc không nghe hơi người, cũng quang quác mấy cái nhưng không nhảy nhót đến sốt ruột nữa.

Chạy ra chạy vô, mệt, tôi vừa làm tôi vừa rủa Hai Xồi.

Phải thành thật mà nói là tôi đã chẳng thấy "tình đồng loại", tình hàng xóm láng giềng quí trọng chỗ nào cả. Không cám cảnh vợ Hai Xồi "lau" nặng nhẹ như thế nào, lại nhớ tới mỗi bận tối lửa tắt đèn, nhờ Hai Xồi khó như nhờ quan phủ, mà còn thấy mình khi không bị thêm công thêm việc, nên tôi đâm ra bực bội. Trưa thằng em lên ăn cơm tôi nói:

- Vợ cha nội Hai Xồi đau không lựa ngày.

Thằng em tôi phì cười:

- Chắc bả "lau" thiệt mới kêu ổng về.

Tôi nhăn quéo như bà lão:

- Đã vậy còn phải canh chừng chòi giùm cho thằng chả nữa chớ. Mà ngoài mấy trái đu đủ thì ông nội này có dám để cái gì cho người ta động lòng tham đâu!

Thằng em chặc lưỡi:

- Thôi kệ. Em cũng không ưa ông nội này, nhưng mà không giúp, lỡ ổng méc cậu thì chị em mình bị la liền.

Tôi lườm. Như kiểu mẹ tôi lườm… không khí. Đến chiều tối thằng em bảo để qua bên Hai Xồi xem sao. Tôi càm ràm, cái chòi trống trơn hà. Thằng em tôi đáp em biết chớ, nhưng rồi vẫn quay đi.

Tôi loay hoay đốt đống củi, lò dò xuống giếng chuẩn bị đi tắm giặt. Lúc lên tới chòi, thì thằng em đã đi ngủ...

20.

Mùa mưa, trời thường sụp tối rất nhanh. Chung quanh rẫy tuy không ao hồ, nhưng phía dưới thấp nhiều ruộng nên cứ bắt đầu chạng vạng là ếch nhái kêu buồn đến não ruột. Tuy nhiên tới mùa nắng, cảnh sắc xác xơ, thêm tiếng chim bay về núi, tiếng côn trùng ri rỉ khắp nơi mới là sầu vạn cổ.

Người buồn cảnh thê lương, thường hay khiến người ta chỉ muốn nghĩ tới những điều đau lòng. Mười tám tuổi, tôi ngồi viết… di chúc:

Khi tôi chết đưa về phố cũ
Chiết lên tôi một gốc thông già
Để đêm buồn giữa biển bao la
Tôi ngồi đón sóng dồn lên đá
Khi tôi chết làm ơn thư thả
Gỡ kính ra đem gửi cho người
Rồi lần tay vuốt mắt tôi xuôi
Nói tôi đã yên cùng bóng tối
Khi tôi chết tìm ngay thật vội
Lũ thư xưa xanh biếc da trời
Gửi cho người và nói hộ tôi
Tôi đã viết trong ngàn nỗi nhớ
Khi tôi chết thôi người đã vỡ

Ánh sao xưa xao xác bên trời
Chắc trong vườn sẽ lắm lá rơi
Người thôi khỏi trông chờ mỗi tối.
Khi tôi chết xong đời bão nổi
Cám ơn người đã nhớ thương tôi
Chiều mây vàng bụi yến tung rơi
Tôi sẽ nhớ tên người miên viễn...

Cái bài thơ mà mỗi bận đọc lại, tôi vẫn không khỏi phì cười. Bởi gần đến cuối đời, nhớ hoài, nghĩ hoài vẫn không biết ai đã là "ảnh tượng" để tôi đòi nhớ tên tới miên viễn ngàn đời như vậy. Mà nhất định bài thơ này tôi không... copy and paste đâu nhé –nếu nhiều lắm chắc chỉ vài chữ như bụi yến, chiều mây vàng, đời bão nổi (ha ha). Tuy nhiên cũng phải nói là để... dựng đứng lên một... kẻ, và rất "tâm trạng" như vậy vào lúc tuổi chỉ vừa mới bước qua mười tám, sực nức thanh xuân, có lẽ hồi đó tôi đã buồn dữ lắm. Có lẽ phải hãi hùng với cuộc đời dữ lắm mới rặn ra được những giòng di chúc sầu cổ độ như vậy chứ!

Nhớ một trong những ngày đầu tiên mới vô rẫy, đang lơ mơ sắp sửa ngủ bỗng nghe như có tiếng hú và tiếng gió bạt trên nhành cây vọng lại từ đâu đó, tôi đã bật ngồi dậy hoảng hốt hỏi chuyện gì đang xảy ra. Mấy thằng em tôi, sau một ngày phơi nắng phơi mưa bị đánh thức dậy ngang xương, không hề lộ ra chút hoảng hốt vì tiếng hú, tiếng gió mà chỉ bực mình vì tôi ồn ào quá nên la làng:

- Trăn nó di chuyển chớ gì đâu mà um sùm!

Hai tai tôi đã muốn nổ ra khi nghe mấy thằng trả lời như vậy. Tim đập thình thịch, chỉ chực nhảy ra khỏi lồng ngực, tôi đã la lại, là trăn ở trong rừng chớ phải trăn ở sở thú đã bị bẻ nanh hay sao mà không sợ. Tôi nói thêm:

- Y như cọp beo đang chạy ra đây chớ trăn rắn gì.

Rồi tôi rên rỉ, nội nghe cái tiếng gió và tiếng hú không cũng đủ thất đởm kinh hồn. Một trong ba thằng trở mình, càu nhàu:

- Cọp beo gì không biết nữa. Nếu cọp beo, ông Bảy Cúc đã bắn banh chành từ đời tám hoánh rồi. Ở đó mà lo…

Thằng khác:

- Mà cũng cầu cho có cọp beo để ổng mang ra cho vài miếng.

Mỗi thằng một câu làm tôi xụ xuống như bong bóng xì hơi. Một thằng dọa, bà mà không để cho người ta ngủ để mai dậy sớm ra ruộng, thì tụi tui đẩy bà ra ngoài đó với… tụi nó. Tôi giận dỗi làm thinh. Nhưng nằm mãi, dỗ giấc mãi vẫn không cách gì ngủ được, không phải chỉ vì vẫn còn sợ mà tôi nghĩ tới mấy thằng em, thấy riết rồi chẳng thằng nào còn chút thư sinh phố thị. Từ trong ra ngoài, từ dáng vẻ tới cách đối đáp. Ba thằng đen thủi đen thùi, làm rẫy mà cứ ở trần nên lưng bóng loáng như gỗ mun. Chân thì sứt sẹo. Ăn nói với nhau và cả với tôi có khi như với cột nhà, đụng vào là sứt đầu bể trán! Tôi nghĩ chắc trong tương lai, ba thằng này nếu không là… Bảy Cúc, dám cũng trở thành… Hai Xồi.

Nhắc tới Hai Xồi, thì thấy Hai Xồi liền. Hai Xồi trở vô rẫy sau một ngày về thị. Qua khiêng cái lồng gà về. Tôi hỏi vợ chú khỏe chưa. Trả lời:

- Không piết nữa. Ngộ phải dô làm xong cho xong cái "lám" cỏ. Dới lại phải "lem" lúa giống "li" chả cho xã, chớ không thì pị phạt. Hôm pữa ngộ thiếu tụi nó mấy pao, nó "lòi" goài hà.

Tôi không dám ngó Hai Xồi. Sợ cười. Hình như không có mặt thằng em, Hai Xồi có vẻ tự tin, không thèm tránh chữ "lê".

Chuyện Hai Xồi bảo phải đem lúa đi trả là do "trên" ra chỉ thị làm vụ Đông-Xuân, nhà nào không có giống Thần Nông ngắn ngày, thì mang lúa mùa tới ủy ban nông nghiệp đổi. Hai Xồi không có ruộng cũng bị bắt làm lúa rẫy. Thu hoạch nhiều lắm chắc cũng chỉ đủ để đóng thuế và cho mấy con gà ăn là cùng. Tôi có nghe thằng em nuôi than thở lúa nhà dồn chặt bao cỡ nào đi nữa, ra tới xã cũng bị thiếu cân, nhưng ngược lại lúa giống của xã mang về nhà, thấy đầy bao mà không bao giờ đủ để gieo. Nhà nào cũng phải đổi thêm vài bao. Tôi hỏi sao có chuyện thần kỳ quá vậy. Thằng em đáp người ta làm "xiệc" hay lắm.

Hai Xồi chắc chắn trăm phần trăm cũng không tránh khỏi vụ xiệc, biến hóa khôn lường, nên bưng cái lồng gà về rồi lại chạy qua hỏi mượn mấy bao lúa. Tôi nói để chiều. Hai Xồi lắc đầu:

- Không "lược". Chễ rồi. Ngộ sợ pị phạt mới dô.

Tôi không xúc lúa được cho Hai Xồi nên bắt Hai Xồi chạy xuống ruộng kêu thằng em lên. Thằng em tôi chạy lên, mồ hôi mồ kê nhễ nhãi và thở muốn không ra hơi, Hai Xồi nói để nhảy vô bồ lúa xúc cho thằng em đỡ mệt. Tôi chưa kịp khen Hai Xồi biết phải thì thằng này đã nhảy loi choi la lên:

- Không được! Chỗ đó là chỗ ngủ của chị tui, chú không được leo lên.

Tôi mở mắt ngó. Cảm động và thương quá. Nhưng khi thấy thằng này loay hoay xúc mấy bao lúa muốn… kiệt sức, tôi đâm ra bực mình. Đợi Hai Xồi về rồi, tôi la:

- Sao không để cho ông làm?

Thằng em làm thinh không trả lời. Cả ngày còn lại, tôi cứ xót ruột thương cảm. Đến chiều tối, ăn uống xong xuôi, lúc dợm chân đi đốt đống củi, thấy thằng này cứ ngó trước ngó sau coi bộ không bình thường chút nào, tôi hỏi có chuyện gì. Thằng em nhỏ giọng thì thào:

- Em bẻ mấy trái đu đủ của cha nội Hai Xồi dấu trong bồ lúa, hồi sáng đâu dám để cho thằng chả leo lên trên đó. Tưởng chả ở ngoài thị lâu lắm…

Tôi trợn mắt. Và… té ngửa. Thằng em nhìn lại mặt tôi, rồi hơi cúi xuống, nói tại hôm bữa nghe chị nói thích ăn đu đủ, còn đòi bữa nào canh me qua chọc xuống, em sợ chị… làm không được. Hai tai tôi muốn điếc luôn! Tôi gắt lên:

- Cái thằng khùng! Tao nói chơi thôi chớ bộ. Cậu mà biết được là chết chùm hai chị em liền.

Thằng em tôi trả lời nhưng như thể đang khóc:

- Bởi vậy em với chị phải… ăn cho hết trước khi cậu vô.

Nếu được, chắc là tôi đã la làng lên thật to. Tôi nghĩ tới cái viễn cảnh ngày mai ba tôi có mặt sớm mà nổi da gà. Bởi không lẽ bắt đầu từ giờ phút đó hai chị em phải… thức cho tới sáng để ăn hết mấy trái đu đủ hay sao! Mà chắc gì là đã có trái chín?

Tôi ngồi thừ ngó ra ngoài trời. Nghĩ hoài không ra "phương án giải quyết", cuối cùng chỉ còn mong thầm vì ba cái chuyện lúa giống, và sợ... phải nói ngọng trước mặt thằng em mà Hai Xồi sẽ không bao giờ hé răng chuyện bị trộm hái mất mấy trái "lu lủ".

21.

Ba tôi và ông anh không trở vô rẫy một mình mà còn có ông bạn anh tôi và hai thằng em út đi theo.

Ông anh tôi và ông bạn này học chung trường Tây với nhau từ nhỏ, lên trung học trước kỳ thi Bac I, buổi sáng vẫn học chương trình tiếng Pháp nhưng tối ra trường Việt, nhảy một lớp để thi băng tú tài hai. Lúc đó cả hai ông đều đang nằm trong tuổi động viên. Lên đại học, cả hai ông cùng chọn một cái ngành mà chẳng ai trong gia đình và bạn bè có thể tưởng tượng ra được, là chăn nuôi. Thật tình để "oánh giá" có thể gọi đó là sự liều mạng vì lịch sử gia đình của cả hai đều không hề có người nào dính dáng gì đến gia cầm, gia súc và bản thân các ông, chẳng ông nào từng nuôi một con chó con mèo, nói gì đến gà vịt ngan ngỗng!

Có nhiều lúc tôi đã tự hỏi, nếu như không lấn cấn chuyện đi lính, chuyện động viên nhập ngũ, ông anh tôi và ông bạn cứ tà tà học hết trung học Tây, lấy xong cái Bac II rồi đi thẳng qua Pháp học như dự tính của gia đình từ trước, thì cuộc đời sẽ trở nên như thế nào? Hoàn cảnh sẽ ra sao nếu sau đó hai ông không làm một cú "ngoạn mục" là thình lình thay đổi quyết định khi anh tôi đã xong hồ sơ đi Bỉ, ông bạn anh đi Tây Đức, đã cùng có visa và đang chuẩn bị lên đường? Tôi vẫn nghĩ với ngôn ngữ mới, bạn anh có thể sẽ có chút khập khễnh lúc ban đầu, nhưng còn anh tôi, vốn liếng tiếng Tây như vậy, nếu ngồi trong một trường đại học nào đó bên Bỉ nơi cũng nói tiếng Pháp, thì đâu có trở ngại gì, nếu không muốn nói là còn ít gặp khó khăn hơn khi học tại quê nhà.

Ở lại, đôi ba năm sau, lúc thời cuộc đất nước tang thương, ông anh tôi giã từ sân trường về nhà vác cái cày cái cuốc lên vai, gánh gồng những thứ chưa bao giờ nếm trải, tôi không tài nào hiểu được anh đã chịu đựng hoàn cảnh, gắng gượng cái tình trạng ấy như thế nào. Mọi thứ đều giống hệt một chương tiểu thuyết buồn, một phân cảnh cải lương đượm nước mắt. Có cái gì đó lấn cấn. Cái gì đó sai trật. Trong cách nhìn. Cách suy nghĩ. Cách… xử dụng cuộc đời mình của cả hai ông.

Bạn tôi từng hỏi có bao giờ tôi nghĩ bởi vì học chương trình Tây, chỉ biết lịch sử Tây, văn hóa Tây ở ngay trên đất nước của mình, nên anh tôi và những người bạn của anh đã trở nên… rối loạn, không định được phương hướng cho mình hay không. Tôi trả lời chẳng biết được mấy ông đã bận tâm gì, ưu tư gì về con người và đất nước, và đầu óc hay tâm tình lộn xộn như thế nào, mà tôi chỉ thấy anh tôi cho tới cuối đời vẫn chỉ thích con gái để tóc dài dịu dàng, không son phấn, và… không mặc áo đầm!!! Như thể càng được giáo dục, hấp thụ văn hóa Tây phương chừng nào thì càng "quê hương" chừng nấy! Phần ông bạn anh, cộng thêm một vài ông cùng thời trung học của mấy ông mà sau này tôi có dịp gặp ở Sydney, ở Mỹ, thì từ bên ngoài cho đến cách ăn ở, từ sở thích cho đến tâm tư đều rất ư là "chùm khế ngọt".

Anh tôi và ông bạn, khiêm nhường mà nói thì học hành không đến nỗi nào, nói tiếng Việt dĩ nhiên cũng không dở, nhưng viết tiếng Việt có thể là… dở ẹc. Thời trung học, ngoại trừ năm cuối, mỗi tuần mấy ông chỉ được học vài giờ tiếng Việt như học một ngoại ngữ nào đó. Nội cái tên trường, Lyceé Blaise Pascal "của" ông anh tôi, là cũng đủ xa lạ với anh chị em khác trong nhà. Tôi hoàn toàn chẳng thấy có chút liên quan gì tới… quá khứ của mình, thể như anh là người ở trên trời rớt xuống. Bởi vì dưới sự giám thị của ba tôi, sợ anh không theo kịp bạn bè người Pháp trong lớp, nên ngoài chuyện không để anh không đọc sách, báo như chúng tôi, mà cuối tuần còn bắt anh phải giỏ xách đến nhà một ông thầy dạy kèm, ở lại qua đêm với mấy ông bạn khác để không nói tiếng Việt nhiều quá. Gần như anh đã không có gì để trao đổi với chúng tôi. Không cùng "tần số", không nghe những bản nhạc chúng tôi nghe, không coi những cuốn phim chúng tôi coi, không đọc những cuốn sách chúng tôi đọc, tôi có thể nói làm sao anh yêu được những bài thơ chúng tôi yêu!

Bạn của anh tới nhà, khi ngồi riêng với nhau thì tiếng Việt pha tiếng Tây, nhưng nếu có những Paul, những Jean, những Henriette cha mẹ người Pháp hoặc nửa Pháp xa lạ, không biết hoặc chỉ nói được tiếng Việt căn bản, kể như chúng tôi điếc. Mà "phiền" hơn hết là những câu chuyện khôi hài của anh, nghe xong thì chẳng có đứa nào… cười, nhưng không phải vì anh kể chuyện dở, mà cái khôi hài của đông-tây tréo ngoe, chuyện cười của anh, phải thành thật khai báo là cảm không nổi.

Thời đó anh là… kẻ lạ người xa. Cả sau này cũng thấy như không gần. Thằng em kế út tôi nói:

- Cha nội này giỏi tiếng Pháp như giáo sư, nên gọi cha nội là… pháp sư cho đúng với người!

"Pháp sư" vô rẫy, nước da trắng nhách, má hồng và đeo kính cận, dáng thư sinh, làm nhiều người ngang qua không biết "pháp sư" đang làm cái giống gì ở cái chốn rừng núi bạt ngàn. Bởi nếu là thầy giáo dạy bình dân học vụ thì phải chờ tới... tối mới xuất hiện, chớ có đâu ban ngày lại ngời ngời vác cuốc đi qua đi lại giữa vạt sắn vạt bắp như thế. Mà thật ra tôi không nhớ ông anh tôi làm rẫy, hay cuốc cày như thế nào. Con em tôi cũng không nhớ. Chúng tôi chỉ "mang máng" thời đó anh vẫn dáng dấp gầy gầy, nho nhã như xưa, nhưng mấy thằng em thì khẳng định anh mảnh khảnh chỉ là do... thiếu ăn, thiếu vitamin.

"Pháp sư" kiêm kỹ sư chăn nuôi chưa ra trường bị mẹ kêu, về tới nhà gặp kỹ sư sắp ra trường cũng kiêm "pháp sư" ở Sài Gòn xuống thăm. Nhân dịp con heo nái chuyển bụng, sự có mặt của hai ông khiến mẹ tôi mừng như bắt được vàng. Tôi đoán có lẽ mẹ tôi đã nghĩ, dù có là kiến thức "sách vở" đi chăng nữa, thì cũng vẫn hay hơn tôi và mấy đứa em đã nhìn con heo mà như nhìn... con gà. Chẳng đứa nào có một "nhận thức đúng đắn về vai trò và tầm mức quan trọng" của bầy heo, càng không có ngay cả một chút hiểu biết khoa học thường thức nào về heo quéo để mà giúp đỡ mẹ tôi vào những giờ phút lịch sử!

Tương truyền, Bá Nha-Tử Kỳ... thiệt, tri âm tri kỷ, gặp nhau là cùng hòa đàn, cùng cao đàm khoát luận. Lý Bạch và Đỗ Phủ thì có lẽ xướng họa thi ca. Bá Nha-Tử Kỳ dỏm thời đồ đá, gặp nhau nâng chén quỳnh tương xị đế và ớt ngâm dấm giải sầu. Còn hai chàng trai từng thông qua hai hệ thống giáo dục của Tây và Ta, cộng thêm mấy năm ngồi trong trường đại học chăn nuôi, gặp nhau vào trong đêm... con heo nái "lâm bồn", được mẹ tôi pha hai ly cà phê phin đặc biệt chỉ để ngồi canh chừng, có lẽ tiện thể, mới "mạn đàm" với nhau.

Tôi không biết hai ông đã nói với nhau những gì, trao

đối với nhau về kinh nghiệm làm… cô mụ ra sao, nhưng về sau này thì biết sở dĩ ông bạn anh xuống tận nhà và vào tận rẫy là để khuyên anh tôi trở lại trường. Nói mày ở trọ nhà tao, không cần ở ký túc xá. Và ông bạn anh nhắc lại chuyện ngày trước anh tôi từng mang bạn bè về nhà cưu mang cả năm trời không nề hà tính toán. Ông bạn năn nỉ:

- Chỉ một niên khóa không tới chín tháng có đáng là gì đâu mà mày ngại.

Nhưng thật ra nếu chỉ giữa bạn bè với nhau thì anh tôi đâu có ngại. Hoặc ba mẹ bạn cũng giống như ba mẹ tôi thì có thể anh đã suy nghĩ lại rồi. Đàng này… !!! Nên vì vậy mà anh tôi hiền lành từ chối. Cám ơn tấm thịnh tình, nhưng lại thành thật xin lỗi.

Bạn anh về rồi, ba tôi đăm chiêu ngó xuống đám ruộng vẫn còn nhiều chỗ chưa được đắp bờ vì tôi dở quá, không giúp được cho thằng em. Lần nữa, quyết định của anh làm ba tôi ngẩn ngơ nhiêu ngày. Mà tôi cũng bùi ngùi. Tôi cám cảnh chuyện mình thi hoài nhưng không được chấp nhận một chỗ ngồi ở trường đại học, trong khi anh vốn "lỡ" là sinh viên năm thứ ba, thứ tư của chế độ cũ, để thể hiện lòng vị tha, "người ta" đã dành cho cơ hội để học tiếp, nhưng anh lại không muốn. Anh lại cặm cụi vác cuốc xuống ruộng với mấy thằng em.

Vài tuần sau tôi về thị, thì bầy heo con đã bắt đầu cai sữa, chuẩn bị tách ra khỏi mẹ. Nhìn con nào con nấy tròn trịa, hồng hào thật dễ thương, tôi khen mẹ tôi "mát tay". Và nói thêm hôm con heo nái đẻ, có hai ông anh chắc mẹ đỡ chân đỡ tay. Tưởng mẹ sẽ hào hứng kể về chuyện ấy, nhưng không ngờ mẹ tôi chẳng thèm trả lời, mà quay phắt sang con em tôi, tỉnh bơ bảo làm chuyện này chuyện nọ như không hề nghe câu tôi vừa nói. Thấy lạ, tôi hơi ngẩn ngơ.

Tuy nhiên trông mặt mẹ tôi có vẻ không vui, tưởng mình đã nói gì sai nên tôi lẩn quẩn một hồi rồi lên nhà.

Đến chiều tối, con em tôi khều tôi ra một chỗ, vừa cười vừa thì thào:

- Mẹ còn giận hai ông nội đó.

Tôi giật mình. Con em tôi ngó tới ngó lui rồi kể:

- Tưởng hai ổng học chăn nuôi là ngon lành lắm, ai dè mấy ổng chỉ được học lý thuyết chớ đâu có kinh nghiệm. Em không thức coi con heo đẻ nên không biết mấy ổng làm cái gì, mà sáng bữa sau thì nghe mẹ càm ràm, hai cái thằng quỷ, chút xíu nữa là làm chết ngộp hết cả đám. Em hết hồn luôn!

Tôi trợn mắt:

- Thiệt hông?

Con em gật đầu:

- Thiệt. Nhưng mà theo như lời "chỉ" kể thì hình như chỉ có một con không suôn sẻ sao đó, mà mấy ổng lại không biết… hô hấp nhân tạo nên nó gần "đưa".

Tôi gãi đầu:

- Nhưng đâu có "đưa" phải không?

Con em chặc lưỡi:

- Nó mà "đưa" là đời mấy ổng tàn luôn… Em nghĩ tới giờ này, may mà chẳng con nào bị gì, chớ không mấy ổng đi rồi, em nghe than thở chắc cũng đủ chết.

Tôi hỏi, coi bộ… tình hình Cuba căng thẳng dữ lắm nên ba mới "lùa" hai ổng vô rẫy hả? Con em phì cười:

- Khỏi nói! Cả ngày "chỉ" không nói một tiếng, đi tới đi

lui, mặt lạnh như tiền luôn. Chị biết rồi, "chỉ" mà có chuyện gì lo lắng là không ngủ đã đành, mà cũng không có ai ngủ theo được mới sợ chớ.

Tôi bật cười:

- Kiểu này ngày mai tao cuốn gói vô lại trong rẫy cho chắc ăn.

Con em nhỏ giọng:

- Mà từ giờ tới mai thì làm ơn kiếm thời gian ngồi xuống cho "chỉ" xả bầu tâm sự. Đi liền coi bộ không xong đâu.

Tôi làm thinh. Cái khoản "ngồi" sao nghe lạnh gáy còn hơn ở trong rừng nghe trăn rắn trở mình. Tôi vội nghĩ đến cách đào tị, nhưng nghĩ một hồi vẫn không ra "phương án" nào, bèn thở dài. Lát sau sực nhớ tới cảnh ba tôi và hai "pháp sư" nói chuyện với nhau trong rẫy, tôi nhăn mặt:

- Hèn gì hôm bữa thấy ba nói tiếng Pháp với hai ổng, tao cứ tưởng là ba đang bàn chuyện… cơ mật gì đó! Có biết đâu mấy ổng đang… dập mật!

22.

Mẹ tôi có một món bánh chỉ nghe tới tên thôi là đã thấy ớn, nói gì tới ăn! Sự xuất hiện của nó trên thế gian này, tôi nghĩ là do "thiên thời địa lợi"! Theo lời mẹ tôi kể thì nó đã ra đời vào thời cách mạng mùa thu, khoảng thời gian kháng chiến chín năm.

Bánh trái Việt Nam, cả ba miền đất nước đều đã ít có những cái tên đẹp đẽ, thơ mộng. Họa hoằn lắm mới có bánh phu thê, bánh phục linh, bánh hoa hồng nhưng ngược lại, tượng thanh, tượng hình đủ loại bánh xèo, bánh ú, bánh tét, bánh tai heo, bánh da lợn, bánh bò, bánh sừng trâu… Khi xướng danh lên, không cần phải tư duy, vận dụng bất cứ phạm trù triết học nào cũng có thể thấy ngay trước mắt chúng được làm từ nguyên liệu gì, như bánh đậu xanh sẽ được làm bằng… đậu xanh, bánh cốm làm bằng cốm, rồi bánh dừa, bánh gạo, bánh nếp… Lại cũng có khi đoán được cả cách làm như bánh kẹp, bánh cuốn, bánh rán, bánh bột chiên.

Nhưng mặc dầu tên có xấu xí cỡ nào, có lạ tai hay khó đoán cách gì đi nữa chẳng hạn bánh khọt, bánh cống, bánh tổ, bánh nậm, bánh chè lam, vân vân, người nghe cũng sẽ có chút tò mò muốn thử qua, hoặc nhìn thấy một lần cho biết. Chứ một… loài bánh mang tên "chẹp ẹp" xuất hiện thời cao trào cách mạng ấy, với tôi, hình như nó đã… cán mức, vượt quá ý muốn khát khao của con người!

Thức ăn được làm từ khoai mì, người bắc đem nấu với nếp có xôi sắn, đem xay mịn thêm đậu phọng hành mỡ thì có bánh sắn lạc…; người Huế lấy tinh bột làm ra bánh bột lọc, bánh su sê nổi tiếng. Riêng người nam thì có thể nói là thiên hình vạn trạng, theo tôi món nào làm từ khoai mì của người miền Nam cũng ngon. Từ bánh tằm ngọt, bánh tầm mặn, bánh khoai mì nướng, bánh cay cho tới chè làm từ khoai mì như chè bà ba, chè chuối khoai mì... đều có hương vị rất đặc biệt. Mà ngay cái cách ăn củ mì tươi cũng hấp dẫn. Vì sau khi hấp với nước dừa tươi, có người để nguyên củ chấm với muối mè đậu phọng, có người đánh tơi ra rồi trộn với dừa non bào mỏng, thêm tí mè rang và đường cát, nhiều nhà siêng hơn thì bào khoai thành sợi rồi mới đem hấp sau đó rưới mỡ hành lên trên…

Để có được món ăn ngon, có lẽ ai cũng đồng ý là phải tốn công sức và thời gian. Một đĩa rau luộc thôi, không canh nước canh lửa, không có chút kỹ thuật, chắc chắn rau sẽ đen sì hoặc vàng úa, chưa chín hoặc chín quá kỹ. Vậy mà ở cái chốn quê hương chùm khế cũng không chịu ngọt của tôi, khoai mì tươi sẽ bị… thả đại vô nước luộc cho tới… nhão nhoét, còn khoai mì đã phơi khô thì chỉ đem đi hấp cơm. Được một món ngọt cũng không chút hấp dẫn khi đem khoai mì khô ngào với đường tán đen thùi lùi thành một thứ "đét xe" vón cục, màu mè rất buồn thảm.

Mẹ tôi kể quê ngoại tôi giống như mọi làng quê miền trung khác, đất đai cằn cỗi, khi nắng cháy da, khi lũ lụt bão bùng, khoai mì khoai lang tuy ốm nhách, ốm nhom như cái thắt eo trên bản đồ nhưng vẫn là loại lương thực "chủ lực" vào thời điểm kháng chiến, nồi cơm nhà nào cũng một hột gạo cõng năm bảy lát khoai mì khô, nên chắc để cho đỡ ngán, người nào đó đã “sáng tạo” ra cái món bánh chẹp ẹp này. Và còn kể thêm, sở dĩ dân trong làng còn sống sót được qua chín năm cách mạng mùa Thu là nhờ nó!!!

Ôi, cái món bánh, phải nói, thiệt là… thời buổi!

Bánh chẹp ẹp “của” mẹ tôi có hình dáng dẹp lép y như tên gọi, còn hương vị thì… thôi rồi, bởi vì nó không có nhưn nhị gì cả, được làm từ bột khoai mì khô nhồi với nước ấm và muối, vo tròn thành cục xong đập… chẹp ẹp xuống, thả vào nước sôi nấu một hồi cho tới khi bên ngoài hơi… chèn nhẹt thì vớt ra để ráo. Sở dĩ tôi phải nhấn mạnh hai chữ “chèn nhẹt” vì phải luộc như vậy bên trong mới chín. Và cuối cùng nếu… sang trọng, sẽ có chút hành lá khử với dầu, không thì chỉ ăn như vậy với mước mắm mà thôi.

Viết tới đây, tôi xin thú thật là đã suy nghĩ dữ lắm và… đồng hương hỡi xin ngàn lần tha thứ, vì tôi phải kể ra ở đây rằng cái khoản nước mắm nơi chôn nhau cắt rốn của tôi cũng vô cùng khó nuốt! Bởi nước mắm chỉ là… nước mắm. Không thêm bớt thứ gì ráo. Nếu có tỏi và ớt, sẽ chẳng được giã bằng cối chày hay bằm nhuyễn như người miền khác, mà trước khi dọn lên bàn ăn, ai đó sẽ lấy một cái muỗng “xỉa xỉa” trái ớt, tép tỏi thành vài ba miếng to chằm quằm, rồi cho nước mắm vào. Là xong. Một kiểu nước chấm mà khi chấm vào một phát, nếu… quéo lưỡi sẽ được vắt thêm một chút chanh, không, thì xin cứ xơi như thế!

Khi đang sống giữa một mùa xuân đầy ước vọng và chờ đợi xây dựng bằng mười ngày nay, tôi có dịp biết tới cái món bánh chỉ nhìn cũng đủ phát sợ ấy. Sau kháng chiến, tưởng nó đã bị triệt tiêu, biến mất hoàn toàn khỏi thế gian, thình lình như một cái xác ướp, bỗng hồi sinh, tiến thẳng vô nhà bếp của gia đình tôi. Đã vậy nó còn được chấm vào thứ nước mắm chỉ là muối pha phẩm hoặc nước màu được thắng ra từ đường đen của thời kỳ quá độ, trông hệt như một sự kết nối vững bền và thịnh vượng giữa những nỗi đau khổ lại với nhau.

Mỗi bận mẹ tôi đề nghị làm "chẹp ẹp", là tôi... diet. Tôi thà đớn đau thân phận mà nhịn đói chứ dứt khoát không xơi món "kháng chiến chín năm". Tôi nói với mẹ tôi vừa bị nặng bụng vừa bị nóng ruột sau khi ăn món này. Mẹ tôi mắng tôi giống hệt như ba tôi, ăn uống khó khăn, khó chịu. Nhiều lúc bị la triền miên, tôi nghĩ bụng không biết đến một lúc nào đó tôi có nên hỏi mẹ là chẳng lẽ tôi có... người nào đó khác để giống hay chăng?

Bởi tôi nghĩ mẹ tôi mắng khó khăn khó chịu như vậy là oan ức cho cả hai cha con. Ba tôi và tôi chỉ không thích ăn những món không được kể là "món", và những thức ăn còn thừa lại của bữa trước mà thôi. Và khi trên bàn có những thức này, thì hai cha con sẽ hoan hỉ qua bữa với xì dầu nước tương nước mắm, hoàn toàn không bao giờ càu nhàu hay than thở, đòi hỏi nọ kia. Trong khi đó ngược lại, mẹ tôi mới là người nổi quạu. Lần nào bà cũng quát lên sau một hồi ngó qua ngó lại bằng đôi mắt rất ư... hình viên đạn:

- Thử một miếng coi có chết không?

Hẳn nhiên là cả mẹ lẫn ba và bản thân tôi đều biết chắc chắn một trăm phần trăm sẽ chẳng có ai qua đời chỉ vì thử một miếng như vậy, nhưng không ai chịu thử và mẹ tôi cũng không ai chịu... bớt la. Ngày xửa ngày xưa, once upon a time, phải nói là mẹ tôi không bao giờ thèm để mắt tới "ưu khuyết điểm" của hai cha con tôi về... phạm trù này, vì nếu không thích ăn gì đó, sẽ có món khác được dọn lên thay thế, hoặc sau đó hai cha con tôi sẽ ra hàng quán. Thế giới đã vô cùng hòa bình. Và nhân loại đã vô cùng yên tĩnh.

Nhưng vào thời gia đình tôi thay đổi... giai cấp, thì mẹ tôi thường hay ca cẩm:

- Thời buổi (lại thời buổi!) khó khăn, khi có chút thịt chút cá cứ õng ẹo.

Mẹ tôi xót ruột. Nói cá, thịt có phải ngày nào cũng có. Và bảo phải kho hai lửa như vậy mới ngon. Nhưng theo "quan điểm" của tôi, hai lửa có nghĩa kho được một lúc rồi thì đổ thêm chút nước, kho tiếp cho đến khi cạn để cá thịt thấm, chứ không phải… hâm lại những món còn thừa từ hôm trước, hoặc do… thời buổi mà chỉ nấu một nồi rồi chia ra làm hai bữa cho đỡ tốn!

Mẹ tôi sinh ra và trưởng thành ở nơi không có được những món ngon so với những vùng khác. Món ăn thiệt, món ăn chơi gì cũng rất buồn và đơn điệu. Chè chỉ là đậu đen hoặc đậu xanh, để nguyên hạt nấu với đường bát, một loại đường đen dùng chén ăn cơm làm khuôn. Bánh bèo cũng "chơi" nguyên một chén dày cộm, không ẻo lả mỏng manh như bánh bèo xứ Huế. Bị mắng đành nghe, chứ gần như tôi chẳng thích bất cứ món quốc hồn thuần túy nào của quê ngoại. Kể cả cái món được nhiều người biết và nhắc tới là mì Quảng, tôi cũng chỉ ăn hoặc nấu vì "nhân dịp", vì "sở dĩ" mà thôi. Tôi càng sợ cái món cháo lươn lỏng tỏng nhúm gạo, lưa thưa dăm ba hột đậu xanh, sợ cái tô "lòng thả" lưa thưa mấy lát lòng gà và vài dúm bánh tráng xé nhỏ. Sợ luôn cả món cao lầu ba tôi rất mê… Đến lúc mẹ tôi "tiếp thu" thêm cái món nổi da gà "chẹp ẹp", phải nói là thật… đau lòng!

Tôi vốn không ưa bất kỳ loại khoai củ nào, bị nhai khoai mì khoai lang tươi luộc hay hấp cũng đã gọi là trần ai rồi, vì vậy khi vô tới rẫy, hết gạo, tôi đã cố gắng "phát triển" ra món gì khác chứ nhất định không làm bánh chẹp ẹp. Nếu phải đụng tới bột khoai mì, tôi sẽ ra công làm bánh canh, bánh khọt, thậm chí làm cả bánh tầm… bậy, cương quyết không… đứng chung hàng ngũ với món chín năm. Mấy thằng em tôi khen:

- Bà này siêng!

Và đứa nào cũng "tạo đào kiện" để tôi phát huy tính sáng tạo. Tôi vỡ lẽ ra, không chỉ mình tôi mà mấy thằng em cũng không ưa chẹp ẹp, nhưng chắc vì… lịch sự hơn tôi nên không tuyệt thực vào những ngày đau thương. Vì vậy thỉnh thoảng nếu lỡ chế ra món gì đó khó nuốt, chỉ cần nhắc tới nhắc lui "niềm đau chôn dấu" là tôi sẽ "khắc phục nhược điểm" được ngay. Ai cũng sẽ cố gắng vượt qua khó khăn ăn cho xong bữa vì biết chắc tôi không nấu lại lần thứ hai như vậy.

Nhưng trên hết, chắc có lẽ không người nào ở trong rẫy mà không sợ tôi sẽ… trả thù bằng cách "tái sử dụng" cái món kháng chiến!!!

23.

Nhà ông Bảy Cúc ở tuốt trong rừng. Tôi chưa vô tới... rừng nên không biết ở đâu. Chỉ nghe thằng em nuôi kể lại đó là một cái buôn có nhà sàn, và có nhiều người... mặc váy mang gùi. Thằng em cũng kể thêm một vài chi tiết nữa nhưng tôi không nhớ rõ lắm. Và nhớ mặc dầu rất tò mò muốn biết cộng đồng người Thượng sinh sống như thế nào, nhưng khi nhìn thấy ông Bảy Cúc rồi thì tôi bỏ ý định, hết dám đi theo mấy thằng em. Không biết sao chứ chỉ cần thấy cái rựa cầm trên tay, cái cung cái nỏ đeo sau lưng và con dao giắt ngang hông là tôi đủ ớn lạnh muốn lên cơn sốt rét, da gà bỗng nổi lên như mề đay rồi, nói gì tới chuyện ông Bảy Cúc còn là "người của cách mạng". Hỏi sao tôi không rợn sống lưng!

Thằng em nghe kể từ buôn của những người Thượng này, đi dọc sông Đồng Nai, len lách trong rừng và không cần vượt quốc lộ 20 vẫn có thể đến được chiến khu D. Tôi đoán ông Bảy Cúc có "liên hệ với cách mạng" là vì vậy. Có lẽ trước 75, ông Bảy Cúc đi săn gặp "mấy ảnh", hoặc "mấy ảnh" vào buôn làng "vận động". Tôi không đoán nổi ông Bảy Cúc đã làm công tác gì, giao liên, chỉ điểm, tải gạo, tiếp tế thuốc trụ sinh..., hay tham gia đánh đấm đào hầm vót chông, chỉ biết sau 75 thì trở thành "đại diện, đại biểu" của đồng bào dân tộc -một chùm chữ, dù hết sức thiếu nghĩa vì đúng ra là phải viết là dân tộc thiểu số, nhưng nghe ra rất oai, và rất… tự hào!

Cái "title" của ông Bảy Cúc chỉ nằm trên chữ nghĩa, có thể trên văn bằng, bảng thành tích ông Bảy Cúc được phát để treo trên vách cho… rực rỡ, còn thực tế thì không được lãnh lương của nhà nước hay xã ấp gì ráo. Khi tới chòi xin thuốc đau đầu đau bụng của ba tôi, ông Bảy Cúc vẫn ở trần và vẫn đi dép da... người bất kể xuân hạ thu đông. Điều lớn nhất mà ông và dân làng của ông nhận được, theo tôi và theo… hiến pháp, là "sự bình đẳng, đoàn kết, tôn trọng và giúp nhau cùng phát triển, tạo chuyển biến đi lên về mặt kinh tế của đất nước", được làm nghĩa vụ… đóng thuế nông nghiệp hệt như người Kinh dựa trên diện tích đất canh tác, không phân biệt lúa nương hay lúa ruộng, không phân biệt đất thuần hay đất rừng mới vừa khai phá!

Vào những năm đó, hồ Trị An chưa xây, dân miền ngoài chưa tràn vào miền trong là mấy và những khu du lịch chưa trở nên thời thượng, ông Bảy Cúc vẫn còn đi săn được thú rừng một cách khá tự do. Tôi không thể "thẩm định" là do kiểm lâm chưa gắt gao hay vì… quán nhậu thịt rừng chưa được giấy phép kinh doanh, mà bắn được con gì thì nhà ông Bảy Cúc hưởng toàn bộ con nấy! Nên vì vậy, mỗi bận ghé lại chòi nhà tôi, ông đều mang cho miếng thịt, khi heo, khi nhím, khi chồn, khi gà rừng. Tôi hơi ngán kiểu cách của ông Bảy Cúc, hơi sờ sợ khi phải nấu những con thú chưa bao giờ ăn trước đây, nhưng lâu lâu tình hình coi bộ căng thẳng quá, ngó tới ngó lui chẳng thấy chút "đạm" nào, tôi bèn cũng mong được "đại biểu" ghé thăm.

Bình thường ông Bảy Cúc đi một mình, nhưng có một lần lại đi với một người đàn ông cỡ tuổi trung niên, dáng dấp cao lớn, ăn mặc giống người Kinh, và mặt mày cũng khác hẳn với cái vẻ "héo queo" cố hữu của ông. Người đàn ông được giới thiệu, "mang tên" Kè. Nước da mặc dầu cũng ngăm đen như ông Bảy Cúc, nhưng đen một cách vô cùng... lãng tử, phong trần. Hai người đến tìm ba tôi nhờ "bác Năm coi thử vợ nó bị bịnh gì", nhưng "bác Năm" không có "nhà", nên cả hai đứng xớ rớ nói chuyện với thằng em tôi.

Lúc đó ba tôi mắc qua ủy ban xã "thâm nhập thực tế", tìm hiểu nguyên do tại sao gia đình tôi bị đóng thuế nông nghiệp cao quá, cao hơn mức những "hộ dân" ở chung quanh. Ông Bảy Cúc và ông Kè đứng rồi ngồi một hồi, uống hết hai ly nước lá vối to tướng vẫn không thấy bóng dáng bác Năm đâu, cuối cùng đành cáo từ. Thằng em nuôi bảo sẽ nói lại với ba tôi.

Lúc hai người khuất bóng tà dương, thằng em chặc lưỡi:

- Không biết bả bịnh gì.

Rồi nói tiếp, ông Kè là lính "mình", là đại úy đó chị. Tôi trợn mắt lên hỏi thiệt không, bởi thật lòng chẳng phải vì tôi không tin người đàn ông tên Kè đó là "lính mình", nhưng chỉ không tin là đại úy. Tôi lắc đầu:

- Đại úy thì đi học tập rồi chớ có đâu mà còn ở nhà thong thả đi tới đi lui như vậy. Con bà Năm hàng xóm mình ngoài thị chỉ là trung úy mà đi mút mùa lệ thủy tới giờ này chưa biết ở đâu kìa.

Thằng em ngơ ngẩn rồi đáp:

- Em đâu có biết, chỉ nghe người ta nói vậy thôi.

Tôi hỏi ai nói, bộ Hai Xồi nói ông là "lại" úy hả. Thằng em phì cười. Bảo để em nhớ lại coi ai đã nói với mình. Tối, rảnh, hai chị em không có chuyện gì làm nên đem chuyện ông Kè ra phân tích. Tôi bảo:

- Chắc tại tướng tá ổng ngó ngon lành và mặt mày coi sáng lán quá nên người ta tưởng ổng là đại úy.

Thằng em suy nghĩ xong gật đầu:

- Chắc vậy quá.

Nhưng sau đó thằng này lại cau mày:

- Hay là tại ổng lấy vợ người Kinh?

Tôi lườm, bộ cứ lấy vợ người Kinh thì thành đại úy hay sao. Thằng em hiền lành không cãi lại, nhưng khi nghe hai chị em cứ nói tới nói lui mãi một chuyện, ba tôi đã phải lên tiếng. Ông thở dài:

- Là đại úy hay không thì cũng đâu có dính dáng gì tới mình, nhưng cứ nói nhảm, tai vách mạch rừng, người ta bị gọi đi tập trung học tập cải tạo thì có phải tội nghiệp không.

Bị la tôi im, thằng em im theo, vì ít nhiều chúng tôi cũng đã biết những chuyện "tai vách" như vậy. Tuy nhiên trong bụng tôi cũng khá ngạc nhiên vì những điều thằng em mới vừa cho biết. Cái tỉnh lỵ thời tôi ở đó, có thể nói là những mối tình "dị chủng" chưa được ủng hộ cho mấy. Kể cả tình Việt-Hoa vốn đã quen mắt, quen tai ở nhiều nơi, nhưng xung đột giữa hai bên gia đình với nhau vẫn xảy ra tại địa phương. Vì không như Đà Lạt, Lâm Đồng và các tỉnh cao nguyên khác, ở tỉnh lỵ miền đông nam này chỉ lác đác một vài sắc dân thiểu số. Phải nói là họa hoằn lắm mới tôi mới gặp dăm ba người Thượng ở chợ huyện. Giả sử gia đình tôi không có ruộng rẫy xa như vậy, chắc hẳn tôi đã không có dịp tiếp xúc hoặc biết một người nào thuộc dân tộc ít người.

Ông Bảy Cúc và ông Kè là người Cơ Ho -K'ho- theo chế độ mẫu hệ, sau cưới gả, người đàn ông sẽ về ở bên nhà vợ và con cái sinh ra sẽ được mang họ mẹ. Một tập tục hoàn toàn khác hẳn với người Kinh. Hơi khó để chấp nhận dẫu xưa kia người Việt cũng theo chế độ mẫu hệ. Nhưng sau bao nhiêu đời theo Khổng Mạnh, tòng cha tòng con không đường gỡ, chuyện nối giòng nối dõi, kéo dài cái họ mình ra nhiều đời về sau đã trở nên quan trọng hơn bất cứ điều gì khác trong gia tộc dù chẳng biết cái giòng họ ấy có… ok hay có làm nên tich sự gì hay không, nhưng nếu tự dưng một thanh niên Việt đi cưới một cô gái sơn cước, có con, thay vì Nguyễn, Lê, Trần, Lý lại là Bontô, Bondưng, Srê…, thì chắc chắn sẽ là "vấn đề". Tuy nhiên theo tôi, cũng có một điều khá mâu thuẫn, là nếu một cô gái Việt cưới chồng người dân tộc thiểu số, lẽ ra cha mẹ phải hoan nghinh vì con cháu mình sẽ tiếp tục được giữ nguyên họ cũ, nhưng không hiểu "sao" người ta vẫn phản đối không chịu chấp thuận những mối tình Kinh Thượng.

Và nghĩ tới nghĩ lui tôi bỗng đâm ra khẩu phục tâm phục "chú" Kè quá đỗi –mà phục thì phải đổi cách xưng hô, phải gọi là chú thay vì "ông", như... "ông" Hai Xồi chẳng hạn. Tôi mường tượng chú Kè chắc phải ăn nói hay ho dữ lắm, có cái gì đó tuyệt vời lắm, nên mới tán được cô gái người Kinh, sau đó lại được cha mẹ bên gái đồng ý gả con cho.

Nên vì vậy tôi đã hết sức nóng ruột chờ ngày gặp lại "chú" Kè để hỏi về câu chuyện tình của chàng trai miền sơn cước và cô gái thành thị đã diễn ra như thế nào.

Nhưng tôi đã phải đợi rất lâu, vì "chú" Kè ít rời khỏi buôn làng như ông Bảy Cúc. Không biết có phải vì là "lính mình" nên đi đứng bất tiện, không được mấy ai nhiệt liệt hoan nghinh như "đại biểu" chăng. Mà mãi cho tới lúc tôi gần quên mất, thì người đàn ông đó mới xuất hiện.

"Chú" Kè đem biếu ba tôi con gà. Gọi là đền ơn ba tôi giúp đỡ thuốc thang cho vợ chú. Lần nữa, ba tôi lại không có nhà, nên tôi và thằng em phải tiếp. Tôi đã vô cùng ngạc nhiên vì "chú" Kè không nói tiếng Việt giỏi như tôi tưởng, mà chỉ vừa đủ để người ta hiểu như ông Bảy Cúc mà thôi.

Tôi tự hỏi, vậy thì làm sao người đàn ông này có thể tán được cô con gái thị trấn? Vì vậy tôi đã tìm cách hỏi dò:

- Con gái chú chắc xinh lắm hả?

"Chú" Kè lắc đầu:

- Không, nó giống tui. Đen thùi lùi. Giống mẹ nó mới đẹp.

"Giống tôi mà không giống mẹ nó", có nghĩa tiêu chuẩn của "chú" Kè là… trắng. Tôi vốn nước da bánh mật, da bòng quân, da sô cô la, ở rẫy không giang nắng cũng đen như cột nhà cháy nên tôi đồng ý "quan điểm" của "chú" Kè, người có nước da trắng là người đẹp!!! Tôi nở nụ cười thân thiện:

- Vậy là hên nên chú mới cưới được cô phải không?

Người đàn ông cười lại. Nụ cười với hàm răng trắng tươi. Vẻ hiền lành và mộc mạc đầy chân tình. Lúc ấy dẫu tôi chưa bị nhiều pha tình phụ, nhưng vẫn có ý nghĩ, có lẽ người phụ nữ kia mới là người may mắn. Và tôi đã tin chắc với quân phục, với bottles de saut, với mũ nón tử tế, nếu có thêm khẩu súng colt, súng lục, hẳn con người này nhìn cũng ra "gì" lắm. Tôi mường tượng ra cảnh hai người tay trong tay, lãng mạn ở đâu đó như từng thấy trên phố ngày xưa. Chàng đi cạnh nàng trong quân phục chỉnh tề và nàng e ấp áo dài trắng, guốc cao…

Tôi nghĩ một ấn tượng thường để lại trong lòng con người rất lâu, dù tốt hay là xấu. Vì vậy đã "ấn tượng" với mối tình Kinh-Thượng này trong một thời gian dài, đã có những bức tranh, những tưởng tượng trong đầu rất khó quên, rất "cảm xúc".

Nên vì vậy, không biết bạn sẽ nghĩ như thế nào khi nghe "chú" Kè kể chuyện:

- Hông biết có hên hay là không. Mà hồi đó muốn cưới bả, mình phải tới nhà bả, nói chiện goài không được, cuối cùng mình phải đem tới một trái… lựu đạn.

Tôi trố mắt ngó người đàn ông trước mặt. "Chú" Kè tiếp tục:

- Mình phải dô nhà bả, bỏ lên bàn, mở cái chốt ra, rồi mình hỏi ông già bà già, là có cho cưới hay không, nếu không thì mình nổ luôn cho chết hết hết cả nhà cho… rồi!

Tôi... sững sờ. Không mường tượng nổi trong trường hợp đó, nếu mình là "mẹ vợ tương lai" thì có đủ can đảm để nói "không" hay chăng? Có dám chắc sẽ bảo vệ quan điểm" của mình cho tới cùng hay không!

Hôm đó tôi nhớ là tôi chỉ biết im như tượng, ngó "chú" Kè. Mãi cho đến lúc "chú" Kè nói:

- Phải không? Phải không? Chớ sao nữa???

Tôi cũng nhớ là tôi đã không thể mở lời, cho dẫu là buột mồm nói, chớ sao nữa…

24.

Nhà tôi ở thị trấn, bị ép giữa… hai giòng lịch sử. Như một miếng bánh mỳ sandwich, bên trái là nhà bà Năm chế độ cũ, có con trai là sĩ quan đi học tập cải tạo ở đâu đó, và bên phải là nhà bà Hai cán bộ. Bên nào mẹ tôi cũng không cảm thấy thoải mái để qua lại.

Bởi vì bà Năm già, khó chịu (dù chưa chắc hồi trẻ không khó!), đụng chuyện gì cũng mắng, và mắng rất to. Những từ ngữ bà xài, nghe qua là muốn… đổ mồ hôi hột. Chẳng hạn với một người nào đó, rõ ràng là… con người, vì trước có căn cước, sau có chứng minh thư, nhưng hễ không được lòng bà Năm thì tự dưng bỗng biến thành súc vật ráo nạo. Những người này sẽ là thằng "heo" thằng "chó", con "ngựa" con "trâu" hay bất cứ con gì mà bà Năm biết tên. Cũng có khi bà… hóa kiếp họ thành nửa nọ nửa kia y như… nhân sư, đầu trâu mặt ngựa, lòng người dạ thú, vân vân. Nhưng sợ nhất là con gái nhà lành mà làm bà Năm nổi giận, sẽ bị giáng xuống hàng… bán phấn buôn hương liền.

Hàng xóm ớn bà Năm. Gia đình tôi sát vách nên còn ớn hơn. Đặc biệt là khi bà Năm quất vài ly xị đế vô rồi thì chẳng còn sợ ai nữa, lúc điên tiết bà Năm sẽ chửi từ cán bộ phường xóm đến tất cả ban ngành các cấp không chừa ai.

Tuy nhiên theo sự nhận xét của mẹ tôi, ngó vậy chứ bà Năm chỉ độc miệng, lòng dạ không có gì. Mẹ tôi ngán nhà bên phải hơn. Và để cho chắc ăn, mẹ tôi "bế môn tỏa cảng" không qua lại với nhà nào.

Nhưng đó chỉ là… lý thuyết, vì dẫu không thích tới lui với hàng xóm, thỉnh thoảng mẹ tôi cũng phải đau khổ có mặt tại nhà bà Hai cán bộ để họp, y như phải hiện diện tại nhà bà "quẹt liễm". Bà Hai có chồng đi tập kết. Mặc dầu đã có vợ khác ở ngoài bắc, nhưng trong suốt "thời kỳ bị Mỹ Ngụy kìm kẹp", bà Hai vẫn trung kiên ủng hộ cách mạng và thủy chung chờ chồng, nên để đền bù cho… nạn nhân chiến tranh, ông chồng qua phường xã đưa một thứ giấy tờ chứng nhận gì đó nên nhà bà cũng được tính là gia đình có công với cách mạng. Trên vách nhà bà Hai treo mấy tấm bằng tuyên dương, đỏ đỏ vàng vàng với hình lãnh tụ và cờ tổ quốc nằm ở giữa dù ngó giống hệt bùa Lỗ Ban nhưng nói chung lại là cũng hết sức ngầu.

Trước khi chính sách kinh tế mới phát động triệt để, thì sát nhà tôi không phải là nhà bà Hai cán bộ, mà là một bà Hai khác. Có thể gọi đây là bà Hai… trung lập, bởi vì gia đình bà không có ai đi lính cộng hòa, cũng không có người tập kết hay đặc công… đặt mìn gì ráo. Bà Hai "trung lập" chỉ mắc tội… di cư, nếu như rộng lượng không tính thêm cái tội cô con gái út ngày ngày ru cháu ngủ, cứ hát oang oang những bài ca cách mạng với nhiều lời đã bị sửa. Như "Vàm Cỏ Đông cứt chảy đầy sông, có anh du kích chổng 'đích' lên trời", hoặc như đang mùi mẫn "cây lúa non chờ từng cơn mưa nhỏ. Cây lúa trổ chờ nước đổ trên nguồn. Cả quê hương rạo rực thơm đất mới", bỗng la làng lên như có ai siết cổ, "nhà nước ơi, ăn khoai mì ngán quá"…

Cô con gái út của bà Hai "trung lập" đang tuổi dậy thì, mặt mày không được kể là đẹp, nhưng khi nhìn sang cô chị kế, lại thấy có phần… đỡ hơn. Vì dù gì cô cũng hơn được cô chị ở cái dáng cao ráo. Đã vậy mặt cô chị lại đầy mụn. Hình như cô chỉ được cái hay cười, dễ làm quen, dễ nói chuyện. Tuy nhiên cao ráo hay thậm chí những nụ cười tươi cũng không làm bà Hai "trung lập" kiếm được điểm nào của quần thần phường khóm. Bà bị kêu tới kêu lui để trả lời tại sao không chịu chấp nhận chính sách của nhà nước. Gia đình bà thuộc diện phải được tẩy não tư duy về kinh tế, có nghĩa là cần phải đi… kinh tế mới! Nên mặc dù gia đình bà đã sống ở cái tỉnh lỵ đó từ lúc vào Nam năm 1954, vẫn bị thu hồi hộ khẩu. Theo lời chủ tịch phường là để trả lại sự công bằng cho tổ quốc.

Bà Hai "trung lập" đã phải bán nhà với giá rẻ mạt nhưng trong phường lúc đó chỉ có bà Hai cán bộ mới đủ tiền và đủ tiêu chuẩn để mua. Lúc nhìn nhà bà Hai "trung lập" lục đục thu dọn, mẹ tôi chép miệng nhận xét:

- Phải chi con lớn đẹp một chút, còn con nhỏ bớt vô duyên thì chắc là chưa bị đuổi ráo riết như vậy!

Thuở đó tôi còn ngây thơ, không hiểu mẹ tôi nói điều gì. Nhưng chưa kịp hỏi, mẹ tôi đã tự đính chính:

- Mà cũng không chắc nữa. Có người ở sát bên cạnh cứ muốn nới rộng đất đai nhà cửa thì có đẹp đẽ gì cũng bằng không.

Khi bà Hai dọn đi rồi, gia đình tôi hết còn phải nghe chương trình văn nghệ "nhảy dựng" mỗi ngày, nhưng thỉnh thoảng thì nghe bà Hai cán bộ than phiền. Trước hết là vụ cây dừa sát hàng rào, bà Hai nói mỗi lần nghe tiếng nó rụng lá, sợ muốn chết. Cứ như chúng đang rớt xuống mái tôle nhà bà. Mẹ tôi nói lá dừa khô rớt là rớt thẳng xuống đất vì nặng quá, đâu có bay như lá mít mà bà phải sợ. Bà Hai không thèm trả lời. Sau đó vài ngày bà lại nói nhánh chôm chôm chìa qua sân bên bà làm bà phơi đồ không được. Nhưng riêng cái vụ này thì tôi có phần thắc mắc, thấy hơi lạ, vì dường như bên bà chỉ phơi… đường chứ đâu có phơi đồ; và phải kể ra đường này là đường tán, đường cục. Bà Hai có cái sạp bán tạp hóa ngoài chợ, đường thường được phơi sương cho… nặng ký, tôi nghĩ nhánh chôm chôm nếu có chìa qua cũng chỉ làm rợp nắng thôi chớ đâu có hút hết hơi sương mà bà cũng không chịu!

Vụ thứ ba bà Hai cán bộ than phiền là cái miệng giếng nhà tôi tràn qua một phần đất của bên bà, làm cả nhà tôi đều ngạc nhiên vì không có ai để ý tới chuyện đó. Mà bà Hai "trung lập" trước đây cũng chưa bao giờ than thở. Mẹ tôi phân bua với bà Hai cán bộ cái giếng là do người chủ trước xây, khi gia đình tôi mua lại đã thấy sẵn như vậy rồi. Nhưng hẳn nhiên bà Hai cán bộ không chịu lý lẽ này, bà nói muốn gia đình tôi "giải quyết". Mẹ tôi nhẫn nại kỳ kèo:

- Cái giếng sâu quá, mấy thằng con trai tôi ở trong rẫy hết nên có bao giờ sử dụng tới nó đâu. Nước cũng cạn queo à chị, nên tụi tôi phải đậy lại lâu rồi.

Bà Hai cán bộ cau mặt:

- Vậy sao không lấp lại xong đập cái miệng giếng đi cho rồi?

Mẹ tôi đứng im nghẹn lời. Để lấp cho được cái giếng sâu hai mươi thước đâu phải chuyện giỡn chơi như lấp cái hố chó ị, biết lấy đâu ra cho đủ đất mà lấp lại. Nhưng nói sao cho lọt lỗ tai bà Hai cán bộ nên mẹ tôi đành thở dài quay vô nhà sau khi nhìn thấy bộ mặt hầm hầm của bà Hai cộng thêm lời dọa dẫm gì đó. Nhưng mẹ tôi chỉ vô tới được giữa lưng chừng nhà, rồi dừng lại ngó lên trần, cay đắng:

- Mua cái nhà với giá như ăn cướp, giờ lại còn lớn lối với mình… Thiệt tình, cái thời buổi gì mà kỳ lạ!

Cái thời buổi đúng là lạ. Mẹ tôi tức mà không dám nói. Than cũng không dám than lớn, mà chỉ chép miệng nói với chị em tôi rằng hôm nào phải triệu ông anh và mấy thằng em tôi về lấp cái giếng và đập xuống cho khỏi phải nhìn thấy cái bản mặt quạu đơ của bà Hai cán bộ. Tuy nhiên ngay sau đó mẹ tôi lại than không biết đi đào đất, xúc đất ở đâu.

Nhưng nói vậy mà bên tôi chưa kịp động tĩnh vì anh tôi và mấy thằng em không rảnh thì bà Hai "trung lập" ở vùng Kinh Tế Mới ra huyện mua thức ăn, ghé lại thăm, nghe mẹ tôi kể chuyện, bà Hai "trung lập" sửng sốt:

- Ủa, sao bác không xem lại giấy tờ nhà?

Mẹ tôi hỏi xem làm gì. Bà Hai "trung lập" trợn mắt:

- Ối, đó là phần đất thuộc về bên bác!

Mẹ tôi cũng trợn mắt. Bà Hai "trung lập" giải thích:

- Số là do ngày trước ông cụ chủ nhà cũ đã dời cái rào vào phía bác một tí để cái Tuyết nhà em có lối dắt xe ra đi làm bác ạ.

Thấy mẹ tôi còn đang ngơ ngác, bà Hai "trung lập" tiếp:

- Nhà em chật, nên xây cơi ra ngoài đến choáng hết cả lối đi, sáng nào ra vườn tưới cây, ông cụ cũng nhìn thấy cái Tuyết nhà em loay hoay với chiếc xe, thương tình mới dịch cái rào sang bên mình như thế. Đến lúc bác mua nhà, chả nói gì nên em chỉ dám mừng thầm trong bụng, rồi lúc bán cái nhà với giá rẻ mạt như thế, buồn quá em lại quên khuấy nó đi.

Mẹ tôi chưng hửng. Bà Hai "trung lập" tất tả:

- Để em sang bên ấy nói chuyện. Chứ ai đời lại có rào nào như thế bao giờ!

Trước khi từ giã, bà Hai "trung lập" dặn dò mẹ tôi:

- Nhá, bác cũng nhớ xem lại giấy tờ đấy nhá. Và phải làm cho ra lẽ chứ kẻo người ta tưởng bở rồi muốn nói gì thì nói.

"Người ta", chẳng biết có vỡ cái lẽ gì sau khi bà Hai qua nói chuyện không, nhưng sau đó đã cố không thèm nhìn qua bên tôi. Láng giềng, không mồng tơi không rau răm gì cả mà xem ra rất đắng lòng.

Riêng chuyện cái miệng giếng coi như là... không có.

Phía mẹ tôi, chắc có lẽ quá chán ngán, nên cũng không lục giấy tờ ra coi lại. Nhưng có lần buồn buồn, mẹ tôi nói, bây giờ không còn liên gia chòm xóm mà chỉ có khu phố, khóm ấp, rồi có tổ dân phố, cụm dân cư nên chắc tình chòm xóm láng giềng cũng lạt như nước ốc. Mẹ tôi thở dài:

- Người đối với người chắc có khi phải xét lại.

25.

Con chó nhà tôi là con Bi Lèm. Đúng ra nó chỉ được đặt tên Bi, nhưng chẳng biết sao lại thành ra Bi… Lèm. Có thể do thằng em kế út của tôi là chuyên viên sáng tác và xuyên tạc chữ nghĩa đã "sáng tạo" ra.

Thật ra gia đình tôi không có ý định nuôi chó, càng không muốn nuôi con Bi Lèm. Nên có thể gọi đó là… số phận. Chủ nó là ông anh chồng của chị tôi. Cũng từ miền trung chạy vô Nam, đem theo mẹ của con Bi Lèm. Khi anh mua cái rẫy gần thị trấn, chưa làm nhà nên phải ở tạm với gia đình chúng tôi. Mẹ con Bi Lèm có mặt trong nhà tôi là vì vậy.

Con chó này chẳng biết thuộc giống gì nhưng rất khôn, biết chủ biết tớ, biết giữ nhà canh cửa và vô cùng trung thành. Suốt ngày, khi anh đi làm nhà, nó lẩn quẩn ở sau nhà với mẹ tôi, hoặc nằm trước sân ngó ra cổng. Nhưng cứ chiều đến là lại ngồi mãi ở ngưỡng cửa để chờ anh về, y hệt con Hachiko nổi tiếng của Nhật. Chỉ cần nghe hơi hướm anh xa xa đâu đó, nó đã rối rít, đứng ngồi không yên. Anh kể chủ tớ đã quấn quít như vậy từ lâu lắm rồi nên đi đâu cũng ráng mang theo, không nỡ bỏ.

Mẹ con Bi Lèm… nết na như vậy, bỗng đùng một cái,

léng phéng chạy ra rào, "sao đó", rồi mang bụng bầu về. Mẹ tôi sợ anh làm nhà không kịp sẽ có lủ khủ một bầy chó trong nhà nhưng chẳng dám nói vì sợ mích lòng sui gia. Mẹ tôi chỉ căn dặn chúng tôi là không được "bày tỏ cảm tình" với đám chó con vì sợ anh sẽ không "giải quyết" chúng sớm. Nhưng cũng may là chưa tới ngày mẹ con Bi Lèm khai hoa nở nhụy, nhà cửa của anh đã xong, do đó chủ tớ từ giã chúng tôi. Trước ngày rời đi, anh còn cẩn thận hỏi chúng tôi có muốn nuôi một con để giữ nhà hay không để anh sẽ chọn ra con đẹp nhất, và dĩ nhiên là mẹ tôi đã ngọt ngào từ chối.

Nhưng người ta nói sự đời vốn không lường được. Nhà tôi không ai thích nuôi chó, nuôi mèo gì cả, vì ai không muốn thêm công thêm việc, vậy mà thình lình bên nhà bà Năm bị mất trộm, mẹ tôi bỗng nghĩ tới chuyện cần phải có một… bodyguard, nên tính tới tính lui một hồi, mẹ tôi "biệt phái" tôi và con em tới nhà anh xin về một đứa.

Tôi và con em ỳ ạch chở nhau lên rẫy. Nhưng thay vì chạy ngay qua nhà anh, hai chị em lại nằm dài bên nhà má lớn tôi ăn mít ăn xoài đã đời rồi mới tính tới chuyện qua hỏi xin con chó đem về. Ông anh chồng chị tôi ở gần rẫy má lớn tôi, nghe má tôi kể con Bi Lèm có một bầy anh chị em sáu bảy mạng và khen con nào cũng lanh lợi, khôn ngoan. Má tôi bảo lứa sau nhất định sẽ nói anh chọn cho một con đẹp nhất.

Hai chị em tôi nghe má kể như vậy mà chẳng đứa nào nghĩ ra bầy con chó con đã chẳng còn lại con nào. Lúc qua tới nơi, nghe anh nói người quen đã xin hết, chỉ còn sót lại một con xấu nhất, èo uột nhất chẳng ai thèm chọn mới chưng hửng. Và lúc đó mới nhớ lời má nói "đợi lứa sau". Tôi và con em đứng im ngó một hồi với cái vẻ mặt chắc có lẽ làm anh cảm thấy khó xử, áy náy lắm, nên anh e dè hỏi lại hay là để lứa sau. Hai chị em tôi ngần ngừ, bởi đứa nào cũng nghĩ tới chuyện thế nào mẹ tôi cũng cằn nhằn vì cái "mission impossible". Cuối cùng tôi "ra thông báo quyết định" đem về... đại. Ông anh bèn rụt rè an ủi:

- Nó... ngó vậy chớ khôn lắm.

Ngó vậy, nghĩa là con Bi Lèm không bảnh trai đã đành mà còn phải kể là xấu. Mặc dầu tôi không nhớ khi còn bé nó xấu như thế nào, nhưng lớn lên, con Bi Lèm... xấu thiệt. Nó lùn tẹt. Lông vàng không ra vàng, nâu không ra nâu. Cái đuôi ngắn, ở khúc giữa lại phình ra một cách hơi kỳ quặc như thể cái ống cao su bị phơi dưới trời nắng hoặc bị đặt gần nơi nào đó có nhiệt độ quá nóng, nên trương phồng lên. Nhưng phải nói tới cái mặt nó mới là... thôi rồi! Vì dung nhan con Bi Lèm sầu đời vô kể. Nó có đôi mắt nâu và trong như mắt loại chó pit bull, nhưng đuôi mắt kéo xệ xuống một cách buồn thảm. Đã vậy rất hiếm khi nó ngước mặt lên mà đi đứng cho hiên ngang hùng dũng. Con Bi Lèm lúc nào cũng rè rè rụt rụt như thể đang làm chuyện gì đó không được lòng chủ.

Nói chung lại, chẳng có điểm nào để ngợi khen con Bi Lèm về "nhan sắc". Nhưng nó là con chó dễ thương ngay từ lúc còn nhỏ. Không giống những con chó con hay nghịch phá, con Bi Lèm chưa bao giờ cắn giày cắn dép, chẳng hề đào đất bới cây, cũng chẳng đuổi gà đuổi vịt và nhất là không bao giờ la làng "cẳng cẳng" cả ngày như con nít. Con Bi Lèm hiền lành, hằng ngày thường nằm im một chỗ trông nhà. Đến bữa cơm, nó cũng chỉ lẩn quẩn hoặc... lấm la lấm lét ngó cả nhà ăn như sợ sẽ bị mắng. Và chỉ trừ lúc nghe tiếng vét nồi, cạo chảo nó mới "ư ư" vài tiếng đau khổ cho tới lúc mẹ tôi chặc lưỡi:

- Đừng có lo, tao cất sẵn một chén rồi.

Cho tới lúc này, tôi vẫn không nghĩ ra nổi là con Bi Lèm đã hiểu những lời mẹ tôi nói hay cứ nghe mãi, nó biết sau câu đó sẽ được cho ăn, mà cứ hễ được "trấn an" như vậy là nó sẽ nằm xuống và kiên nhẫn chờ. Sau này khi đi nhiều, sống nhiều, có đôi lúc tôi đã đem lòng so sánh kiểu kiên nhẫn chờ đợi của con Bi Lèm thật hết sức gentlement, lịch sự và… trí thức so với rất nhiều kẻ tự xưng là… người!

Nói thật là tôi không thích chó mèo gì cả, nhưng tôi cũng thương con Bi Lèm. Con Bi Lèm phận rủi, bởi nếu nó có mặt trên đời và lọt vào nhà tôi thời đất nước chưa nổi cơn gió bụi, gia đình tôi vẫn còn yên tĩnh làm ăn sinh sống như "người ta", thì cuộc đời nó nó đâu có khổ dữ thần ôn vậy. Tội nghiệp con Bi. Cực, nhưng nó hết sức trung thành, và biết bổn phận của mình. Lẽ ra con Bi nên được huân chương lao động hạng nhất vì chưa bao giờ vui xuân mà nó quên nhiệm vụ. Tôi nhớ trời tỉnh lỵ nhiều hôm mưa to gió lớn, mặc dầu mẹ tôi luôn luôn chọn một chỗ ấm và trải chăn để nó nằm, nhưng mưa thì mưa, gió thì gió, tối nào con Bi Lèm cũng đi vòng quanh nhà nhiều lần để canh chừng. Thỉnh thoảng nếu có heo con hay bắp lúa mới mang từ rẫy về, thì dù bị ướt đến đâu đi chăng nữa, nó cũng kiếm một chỗ nằm gần mớ "gia tài của mẹ" một cách hết sức cẩn thận.

Nhiều lúc mẹ tôi hay bảo thương nó như con. Mà phải thành thật khai báo là với kiểu bất tài vô tướng và làm biếng của tôi vào cái thuở đó chắc tính ra… không bằng nó quá. Vì một ngày tôi bị mẹ la ít nhất là hai lần, trong khi con Bi Lèm có thể được khen… ba lần.

Có một điều không hiểu tại sao chừng như bên tôi quý điều gì, thì bà Hai cán bộ lại thấy chúng đáng ghét bấy nhiêu. Bà "hằm" con Bi, nói với mẹ tôi, bộ trên đời hết chó hay sao lại nuôi con chó gì mà quá xấu xí lại còn… sủa dai.

Mẹ tôi đáp… lén sau lưng bà Hai là bình thường nó chỉ sủa vài ba tiếng, đủ cho cả nhà nghe mà thôi và chỉ sủa dai khi có tiếng tổ trưởng gọi đi họp dân phố! Vì như tôi đã nói, con Bi Lèm nhà tôi lịch sự lắm cơ mà.

Tuy nhiên vậy đó mà một bữa vừa thức dậy hai chị em tôi đã nghe mẹ mắng:

- Có mấy miếng đường lại không cất tử tế để con Bi Lèm lục gạc măng rê lôi ra đây tùm lum!

Con Bi Lèm ăn vụng! Con Bi Lèm mà ăn vụng? Tôi và con em trố mắt ra nhìn con Bi Lèm đang ngồi cạnh hai miếng đường tán trên sàn nhà bếp, chỗ mẹ tôi hay uống cà phê mỗi sáng. Nhưng dường như hai chị em tôi đều không cảm thấy buồn đau thân phận gì cả về chuyện bị mắng mà đang cùng "tư duy" về chuyện con Bi Lèm bỗng dưng đổi chứng. Thật cứ y như thơ Bút Tre. "Bỗng đâu tin sét đánh ngang. Đang khi lịch lãm chuyển sang… ăn vụng". Mà điều lạ là con này không ăn thứ gì khác, lại ăn đường. Mẹ tôi lớn tiếng ngăm đe hai chị em:

- Tối nay trước khi đi ngủ là phải lo đóng cửa gạc măng rê cẩn thận!

Rồi ngăm sang con Bi Lèm:

- Còn mày mà léng phéng một lần nữa là tao đem cho người ta đó nghe chưa?

Cả hai chị em tôi và con Bi Lèm đều bị án treo nhưng số phận con Bi được phân định rõ ràng, rằng hễ tái phạm sẽ bị tống ra khỏi nhà, còn hai chị em thì chẳng biết mẹ tôi sẽ trừng phạt như thế nào nếu chuyện này xảy ra lần nữa. Tôi nhìn chằm chằm hai miếng đường nằm kế cạnh nhau, còn nguyên vẹn chưa sứt sỉa chút góc cạnh nào, không biết nên… phân tích tình hình như thế nào. Nhưng gì thì gì, tôi nghĩ bụng, nếu thằng hư đốn này mà còn ngoan cố phạm tội, chắc thế nào tôi cũng sẽ đích thân ra tay trừng trị trước khi mẹ tôi kết án nó chung thân lưu đày. Tôi vốn thương nó ít hơn và cũng ít mềm lòng hơn con em tôi, nhớ hình như chưa bao giờ tôi "nựng", hay thậm chí vỗ đầu, xoa lưng nó một cái, trong khi con em tôi lâu lâu lại tắm rửa cho, rồi còn ôm cổ, hay bắt tay nữa. Có lẽ trong nhà, tôi là kẻ... máu lạnh, lãnh đạm nhất đối với con Bi Lèm. Tôi nói với con em:

- Phải dớt nó một trận cho chừa mới được.

Con em tôi làm thinh. Sáng hôm sau, tôi dậy sớm hơn thường lệ, trước khi mẹ tôi đi mua rau khoai về, để rình bắt kẻ làm hai chị em bị la. Nhưng vừa bước chân xuống tới nhà sau, tôi đã muốn la làng lên khi thấy cảnh con Bi Lèm nằm gác mặt lên hai chân, mắt ngó chăm bẵm vào... hai cục đường ở đàng trước mặt. Hai cục đường! Lại là hai cục đường! Tôi la lên, thiệt đúng là chưa thấy quan tài!

Tôi nghiến răng bước tới, định giơ chân đá nó một cái nhưng chưa kịp phản ứng gì, con Bi Lèm đã "gừ gừ" lên mấy tiếng rất... dễ nể. Hai hàm răng nó trắng ởn. Mặt mày hung tợn như sẵn sàng quyết chiến đấu với tôi. Một kiểu mà tôi chưa nhìn thấy bao giờ kể từ ngày nó có mặt ở gia đình chúng tôi. Cái tư thế con Bi Lèm đang nằm bảo vệ tài sản ngó thấy ớn muốn chết, y thể muốn nói nếu tôi lạng quạng... xâm phạm chủ quyền, nhào tới gần hai cục đường là sẽ bị nó "quằm" cho một miếng liền.

Tôi sực nhớ tới "lời thề son sắt" của mình đòi dợt con Bi Lèm nếu nó tái phạm mà mừng thầm trong bụng, bởi vì tôi chỉ nghĩ trong trí chuyện này chứ chưa nói với ai. Tôi đứng im ngó con Bi Lèm đang nhìn mình bằng cặp mắt... sát thủ một hồi, bỗng dưng thấy... quợn chè đậu quá nên bước ngược trở lại lên nhà trên.

Tôi vào nhà gọi con em, kể cho nó nghe và hỏi trước khi đi ngủ có đóng cửa gạc măng rê kỹ lưỡng không. Con em tôi ngồi choàng dậy:

- Sao không! Bộ muốn "tư lịnh" dũa toàn thân sao không đóng.

Tôi chậc lưỡi kể thêm chuyện con Bi Lèm đang ra sức bảo vệ hai cục đường. Con em tôi nhăn nhó bực bội nhưng rồi cũng trở dậy theo tôi xuống nhà sau. Tôi hỏi tính sao giờ. Con em tôi chép miệng bảo "để nguyên hiện trường" như vậy chờ mẹ về chớ sao trăng gì nữa, vì đâu có đứa nào dám thò tay vô lấy lại. Không nói ra nhưng hai chị em đều biết là phải chuẩn bị tư thế… hối lỗi, bởi thế nào cũng sẽ bị nghe mẹ mắng. Tôi nghiến răng vào nhau lần nữa:

- Phải bỏ đói nó vài ngày cho biết thân!

Con em ngó tôi:

- Bà ngon thì làm đi, coi mẹ "phải trái" với bà ra sao!

Tôi im. Bụng hầm hầm giận dữ. Nghĩ mãi không ra cách trừng trị thích đáng con Bi Lèm mà không bị mẹ tôi "phát hiện". Nhưng thình lình con em tôi bỗng la lên:

- Mà coi nè, cái cửa tủ còn đóng chặt như vầy sao nó lôi hai cục đường ra được?

Tôi quay lại nhìn. Quả thật phía sau lưng tôi, hai cánh cửa gạc măng rê vẫn đóng im ỉm. Cái chốt ở phía trên vẫn còn thẳng đứng, nghĩa là đang khóa. Con em tôi mở tủ ra kiểm soát một lúc rồi lại la to:

- Mấy cục đường còn nằm y sì đây mà. Hồi sáng hôm qua em mua có chừng này chớ mấy!

Tôi trố mắt bước tới nhìn cái thố đường còn nguyên vẹn đúng y như cái cách con em tôi vẫn thường cẩn thận sắp xếp. Tính con này vẫn ngăn nắp sạch sẽ chứ không bừa bãi như tôi. Và tiền không nhiều để đi chợ, nên nó vẫn nhớ rõ như in đã mua bao nhiêu cục đường.

Tôi ngớ ra, nhưng chưa kịp nghĩ ra điều gì, em tôi tôi đã bật cười lên khanh khách:

- Thấy mồ rồi. Như vậy chắc chắn là con Bi Lèm chui qua nhà bà Hai chôm về rồi…

26.

Thuở trời đất nổi cơn gió bụi...

Ba tôi qua xã, hỏi lý do tại sao nhà tôi bị đóng thuế nông nghiệp cao hơn những nhà khác, cán bộ xã trả lời:

- Gia đình bác trước đây không làm việc cho cách mạng, không tham gia công tác ủng hộ cách mạng, mà giờ vẫn được hưởng hòa bình như mọi người, được làm công dân nước cộng hòa xã hội chủ nghĩa Việt Nam thì nghĩa vụ đóng thuế là ân huệ của nhà nước dành cho gia đình bác, sao bác lại kêu ca?

Ba tôi nói đâu có kêu ca gì, chỉ hỏi tại sao cũng cùng một chỗ, ruộng rẫy giống nhau mà bên tôi bị đóng thuế cao hơn thôi. Cán bộ xã mở sổ thuế, chỉ cho ba tôi thấy ruộng nhà người dưới một mẫu còn nhà tôi thì nhiều hơn, nên "được" đóng mức thuế như vậy là công bằng. Ba tôi ngạc nhiên:

- Giấy tờ của tôi chỉ là một mẫu.

Cán bộ lắc đầu:

- Giấy tờ của bác chắc chắn là từ thời Mỹ ngụy. Ai mà tin được tụi thực dân đế quốc chớ! Ruộng của xã mình đã được "trên" xuống đo và ghi con số đành rành như vầy thì không thể nào sai được.

Ba tôi nghẹn ngào ra về. Đúng là "trên" đã có xuống xã thiệt. Nhưng hôm cán bộ huyện, cán bộ tỉnh tới, chỉ đứng ngó ngang ngó dọc chỗ nọ chỗ kia rồi ghi ghi chép chép mà không nói đi đo ruộng, cuối cùng cũng không đưa kết quả cho ai coi nên cả nhà tôi đều tưởng đó là đoàn tham quan hay nhà báo "đi thực tế" để viết bài về đời sống nhân dân. Mà đúng là kiểu… đi qua đi lại, ngó tới ngó lui của cán bộ trông nhàn nhã, thanh lịch y như các tài tử đang đóng phim Cánh Đồng Hoang, hay Mùa Gió Chướng gì đó, nên cả nhà tôi, không ai có thể "liên đới", "liên quan", "liên hệ" gì ráo tới cái công tác quản lý và đo đạc của cán bộ và nhà nước!

Ba tôi rời ủy ban xã, về tới chòi, buồn rũ người như không còn chút sức lực, nhưng bỗng dưng lại "ngộ" ra lời giáo huấn của cán bộ xã. Ba tôi nói như vậy thì chỉ có dân mới sai, còn cán bộ sẽ không bao giờ. Bởi vì nếu sai cán bộ sẽ được… sửa sai. Tôi hỏi:

- Nói vậy là dân luôn luôn sai, và khi kêu ca sẽ "được" xử lý nghiêm chỉnh phải không ba?

Ba tôi im lặng nhìn xuống đám ruộng với vẻ ngậm ngùi. Và ngậm ngùi một hồi, cuối cùng ba tôi đứng dậy não nề nhìn qua bồ lúa, nhìn công sức của mấy cha con đổ ra hằng bao nhiêu tháng trời, biết chắc chắn chỉ vài ba ngày nữa thôi là sẽ bị vơi đi không còn đến phân nửa. Ba tôi nói suy nghĩ mãi vẫn không biết cách gì để có thể thuyết phục được trưởng ban ban nông nghiệp xã. Tôi lại hỏi có thể làm đơn xin giảm thuế không. Ba tôi lắc đầu:

- Ba hỏi rồi, họ nói không được.

Mấy thằng em tôi rầu rĩ kể năm ngoái mấy anh em "rê" lúa rất sạch, và giải thích "rê" có nghĩa là phải đứng ở một chỗ có gió, sau đó bưng thúng lúa cao lên khỏi vai, rồi đổ chầm chậm xuống để những hạt lúa lép và trấu theo hướng gió bay đi chỉ còn lại hạt chắc. Cả ba thằng đều khẳng định là lúa mang đi đóng thuế nông nghiệp còn đẹp hơn cả lúa giống vì ba biểu phải lường trước những chuyện xấu, vậy mà mang tới xã, vẫn bị chê không tốt. Mỗi bao bị trừ một mớ. Ông anh tôi thở dài kể, cãi tới cãi lui cuối cùng vẫn không làm gì được mà có nguy cơ trở thành phản động, chống đối chính quyền, nên đành phải về.

Tôi hỏi bộ nhà nào cũng bị giống như vậy hay sao. Thằng em nuôi tôi lắc đầu:

- "Người ta" hay lắm chị ơi. Mỗi nhà họ chê một kiểu khác. Nhà không bị chê, thì khi cân lúa lại bị thiếu dù cột tràn miệng.

Tôi nhảy dựng:

- Sao kỳ vậy?

Giọng thằng em buồn thiu:

- Họ xiệc mà. Lúc cân, họ lấy chân đẩy bao lúa mình lên, ký bị nhẹ đi thì hỏi sao không thiếu.

Tôi trợn mắt:

- Bộ không ai biết cái mánh đó sao?

Thằng em nuôi tôi nhỏ giọng:

- Ai cũng biết hết chớ, nhưng không ai dám nói thôi. Vì ai cũng muốn yên thân. Thà "thí" một ít lúa còn hơn bị xã kêu lên kêu xuống, đã mất ngày làm còn hồi hộp không biết mình bị xử sao nữa.

Tôi ngớ mặt. Không biết nên nghĩ gì. Thằng em tôi chậc lưỡi:

- Bởi vậy mợ mới hay nói là "thời buổi" đó chị.

Mẹ tôi, bình thường nếu không xài hai chữ "thời buổi" để nói về những ngày tháng cả nước nhọc nhằn gánh trên vai, thì nữ sĩ sẽ đọc thơ Đặng Trần Côn "thuở trời đất nổi cơn gió bụi…". Bụi mịt mù. Từ trong nhà ra ngoài ngõ. Từ phố thị về tới núi rừng. Mẹ tôi nói sống giống như ở giữa những phong ba, nên bảo sẽ không làm thơ nữa.

Tôi nghĩ "thời buổi" và "gió bụi" đã giết chết hồn thơ của nữ sĩ. Nhưng về sau tôi lại lục ra trong mớ giấy nháp xếp gọn ghẽ trong hộc tủ, có những đoạn nữ sĩ vời vợi sầu:

Bán hết mà sao chẳng hết buồn
Vì cơn gió lốc thổi mưa tuôn
Ở đây đất đỏ, khu rừng vắng
Lặng ngắm dòng xanh sóng dập dờn

... Ai phổ cung đàn, ai nhỏ lệ.
Đêm buồn văng vẳng tiếng chuông xa...
(Thu Yên)

Nữ sĩ thổn thức một mình. "Bút nghiên dang dở sầu canh mộng. Chưa trọn niềm vui, bóng xế tà". Nhưng hằng ngày lại nhất quyết "thể hiện" bà mẹ ba đảm đang. Không đa sầu đa cảm, không bi lụy, không sầu đau nhân thế. Nữ sĩ… thực tế! Thực tế đến nỗi, so tới so lui, nghĩ tới nghĩ lui, mãi, tôi vẫn không thể nào hiểu nổi người đã làm nên những câu thơ "chừng bạc đầu trót qua mưa nắng. Áo phong trần trả lại thiên nhiên…", từng… thề thốt "đời của mẹ tìm vui trong nghiên bút" hay "bến tục mặc tình khua sóng gió. Tâm hồn thanh thản mộng văn chương" lại là người hằng ngày vẫn… la hai chị em tôi muốn oãi xương sống.

Tôi đã ngạc nhiên vì không hiểu sao thơ và người lại khác nhau đến vậy!

Khi hai chị em tôi kể cho mẹ nghe tỉ mỉ chuyện con Bi

Lèm chui rào "chôm chĩa" đường tán của nhà bà Hai nhưng mẹ tôi nhất định không tin. Con em tôi lý luận:

- Vậy chớ mẹ nghĩ ở đâu ra? Không lẽ hai đứa tụi con… chôm rồi đổ cho nó?

Tôi tiếp:

- Nó nằm canh hai cục đường không cho tụi con đụng tới y như canh báu vật. Nếu không phải là nó thì làm sao nó lại giữ khư khư như vậy.

Tôi chẳng biết mẹ tôi đã nghĩ gì, chỉ thấy cau mày, nhưng thình lình bỗng quay sang mắng tôi chuyện khác:

- Ai biểu lúc nào mặt mày cũng hầm hầm với nó, không thương nó thì lấy đâu mà đòi nó thương lại?

Tôi sụp mắt xuống đất. Cằm cắm thiếu điều đụng tới ngực. Vô cùng phật ý nhưng không dám cãi. Bởi vì mẹ tôi đã nói thể như hai chị em tôi đã "dựng chuyện", vu oan giá họa cho con Bi Lèm, và thứ hai là tôi có bao giờ… cơ cầu tình yêu của nó đâu mà mẹ tôi lại dùng chữ "đòi" trong trường hợp này. Hằng ngày nữ sĩ vốn vẫn giỏi chữ nghĩa, kể cả những lúc không làm thơ, hay nói đã bỏ làm thơ, lẫn lúc… la chị em tôi, vậy mà lại nói là tôi "đòi"!

Tôi phật ý, nhưng vì mẹ mắng thì tôi im. Hơn nữa chuyện hai cục đường mới là "sự kiện nóng nhất" trong ngày.

Chuyện kể ra khó có ai tin. Vì quá… impossible. Không chỉ xảy ra một lần, mà sang ngày hôm sau, vẫn y hệt như hôm trước, sáng thức dậy là tôi và con em vẫn thấy phân cảnh "gìn vàng giữ ngọc" với vai chính là con Bi Lèm nằm gác hai chân lên trước mặt, canh hai cục đường như canh tù, như canh của báu ở sau nhà. Tôi nói với con em, chắc nó đang đóng phim hành động, khoa học giả tưởng "anh hùng Lương Sơn... Bi", đi cướp của nhà giàu chia cho kẻ bị hà hiếp. Con em tôi bật cười. Nên sau đó mặc dầu bị mẹ la... thêm, hai chị em vẫn cứ rúc rích với nhau vì chuyện con Bi Lèm đi ăn cắp, mà không phải cắp cho nó mới... ghê!

Thêm vài hôm, mẹ tôi, cuối cùng không biết phải "lý giải" như thế nào về hành động của con Bi Lèm, cũng không thể giải thích cho nó hiểu làm như vậy là không đúng, và càng không thể cột nó lại vì nhiệm vụ của nó ban đêm là phải canh những kẻ manh tâm giống như... nó, nên đành thở dài than thở:

- Không lẽ cái thời buổi kỳ cục tới độ chó mà cũng biết đi ăn cắp đồ cho chủ!

Nhưng quả thật cái thời buổi kỳ cục, chuyện kỳ cục gì cũng có thể xảy ra. Ba mẹ con tôi không thể "giải mã" được chuyện con Bi Lèm trở thành... đạo chích, nhưng chuyện bà Hai cán bộ phơi đường cho ướt sương là để đường nặng ký hơn mà không cần phải xài những chiêu thức ăn gian khác như khoét lỗ cục cân rồi thêm chì bên dưới của loại cân đòn, hay kéo dãn, hoặc mài lò xo để chỉnh sửa cân bàn thì hình như ai cũng biết, mà lại không có ai dám nói. Nó hệt như chuyện cán bộ xã cân gian lúa thóc, chuyện các đầy tớ nhân dân của công ty thương nghiệp gắn nam châm phía sau cân tạ, hoặc đặt thêm miếng thép nhỏ gọi là "cựa gà" vào lỗ hổng ở phía sau cân đồng hồ khi thu mua nông sản hay gia cầm gia súc của nông dân để lấy "chênh lệch" sờ sờ trước mắt, ai cũng nhìn thấy, vậy mà cũng không ai dám mở lời.

Thuở trời đất nổi cơn gió bụi. Thuở con Bi Lèm nhà tôi chui rào ăn cắp đường, bị bà Hai cán bộ bắt tại trận nện mấy cây gậy vô lưng đi đứng muốn hết nổi, còn bị chửi là quân nọ quân kia, và thuở bà Hai cùng cán bộ xã, huyện xử dụng mọi mánh lới để gian lận từng miếng thịt miếng đường của dân nghèo nhưng không hề có một người dám lên tiếng, không một ai dám chửi hay tố cáo, đã xảy ra cùng một lúc với nhau.

Thời buổi! Không lẽ tôi lại xài hai chữ đó của mẹ tôi.

Nhưng quả thật, không "thời buổi", chớ còn sao nữa.

Khẩu hiệu đã treo khắp nơi.

"Vui lòng khách đến vừa lòng khách đi".

"Cân đong đo đếm đầy đủ".

"Lương y như từ mẫu".

"Trung với Đảng, hiếu với dân"..., trong khi dân khổ thiếu điều chỉ muốn tự tử!

...

27.

Mấy thằng em tôi thời cực khổ không có gì ăn vậy mà chẳng hiểu sao vẫn lớn phỗng phao. Mặt mày thằng nào cũng ngon lành. Chỉ mỗi tội giang nắng giang mưa nhiều quá đen thủi đen thùi. Lúc cười không lộ răng, gặp vào ban đêm chắc không mấy ai đoán được là người hay trụ, mà gặp ban ngày nhiều lắm cũng chỉ dám nghĩ đến cột nhà cháy đang di động là cùng. Lâu lâu tôi la, bắt mặc áo sống tử tế khi ra rẫy. Nhưng có thằng mặc thằng không. Có thằng tròng đại vô cái áo nào đó, có thằng làm bộ điếc không nghe. Tôi bực mình nói:

- Nhìn xa xa cứ tưởng tụi bây là con trai ông Bảy Cúc.

Thằng em kế út cãi lại:

- Người ta đẹp trai như tài tử, bà dám so sánh với Bảy Cúc!

Tôi bĩu môi:

- Ngó ba thằng bây rìu rựa mã tấu, trên người chỉ có cái quần đùi, chân thì không giày không dép mà đen bóng như thoa dầu, người ta không nghĩ có dòng dõi với ông Bảy Cúc mới là lạ!

Thằng em tôi tự tin, đã không chịu chấp nhận mình có "hình tượng" giống ông Bảy Cúc, thỉnh thoảng lại còn dám tuyên bố là người đẹp trai nhứt huyện.

Cái thằng đẹp nhứt huyện có cặp mắt long lanh, mi cong, đuôi mắt dài như con gái. Có nụ cười duyên dáng. Có mái tóc chấm ót lăn quăn sau gáy vô cùng nghệ sĩ. Thằng này còn biết đàn, làm thơ rất lãng mạn và hát cũng khá hay. Nếu khiêm nhường không dám liệt vào hàng tài tử giai nhân, thì cũng phải kể là "gì gì". Chỉ có điều bà chị nó là tôi, không chịu công nhận thằng em mình ngon lành. Tôi nói:

- Nếu không... cà lăm thì được.

Thằng em tôi nhảy dựng lên vì câu nói phũ phàng cà chớn của tôi, nhất là sau khi thằng em nuôi ngớ ngẩn hỏi:

- Cà lăm và nhan sắc thì đâu có gì dính dáng với nhau?

Cái câu hỏi của thằng này quả là rất xuất sắc để làm bùng lên một trận chiến vô cùng khốc liệt! Tôi có lợi thế hơn thằng em ở chỗ không... cà lăm nên chỉ chờ có cơ hội là nhảy bổ vào giữa câu nói của nó. Ngược lại, mặc dầu càng nổi sùng thằng này càng... cà, nhưng nhất định không chịu thua tôi câu nào, nên hai chị em tôi đã quyết chiến đấu với nhau còn hơn cả... star wars!

Đến nỗi cuối cùng ba tôi đã phải lên tiếng, tuyên bố kết thúc trận võ mồm của chúng tôi bằng một câu hiền hòa nhưng đầy năng lượng:

- Mấy chị em ngồi lại với nhau, thì học toán hay làm gì đó có phải là hay hơn không?

Lúc còn ở ngoài thị nhiều hơn ở trong rẫy, một tuần vài lần tôi làm "gia sư" cho hai thằng em út, toán và Anh văn. Y như nhạc Lam Phương, "dầu cho bao gian lao nhưng tình nghèo góp sức mà vui!", ba tôi hay đi qua đi lại ngó tôi giảng bài cho hai thằng với cặp mắt lấp lánh niềm vui và nụ cười nở trên môi. Tôi hay được khen là đã khiến cho bầu không khí ở chung quanh ấm cúng, dễ chịu hẳn đi. Ba tôi vô cùng hạnh phúc mà không biết rằng chỉ vì hai thằng em tôi chẳng những đã giỏi lại còn rất siêng, tôi chỉ cần giải thích qua một lần là xong nên làm gì có chuyện để tôi phải nổi cáu.

Ở ngoài thị, mấy thằng em tôi nuôi gà nuôi gà vịt để "cải thiện". Phía sau nhà tôi có khoảnh vườn nho nhỏ, lúc mới dọn tới, ba tôi đào một cái hồ định nuôi cá. Chắc có lẽ ba tôi đã tưởng tượng ra cảnh được hưởng thú điền viên, chiều chiều ra ngồi ngắm coi cá lội mây bay. Nhưng cuộc sống trong mơ của ba tôi, hẳn chỉ xảy ra nếu như đất nước không có gì thay đổi, nghĩa là khi anh tôi đã ra trường mở trại chăn nuôi, tôi đang du học đâu đó bên Anh, và những đứa em còn lại thì sắp sửa hay đã hoàn thành chuyện học hành, y như dự tính của ba tôi trước kia. Và những điều đó cũng có nghĩa là ba mẹ tôi vẫn còn rủng rỉnh tiền bạc, cuộc sống vẫn nhàn nhã thảnh thơi, mẹ tôi vẫn còn vui với văn chương thi phú…

Nên khi mọi thứ đã không diễn ra như mơ, nuôi được bầy cá mà không thể an nhàn thư thái ngồi uống trà nhìn ngắm chúng bơi lội, ba tôi cũng bỏ luôn cái ý định của mình. Bởi phía sau hồ cá lúc bấy giờ là cảnh mẹ tôi nếu không đang đổ mồ hôi hột nấu cháo heo thì cũng vất vả quét dọn luôn tay mà mùi phân heo vẫn còn phảng phất khắp nơi. Đã vậy lũ heo lại kêu eng éc suốt ngày khiến bầu không khí nên thơ lãng mạn trong trí ba tôi chắc chắn không cách gì tồn tại nổi, nên cuối cùng ba tôi đành ngậm ngùi để cho mấy thằng em xài hồ cá làm chỗ nuôi vịt!

Ba thằng em tôi nuôi bầy vịt ngon lành bằng cách ra chợ mua trứng về cho con… gà mái ấp dưới sự chỉ giáo của ông anh tôi. Anh tôi giải thích thông thường vịt nhà không biết ấp trứng, cách đơn giản nhất để có vịt con là dùng một cái lồng ấp, tuy nhiên thuở đó không điện đóm, lại không có tiền để "đầu tư", nên anh đề nghị… ăn hết trứng gà rồi thay trứng vịt vào. Anh giải thích thêm, trứng vịt cần thời gian ấp dài hơn, nên theo bản năng, khi đến thời điểm trứng lẽ ra phải nở nhưng con gà mái không thấy con, có thể sẽ ngưng ấp, hoặc nhảy khỏi ổ nhiều lần vì… sốt ruột, khiến trứng bị "chai" đi khi nhiệt độ thay đổi liên tục. Vì vậy mà anh bảo mấy thằng em tôi phải đi mua… trứng vịt lộn còn mới để tránh tình trạng xấu nhất có thể xảy ra. Lúc mấy thằng khệ nệ mang đống trứng về, tôi và con em cười hi hí:

- Sao không mua thêm bó rau răm cho tiện.

Ba thằng lườm hai con chị cà chớn mấy cái muốn đứt đuôi mắt. Cả tôi lẫn con em đều không thể nào tin hột vịt lộn sẽ nở ra vịt con, vì vốn đã không có kiến thức về… hột vịt lộn, chuyện gà ấp ra vịt nghe như giỡn chơi hay… cổ tích! Chẳng thứ nào nằm trong sự hiểu biết của chúng tôi. Nhưng mấy thằng em tôi hí hửng lắm. Ngày nào ba thằng cũng chạy ra chạy vô thăm chừng và chăm sóc ổ trứng rất kỹ lưỡng. Và ông anh tôi lại có dịp lôi sách vở và lý thuyết thời làm sinh viên chăn nuôi ra xài.

Bẵng đi một thời gian, hai mươi mấy ngày gì đó, thình lình một sáng, ba thằng cùng hè nhau… la làng ở sau nhà, hệt như đoàn quân chiến thắng đã trở về. Thằng nào thằng nấy mặt mày hớn hở, tươi rói như bông hoa vừa hé nhụy. Tôi và con em, khi nhào xuống nhà sau cũng reo hò theo. Bởi vì đã có một em vịt ngóc đầu ra khỏi cái trứng. Và sau đó là thêm lên nhiều em.

Tôi không nhớ có bao nhiêu trứng bị ung mà chỉ nhớ vườn nhà tôi có một bầy vịt con lúp xúp chạy quanh sân.

Bầy vịt vàng óng, dễ thương như trong tranh vẽ. Có

đôi con lốm đốm đen trên đầu như thể đội vương miện. Có con đen thùi lùi như... chủ của chúng. Nhưng vàng, đen hay đốm, con nào cũng mịn mướt hệt mặc áo nhung giống hệt nhau. Mắt tròn xoe lay láy, chân thấp lè tè, suốt ngày bầy vịt lủn củn chạy sau con gà mái. Riêng bà mẹ "thế vì" này thì không cần biết "trâu ai", chỉ biết "nghé mình" nên đã cẩn thận chăm chăm chỉ chỉ đào xới, kiếm trùn, kiếm kiến, "tục tục" luôn mồm và nhường cho lũ con từng tí chút. Lần đầu tiên trong đời chứng kiến cảnh mẹ gà con vịt, chúng tôi cứ phì cười, nhưng lúc bầy vịt lớn hơn chút nữa, thấy nước ở cái hồ cá của ba tôi bèn nhảy ùm xuống bơi lội trong khi con gà mái hoảng hốt chạy quanh hồ, đập cánh kêu la ầm ĩ như kêu cứu, thì đứa nào cũng ngẩn ngơ.

Mẹ tôi nói:

- Mẫu tử là vậy đó.

Bài học mẫu tử chỉ có mấy chữ với phần "minh họa" của mẹ con vịt-gà mà mẹ tôi nói tới, mãi cho đến mấy mươi năm sau, sau khi mẹ mất rồi chúng tôi mới nhận ra cách thấm thía. Nhưng vào thuở đó thì đường như chẳng đứa nào để bụng. Cứ hở ra là tiếp tục cãi nhau chí chóe và tệ hơn thế là vẫn cứ để mẹ tôi sớm khuya một mình.

Bầy vịt của hai thằng em tôi lớn nhanh như thổi. Ngoài trùn kiến con gà mái chịu thương chịu khó đào xới, thỉnh thoảng còn sà vô chỗ mẹ tôi cất nồi cháo heo để ăn ké. Tuy nhiên không như gà, bầy vịt quậy tuầy huầy cả cái sân sau, đụng chỗ nào cũng đào, cũng ủi. Đến mấy gốc chuối cũng không yên với chúng. Đã vậy chúng còn nhởn nhơ "phẹt" tùm lum, không ngán ai, không ngán mẹ tôi vừa la vừa đuổi như đuổi tà.

Nhưng mẹ tôi chỉ chịu đựng được một lúc. Đến giai

đoạn bầy vịt bước qua tuổi cập kê, bắt đầu mọc lông đuôi thì mẹ tôi hết còn chịu nổi. Bà không còn la mấy con vịt mà quay ra la tôi với con em vì không chịu dọn dẹp những bãi phân vương vãi khắp nơi. Và kế đến là ba thằng em. Mẹ tôi dọa, sẵn con dao thái chuối thái rau sẽ "chơi" cho đám vịt một phát nếu bị quấy rầy.

Ba thằng em tôi ủ rủ nhiều lần rồi quay sang rù rì rủ ỉ với ông anh tôi. Cuối cùng cả bốn đều tuyên bố sẽ đem bầy vịt đi bán.

Sáng sớm hôm sau đó, ba thằng thức dậy chia đàn xẻ nghé bầy vịt và mẹ gà, nhốt mẹ gà lại một chỗ và bỏ nguyên đám vịt con vô cái lồng tre, chuẩn bị chở ra chợ. Con gà mái mất con la làng chí chóe, chạy tới chạy lui trong lồng như muốn nổi điên. Nó húc tá lả chỗ nọ chỗ kia, đông tây nam bắc như thể chỉ muốn thoát ra để cứu bầy con. Nhưng tôi và con em lại ác nhơn thất đức, cười hi hí nói nó mà điên hơn chắc phải đem ra làm thịt và chọc ghẹo sẽ nấu món gì. Ông anh tôi lắc đầu bảo ít bữa nó sẽ quen. Anh cẩn thận cho nó nắm thóc thật ngon. Thêm một mớ ruốc khô và chút bột bắp. Anh nói nó ấp và nuôi con lâu ngày nên cần phải có chất để bổ dưỡng cơ thể.

Ba thằng em tôi lao động vinh quang, bán bầy vịt cũng vinh quang. Lời gấp năm gấp bảy lần so với tiền vốn mua mớ hột vịt lộn.

Và con gà mái thì vài hôm sau quên nỗi sầu mẫu tử chia lìa, bắt đầu thấy bớt xơ xác. Lông bắt đầu mướt trở lại. Sáng sáng mấy thằng em tôi thả con gà trống ra "dụ dỗ" gái một... lứa lọt bẫy tình. Con gà mái sởn sơ và cuối cùng cho ra mớ trứng mới.

Bỗng thình lình tới ngày con gà mái đã ấp trứng của mình được vài hôm, ba thằng em tôi và ông anh lại xì xào to nhỏ với nhau rồi lại mang về một mớ… hột vịt lộn. Mẹ tôi chưa kịp… la, thằng em út đã phân trần:

- Tụi con cho chỉ để cho tụi nó hơi trộng trộng rồi đem bán chớ không có như kỳ rồi đâu. Mẹ đừng lo!

Mẹ tôi nghẹn lời. Chắc chắn là không có "lo" gì hết, cũng không phải vì đã không thể ngăn chặn được ý định "kinh doanh" của mấy thằng con trai, mà trăm phần trăm là mẹ tôi đã thấy trước mắt là mình sẽ bị có thêm bao nhiêu là công việc. Và trong "tương lai" có lẽ sẽ còn mỏi miệng nhiều hơn phải la hai đứa con gái!

28.

... Về đưa gió thổi khô cành
Đôi xương lá mục rớt ghềnh nước trôi
Lặng yên từ một chỗ ngồi
Trăm điêu đứng dậy một trời ngược xuôi
Chiều trông mấy khói bồi hồi
Nhớ người xưa- điệu nhạc sầu xa xăm
Buồn đưa lỡ dịp trăm năm
Một con đường tối dặm ngàn nhớ nhau...

Thời mười sáu tuổi, anh của con bạn hàng xóm tôi có cái gác lửng, tới mùa thi tú tài, anh rủ mấy ông bạn cùng lớp về học thi. Bốn anh, trừ anh… hàng xóm, còn lại người nào cũng xinh trai. Có một người chơi đàn guitare rất hay, một người không biết có tài gì không mà chỉ… đẹp, cuối cùng là một người vừa cao ráo, mặt mũi thanh tú, dáng hết sức tao nhã và nghệ sĩ. Đã vậy lại còn biết thổi sáo. Tiếng sáo du dương lúc nửa đêm đó đã làm tim tôi vỡ ra làm mấy trăm mảnh. Chữ nghĩa bây giờ người ta gọi là "broke my heart" hay "my heart was broken" gì đó, thuở tôi mười sáu trăng mười sáu gọi là… thổn thức!

Cái gác lửng nằm phía sau lưng nhà hàng xóm, "điểm nhấn" của tôi dạo ấy, mãi vẫn là những hình ảnh, những kỷ niệm không bao giờ có thể tàn phai trong ký ức. Nên tôi cũng đã khệ nệ khuân nguyên mảng đời thuở ấy vào thơ văn sau này. Từ cửa sổ bàn học tôi ngó ra, vượt mấy ngọn dâu tây nhà bên cạnh, chiều chiều tối tối, không biết mấy anh có cố ý hay không, nhưng cứ liếc mắt là tôi lại thấy thấp thoáng các chàng tuổi trẻ tóc bay ngồi học bài hay đàn hát. Trời nóng chảy mỡ hay lạnh thấu da cũng thấy mấy anh ngồi ngoài hành lang như… trêu ngươi. Ca những bài ca nồng nàn. Hát những bài hát dễ thương khiến thuở tôi dậy thì trở nên ngọt ngào như một đóa hoa hồng chớm nụ.

Nhưng cũng thưở tôi dậy thì, sống trong nhà đông con nít như kiến, vì ngoài anh em tôi, ba mẹ tôi còn cưu mang anh em họ của chúng tôi, đi ra đi vô đụng đầu, muốn có khoảng không gian riêng tư đã quá khó, con em xấp xỉ tuổi tôi ngoài truyện con nít, truyện tranh đã không thơ phú lãng mạn chút nào hết, mà hình như còn có… mối thù truyền kiếp với con trai tuổi mới lớn, nên cứ thấy bộ dạng tôi xôn xao là nảy ra ý định đi… méc mẹ liền! Gần như tôi không bao giờ dám đem tâm sự loài chim biển ra nói với con nhỏ này. Những bài thơ tôi làm cho người con trai có mái tóc dài phủ gáy, có tiếng sáo ngọt ngào ai oán, có nụ cười dễ gây… án mạng ấy được dấu kỹ tận cuối hộc bàn, và những đoạn ký lâm li bi đát của tôi được ép ở giữa những cuốn sách dày tưởng sẽ được "bảo trì" tuyệt đối, vậy mà cũng bị đưa ra trước ánh sáng mặt trời.

Đóng góp cho "sự nghiệp" méc mẹ của con em tôi lúc đó còn có thêm con em họ. Nhưng con em tôi ngây thơ, không biết có nhận được chỉ thị của "trên" hay chỉ "giữa đường thấy chuyện bất bình chẳng tha" nên lon ton đi méc mẹ, trong khi con em họ lớn hơn tôi một tuổi, tính ra là… ranh hơn tôi, thuở ấy bước ra đường đã biết cười ỏn ẻn với con trai sau đó lại làm bộ nghiêng mặt che nón điệu đàng, vậy mà lại cố chặn đứng con đường tình tôi đi một cách rất đau đớn! Con này chẳng biết đã điều tra như thế nào mà biết rất rõ… anh nào là anh nào, và đã nói tên mấy anh cho tôi nghe, nhưng sau đó lại rù rì rủ rỉ mách mẹ tôi là tôi chỉ ngồi ở bàn học để ngó ra cửa sổ, chẳng học bài, làm toán gì cả!

Tôi "thầm lặng mối tình đầu" với chàng tuổi trẻ tóc bay thổi sáo không biết có hay bằng… Trương Chi hay không, và khổ sở chiến đấu với hai con em cho tới lúc mấy anh đậu tú tài và đi mất., thì tôi… thất tình! Nhưng như thơ Nhã Ca, "tôi làm con gái, buồn như lá cây. Chút hồn thơ dại, xanh xao tháng ngày" qua rất nhanh. Tôi quên tiếng sáo, tiếng đàn như quên mưa quên nắng. Và rồi lại "yêu đơn phương " thêm một, hai anh. Bạn ông anh. Bạn ông anh họ. Thằng hàng xóm. Thằng trong trường. Thằng ở… giữa đường đi học.

Lúc đó không cần phải đi trại sáng tác, không qua trường lớp viết văn gì ráo, tôi vẫn lòi ra một mớ… bài vè, và lủ khủ một đám thơ con cóc. Tôi lén lén lút lút gửi thơ gửi truyện đăng báo. Thơ của tôi chắc không ai đọc nhưng tờ Ngàn Thông của anh Quyên Di chọn đăng một hai cái truyện. Và tôi lại… lén lén lút lút cười hỉ hả nhưng đem dấu biệt những cuốn bán nguyệt san có bài của mình. "Đời nghệ sĩ" của tôi hiển nhiên trở nên… thầm lặng hơn cả những mối tình đầu. Và hẳn nhiên những bài thơ nhuốm mùi cải lương "tình phụ" của tôi cũng biến mất không còn dấu vết dẫu chẳng có ai "đòi" đốt phá hay tiêu hủy văn hóa phẩm đồi trụy!

Tôi quên các anh, quên những "người đi qua đời tôi" thuở mới lớn rất vội. Và có lẽ sẽ không bao giờ "hoài cố nhân" nếu không có cái thời bị vào rẫy, ruộng như vậy. Cuộc đời thay đổi, lớn hơn thêm lên đôi ba tuổi, những nỗi buồn của tôi không còn là buồn vu vơ khi người thổi sáo không còn trên hành lang nhà hàng xóm, mà đã lớn hơn, nhuốm "mùi thời cuộc" hơn. Thơ của tôi đã trở nên ai oán, thiết thê. Tôi trở thành một kẻ… bị phụ tình, thất chí thứ thiệt!

Cùng lúc, tính tình tôi bỗng đổi ra khó chịu, xét nét. Lúc nào tôi cũng muốn chẻ cọng tóc ra làm tư làm tám. Hắt hiu chốn núi rừng, tôi quạu quọ như con điên. Giờ mỗi bận nhớ lại, tôi vẫn tự hỏi không biết trong nhà có ai… ưa tôi trừ thằng em út ra không -mà thiệt tình chắc do thằng tính tình hiền lành nên ít đụng chạm với tôi, chớ cũng không phải vì tôi… đức độ, dễ thương gì.

Cái thế giới của tôi lúc đó ngập lụt trong những nỗi buồn triền miên. Cứ y thể cả nhà tôi, chỉ có mình tôi là người phải gánh chịu đau khổ. Cứ y thể cả miền nam chỉ có mình tôi là người phải sống trong đói nghèo. Tôi than thân trách phận. Tôi làm thơ, "về đây xa phố xa phường. Thôi con mắt mở nhìn phương mặt trời". Hết kêu gào "sáng ra chỉ thấy lá rơi. Chiều sa sương trắng chơi vơi xuống đồng…, tôi chuyển sang "sầu khuya tiếng thở một mình. Về đây tiếc nhớ phố thành xót đau. Về đây trông ngọn cỏ rầu. Hồn ta thì cũng một màu chàm pha…"

Tuy nhiên than vắn thở dài rồi cũng chỉ một mình tôi nghe, bởi vì không dám đưa ai coi những bài thơ sầu tủi, tôi bèn sướt mướt,

Chiều hôm qua còn nắng trên vai
Nhịp guốc khua trọn phố đường dài
Sáng hôm nay bừng hai mắt dậy
Phía bên ngoài cây lá phôi phai…

Phía bên ngoài vườn, ngoài rẫy, ngoài đồng ngoài ruộng…, cây lá chung quanh tôi phôi phai, ở trong nhà, tôi bực bội với cơ cực, cay đắng với số phận. Nhưng cuộc sống cứ tiếp tục trôi không nghỉ ngơi như câu hát thường hay nghe năm xưa, tôi cứ tiếp tục u hoài sầu đau nhân thế!

Và tôi vất vưởng ở chốn núi rừng như hồn ma bóng quế, chẳng giúp đỡ gì mấy cho ba và anh em. Sáng tôi nhìn mấy thằng em vác lúa theo ông anh qua xã đóng thuế, lúc về tới chòi mặt mày đỏ lơ đỏ lửng vì nắng, eo xèo như buổi chợ chiều đã tắt, lẽ ra không cần kể cũng biết chuyện gì đã xảy ra, nhưng tôi vẫn hỏi có chuyện gì vậy. Một thằng chịu không nổi nữa, bèn la lên mấy tiếng lớn trước khi nói:

- Biết ngay là thế nào cũng bị kêu là thiếu mà!

Tôi hỏi thiếu nhiêu. Thằng em nuôi chậc lưỡi, một tạ. Có thể nói lúc đó hình như chưa thằng em nào của tôi biết… chửi thề, nên cả ba thằng đều nổi sùng nhưng chỉ bóp trán, cằm cắm xuống ngực, buồn giọng than thở:

- Một tạ. Một tạ là bốn năm chục ký gạo chớ ít đâu! Mỗi bao lúa mà thiếu tới mười mấy ký có lạ đời không?

Mỗi ngày tôi nấu cơm ba bữa, một lon gạo độn hai lon bắp. Bữa sáng ít hơn bữa trưa và bữa tối. Một ký gạo chừng hơn ba lon đầy, nếu không độn gì hết thì một thằng em tôi dám "quất" nguyên ký chớ chẳng chơi. Nên tính qua tính lại, tính tới tính lui thì bốn năm chục ký gạo ăn cũng gọi là khá… lâu! Tôi xụ mặt:

- Chưa bao giờ dám nấu một nồi cơm trắng.

Ông anh tôi chợt phì cười:

- Người ta ăn, thì mình khỏi ăn chớ có gì đâu mà cô than.

Tôi trợn mắt ngó ông anh. Cái câu nói đầy vẻ "chịu thiệt" cùng nụ cười nhẫn nhịn làm tôi phát cáu với anh dẫu là cáu vô lý. Tôi la lên oai oái như có ai đang lụi một dao vào bụng mình một phát:

- Than thở cái gì chớ? Làm cực khổ quá mà phải đưa hết cho tụi nó ăn… Mà sao không có ai dám cự tụi nó hết vậy?

Mấy thằng em tôi mở mắt thật to nhìn tôi giận dữ. Như cả ba thằng đều không tưởng tượng được làm sao tôi có thể "phát biểu" một câu điên khùng tới như vậy. Mà ba tôi cũng im lặng không nói câu nào. Mãi một lúc sau chờ cho tôi bớt cáu, ông anh tôi cười hiền:

- Ai cũng muốn sống nên làm sao mà dám cự.

Lần này câu nói của anh làm tôi chựng lại. Đầu mũi tôi cay xé. Nước mắt ở đâu cứ ứa tuôn ra, chảy tràn xuống má. Tôi uất ức. Cảm thấy quá uất ức đến tức nghẹn. Tôi lặng người ngồi phệt xuống đất, không nói được nửa lời.

Chiều, ba tôi lại gần chỗ tôi nấu cơm, ngồi xuống bên cạnh dịu dàng hỏi con cần ba giúp gì không. Tôi đáp dạ không, có gì nhiều đâu ba. Ba tôi im lặng. Lát sau bỗng khe khẽ thở dài, nói bâng quơ:

- Ừ, cơm độn bắp, canh rau, muối sả, ngày nào cũng vậy mà.

Nhưng bất chợt ba tôi nhỏ giọng nói ba xin lỗi. Tôi ngạc nhiên ngước lên. Chạm phải đôi mắt ba tôi đang ngấn lệ, tôi giật mình:

- Sao ba phải xin lỗi? Có gì đâu mà ba phải xin lỗi?

Ba tôi chặc lưỡi, giọng buồn như không thể nào buồn hơn:

- Ba tính sai đường. Lẽ ra hồi đó phải dẫn tụi con chạy tiếp thì bây giờ mới không có đứa nào phải sống như vầy…

Tôi nghẹn ngào. Tôi không dám nhìn ba và không biết phải nói gì ngoài những chữ mẹ tôi vẫn thường dùng:

- Tại thời buổi mà ba…

29.

Mấy thằng em tôi triết lý không biết mấy xu, mà mỗi bận chơi cờ tướng với nhau khi bất phân thắng bại, thế nào cũng có thằng sẽ nói "cuộc đời vô định!"

Nhưng tôi nhất định không chịu chấp nhận triết lý vô định. Vì cuộc đời thuở đó không thể vô định được khi ai ai cũng chỉ có một con đường duy nhất, hoặc đen hoặc đỏ mà thôi. Và anh em tôi không thể đỏ vì các quan cận thần huyện phủ đã phê vô lý lịch là gia đình tôi không những không đóng góp gì cho công cuộc cách mạng, mà lại còn thuộc diện… đáng nghi. Quan chơi kiểu giết người không cần gươm dao gì ráo, hạ bút phê cái oạch, "lý lịch không rõ ràng"!

Nhưng dầu vậy tôi vẫn lỳ lợm không chịu tuân theo số mệnh chẳng phải do trời dành mà người dành, cố gắng hết sức vùng vẫy chiến đấu với cuộc đời. Tôi đổ công đổ sức, cố gắng vượt bức màn tối thui trước mặt bằng cách thi đi thi lại nhiều lần. Tôi không tin lời ông họ làm thành ủy nói "không được gì đâu em ơi". Tôi cứ đi thi cho tới lần cuối cùng, một cái trường không ai thèm nộp đơn là trung cấp sư phạm cũng không cho tôi một chỗ làm phước, tôi mới đành chịu thua, xếp bút nghiên lên đường đi làm rẫy.

Vậy mà rời phố xa phường vào chốn núi rừng trùng trùng điệp đó rồi, tôi vẫn không yên thân. Đang khi "ở ẩn", ngày ngày ngoại trừ mặt mấy anh em trong nhà, nhiều lắm chỉ thấy… Bảy Cúc và Hai Xồi, tôi bỗng nhận được cái trát lịnh về thị để làm công tác phường!

Những tháng năm tôi làm thiếu nữ, là những ngày vừa mở mắt ra chỉ nghe nhắc tới gương anh hùng về những người con của đất nước. Ôm mìn lấp lỗ châu mai, tẩm xăng đốt đồn giặc, giật mìn cầu Công Lý, ném bom tòa đại sứ…, những Giót, những Cầu, những Sáu…, những tấm gương sáng ngời ngời. Những kỳ tích tuyển nghĩa vụ quân sự không đủ ký phải lận lưng cục gạch, những vụ mùa năm tấn lúa một héc ta, vân vân và vân vân, thứ nào cũng chá là như vàng thợ mã. Và thứ nào cũng bừng bừng sục sôi như chảo dầu địa ngục.

Phận tôi càng ngày càng nhỏ nhoi, thảm thiết. Hôm tôi mò về tới nhà, chưa kịp uống miếng nước, đã nghe mẹ tôi kể phường nói tôi mà không làm nghĩa vụ đợt này thì gia đình tôi sẽ phải trả lời trước nhân dân. Mẹ tôi đã rét. Tôi cũng rét. Gì chớ đụng tới nhân dân là không yên rồi.

Nhưng phải thú thật là tôi đã thức gần trắng một đêm, nghĩ mãi vẫn không biết ai là… nhân dân trong phường tôi. Những thành phần như bà Năm chế độ cũ có con đi học cải tạo, bà Hai trung lập không chịu xác định lập trường, rồi bà Bảy đi ngược với đường lối chính sách quyết tâm theo chế độ tư hữu mỗi ngày gánh hai cái thúng ra chợ bán cá, hay ông Tư đậu hủ, sữa đậu nành sản xuất cá thể không chịu vào hợp tác xã vân vân, chắc chắn không thể được kể là nhân dân rồi. Gần tôi hơn là… ba mẹ tôi có con cái đi du học nước ngoài trước bảy lăm, lý lịch chắc nịch tiểu tư sản và không rõ ràng, trăm phần trăm càng không thể là nhân dân. Cuối cùng còn lại những người như bà Hai cán bộ, bà quẹt liễm, và một hai gia đình khác có công với cách mạng tôi không biết tên, thì có "mác", có "thương hiệu", có cầu chứng tại tòa, nhà nào cũng có bằng khen và bảng thành tích treo trong nhà đỏ chói chứng tỏ mình rất khác với những thành phần tôi vừa kể trên, vậy thì họ cũng không phải… nhân dân. Vì nhà nước gọi họ là đầy tớ nhân dân hay thành phần ưu tú của xã hội!

Vậy nhân dân là ai? Thiệt là bí hiểm! Tôi hoàn toàn không hề biết. Không thể nào biết được, nhưng "chốt" lại là một khi "nhân dân" đã muốn, gì thì gì, tôi bắt buộc cũng phải tuân theo.

Tôi "hiện hữu", vì vậy tôi bắt buộc phải ra phường trình diện. Thư ký phường ghi tên tôi vào cột… tự nguyện tham gia công tác và bảo tôi phải dự một tối học tập chính trị để am hiểu tình hình đất nước và thế giới trước khi lên đường thực hiện nghĩa vụ phường giao cho. "Trên" oánh trọng tâm vào chúng tôi, cái đám thanh niên nam nữ có tên trong hộ khẩu phường đang độ tuổi sừng trâu bao nhiêu cái cũng có thể bẻ gãy, nhấn mạnh rằng chúng tôi phải có "ý thức hệ", nơi đâu cần thì phải có mặt, nơi đâu khó thì phải giơ tay lên!

Tôi ra phường, ngồi lọt thỏm giữa đám thanh niên nam nữ vai u thịt bắp! Gần như chẳng ai biết tôi là ai. Mà tôi cũng chẳng biết người nào ra người nào. Tôi ru rú một góc nghe tình hình Cu ba đang phát triển, nghe Áp ga nit tan vùng lên làm cách mạng, nghe chủ nghĩa tư bản giẫy chết, chờ tan hàng sụp đổ.

Và rồi tôi lí nhí hô Cộng Hòa Xã Hội Chủ Nghĩa muôn năm theo mọi người, bởi vì nếu tôi không mở miệng, có thể "nhân dân" sẽ hỏi tại sao. Và tôi cũng đã mừng chủ nghĩa bách chiến bách thắng muôn năm. Bác và Đảng muôn năm. Chung quanh tôi không khí giống hệt như đang có đám cưới. Bách duyên hòa hiệp, trăm năm hạnh phúc!

Tôi về nhà chuẩn bị tinh thần và sức lực làm công tác. Sức lực thì không có và tinh thần hoàn toàn sụp đổ, sáng sớm hôm sau tôi vác giỏ xách qua phường. Không biết đứng đâu, tôi lớ ngớ một chỗ rất "khiêm nhường" là đáng sau cái cột, ngó người đi qua đi lại, đi tới đi lui. Tưởng không ai để ý mình, vậy mà một lát sau bí thư phường đoàn cũng "phát hiện" ra tôi. Đôi mắt ấy đã trợn đứng lên chĩa vào mặt tôi làm tôi phát hoảng. Phải thú thật là lúc đó tôi rất mong tia nhìn chằm quằm đó không phải dành cho tôi và cũng không phải là cái tia nhìn của một... thứ "cố nhân" không bao giờ tôi muốn gặp lại.

Nhưng "người" quả đúng là "cố nhân", một kẻ trong những kẻ thuộc chi đoàn cơ sở của huyện đã có mặt ở trường chúng tôi thời sau 75. Theo như tài liệu chuyên đề bồi dưỡng chính trị cho cán bộ đoàn cơ sở, thì "ở đâu có thanh niên, ở đó có sự định hướng chính trị, giúp đỡ, tư vấn, đồng hành cùng thanh niên của Đoàn Thanh niên cộng sản Hồ Chí Minh", lúc đó trường chúng tôi đã được huyện đoàn cử cán bộ xuống "giúp đỡ" mỗi tuần một lần, giảng dạy về đường lối của đảng và nhà nước. Lớp học chính trị khi ấy có lúc tập thể nguyên trường, có lúc riêng lẻ từng lớp. Nhưng riêng hay chung gì "tính chủ lực" cũng là lên án nặng nề tư tưởng tiêu cực, thói ăn bám, theo đuôi tư bản chủ nghĩa, tàn dư Mỹ Ngụy. Hẳn nhiên, "người" chính là cán bộ huyện đoàn lúc đó.

Có thể nói đến chín mươi phần trăm đoàn viên của chi đoàn đều có trình độ học vấn thấp thua những đứa ngồi bên dưới. Con số mười phần trăm còn lại là một đám thanh niên cờ đỏ, học hết lớp mười hai vẫn chưa biết cân bằng phản ứng đơn giản nhất, thậm chí cộng trừ nhân chia cho ra hồn có lẽ cũng cần phải xét lại. Nhưng họ đã rất hùng hồn và rất tự tin. Dùng vô số chữ nghĩa đao to búa lớn. Nhiều chữ tôi không kịp hiểu nhưng không dám hỏi. Sợ bị "oánh giá" không thấu triệt đường lối, không theo kịp trào lưu của xã hội.

Nhiệm vụ của cán bộ huyện đoàn là được "phân xuống" để giáo dục đám thanh niên niên quần chúng, vì vậy nhiệm vụ của chúng tôi là ngồi nghe. Không đứa nào dám nói nửa lời. Tuy nhiên sau này tôi nghiệm ra có những đứa sau đó đã lập lại, rập khuôn giống hệt những con vẹt, con chim sáo chim nhồng bị lột lưỡi chỉ vì muốn một chỗ ngồi trong trường đại học, muốn kiếm cái thẻ đoàn viên để dễ kiếm việc làm. Và điều tàn tệ hơn là chẳng mấy chốc chúng đã trở thành… ác mộng của chúng tôi!

Tôi và hai con bạn cùng lớp, vào độ tuổi vốn rất dễ làm người ta ngứa mắt, sống đúng ngay thời điểm… không có thuốc nhỏ mắt, bị cán bộ chi đoàn xốn xang khó chịu khi thấy ba đứa tôi xúng xính áo dài trắng hoặc áo chemise đi học. Gần như tuần nào chúng tôi cũng bị gọi tên dưới cột cờ. Những đứa cờ đỏ còn thêm mắm dặm muối, đường cát bột ngọt cho đậm đà. Lớp chúng tôi bị báo cáo chuyên hát nhạc vàng, nhạc nhà thờ. Ba đứa tôi bị nêu đích danh ăn mặc không đúng tác phong đạo đức thanh niên xã hội chủ nghĩa, không thể hiện nếp sống mới, không muốn xây bỏ tư tưởng đồi trụy!

Bị mắng thì nghe, bị gọi tên dưới cột cờ thì nhận, nhưng có lần nghe hoài cũng bực, thêm nữa còn bị thầy cô giáo chủ nhiệm nhăn nhó bảo tụi bây làm ơn đừng để lớp không được danh hiệu "tiên tiến", tôi bỗng nổi cáu, cãi lại:

- Tụi em không có chọn lựa nào khác. Ba mẹ em không có tiền thì lấy đâu quần đen áo bà ba để mặc?

Và rồi tôi nhấn mạnh:

- Lẽ ra thầy cô phải binh vực tụi em mới phải chớ!

Thầy chưa kịp trả lời, con bạn tôi nhảy vô nói liều:

- Sang năm em nghỉ học nên giờ này có gì em mặc nẩy. Em không cần làm học sinh của lớp tiên tiến. Em mặc kệ ai muốn tiến thì cứ tiến!

Tội nghiệp ông thầy chủ nhiệm của chúng tôi có lẽ đã không biết phản ứng như thế nào nên tròn mắt lên ngó ba đứa. Về sau này, khi đã ra đời và hiểu biết thêm đôi chút, tôi mới nhận ra là chính các thầy cô cũng phải chịu đựng những điều tương tự thì làm sao có thể binh vực cho chúng tôi.

Cái huyện lỵ tôi ở vào cái thời… bế môn tỏa cảng, nội bất xuất ngoại bất nhập, theo văn kiện Đảng toàn tập là để thực hiện công cuộc "cách mạng quan hệ sản xuất có nội dung cơ bản là cải tạo các thành phần kinh tế tư nhân, cá thể, biến chúng thành các thành phần kinh tế quốc doanh và tập thể - gọi chung là cải tạo xã hội chủ nghĩa", nên không được phép mở quán cà phê, quán nước. Không cần ai cấm, vụ "uống ly chanh đường uống môi em ngọt" hẳn nhiên là không có, suốt ngày đi ra đi vô chỉ được nghe giải trí từ loa phường, cùng mắc võng trên rừng Trường Sơn hai đứa ở hai đầu xa thẳm. Nghe thêm, em hướng đông còn anh bên hướng tây hai đứa cùng xây chung một ngôi nhà, lãng mạn vượt hơn cả Holywood. Thanh xuân tôi èo uột những hình ảnh thợ nề thợ làm đường cầu cống. Thời đẹp nhất, thơ mộng của đời người, tôi đắm chìm trong cô gái Pa Kô, bóng cây Kơ Nia, chiếc mũ tai bèo…, và phải sống trong cái phường nhìn đỏ mắt mới ra một đứa học trung học, tôi đã đứt đường dây lãng mạn. Tới lúc đi công tác phường, tôi mới càng… hỡi ơi hơn!

Từ trong rẫy về đi công tác phường, biết là chẳng có gì vui rồi, nhưng nghe phường gia ân cho vô lại trong... rừng thì tôi muốn chảy nước mắt. Cái rừng này chỉ khác là nằm phía nam cái rừng kia. Có vẻ... rừng thiêng nước độc hơn nhiều. Và công tác chúng tôi là chặt cây, phá hoang để xây dựng một khu kinh tế mới hoàn toàn... mới. Mãi cho đến lúc vô tới nơi, tôi mới khám phá ra nó khác hơn chút nữa là con suối. Sau này tôi bật ra được bài thơ, "trông con suối chảy về phố thị, ngồi bên cầu nhắn nước mây trôi..." , nhưng mỗi bận nhớ tới nó là tôi lại dựng tóc gáy!

Bởi lúc đó tôi sợ thằng huyện đoàn thì chớ mà còn đã phát hoảng khi thấy phường phát cho chúng tôi một mớ rựa và cưa, cùng một lũ nồi niêu soong chảo. Trưởng ban thanh niên phường nói, cưa rựa "phân" cho người trực tiếp phát hoang, chặt cây, đốn rừng, còn nồi niêu soong chảo dành cho anh nuôi, chị nuôi.

Tôi hoa mắt, đứng lặng một chỗ, không biết mình bị sẽ rơi vào "trường phái" nào bởi không biết tôi sẽ làm gì với cái rìu cái rựa, nói gì tới cái cưa! Ở trong nhà, ông anh tôi và mấy thằng em có bao giờ để cho tôi làm những chuyện nặng nhọc hơn xách một thùng nước, chuyện cưa rựa là không thể rồi! Lúc tôi đòi tập gánh nước, ông anh tôi cứ nhắc chừng đừng để bị oằn vai, và sau đó mỗi ngày dầu tôi chỉ gánh một đôi từ giếng lên, mà nhiều lúc mấy thằng em cũng bảo đừng làm.

Tôi đã đứng sững ngó đám rìu rựa như ngó quái vật, cả lũ nồi niêu soong chảo cũng không kém gì. Bởi vì chúng rất to và bẩn thỉu như những cái máng heo. Mà kể cả máng heo, mẹ tôi cũng chà rửa rất sạch chứ không như những thứ "duy vật" ấy. Chỉ mới nghĩ tới phải ăn từ những mớ nồi niêu soong chảo đó, tôi đã nổi da gà. Tôi bồn chồn ngó quanh ngó quất. Vừa sợ vừa cảm thấy bơ vơ và lạc lõng như thể mình đang bị bắt cóc. Cả đám thanh niên nam nữ, không hề có một đứa mở miệng ra cười với tôi nửa nụ. Chào hỏi hay trò chuyện là mơ cung trăng bởi nhiều đứa đã nhìn tôi giống như nhìn một vật lạ rơi từ trên trời xuống.

Và cuối cùng, một thằng không biết do đám thanh niên "đề cử" hay bản thân bỗng dưng nổi máu anh hùng muốn gây chiến, nghinh ngang tiến tới trước mặt tôi, ngó thẳng vô mắt tôi rồi gặng giọng hỏi:

- Làm được thứ gì không mà cũng bày đặt đi công tác?

Phản ứng tự nhiên, tôi nhíu mày nhìn lại. Trong thâm tâm tôi lóe lên câu hỏi, không lẽ cái thằng này tưởng tôi đang hân hoan vì được đi công tác phường hay sao chứ? Hay nó nghĩ tôi đang cảm thấy hết sức vinh hạnh vì đã đứng chung hàng ngũ với nó trong chuyến đi này? Như thể chính bản thân chúng tôi đã "đòi" được sống dưới chế độ đó, "đòi" được trở thành những loại thanh niên như vậy.

Cơn giận tràn lên mặt. Tôi thật lòng chỉ muốn đấm vô cái bản mặt câng câng cáo cáo của thằng răng hô mặt rỗ này một cái, hay lớn tiếng chửi một câu gì đó thật tàn nhẫn. Nhưng đồng thời tôi cũng kịp nhận ra là không thể nào làm như vậy được, nên tôi mím hai môi, răng nghiến thật chặt, hai tay nắm cứng lại với nhau như có gắn ốc vít. Sau cùng tôi trừng mắt lên nhìn thẳng vào hắn.

Năm bảy giây qua đi, không biết cái nhìn của tôi lúc đó có tỏ ra "tính cách" nào, thách thức, căm phẫn hay vì hắn cũng cảm nhận ra không thể làm gì hết trong "tình huống" đó nên chỉ lừ lừ mắt rồi quay đi. Bản thân tôi, ngay sau đó cũng sụp mắt xuống. Tôi đã nghĩ tới cảnh sẽ vừa bị cán bộ phường đoàn "đì" vừa bị đám thanh niên nam nữ "ghim" mà muốn nổi da gà.

Tuy nhiên cuộc đời, quả như… cải lương nói, rất bất ngờ và rất… y sì như cổ nhân từng phán, rằng "trường đời" dạy con người ta nhiều thứ ngon lành hơn trường học! Vì chuyện tôi tưởng cán bộ phường đoàn sẽ la hét lớn tiếng với thanh niên y hệt như ngày trước vào trường lớp chúng tôi hoàn toàn không xảy ra. Chiều chiều tối tối cán bộ đoàn đã tham gia ca vọng cổ, những loại vọng cổ, cải lương không lấy gì làm… cách mạng, như Nửa Đời Hương Phấn, Thuyền Ra Cửa Biển, Võ Đông Sơ Bạch Thu Hà… Đã vậy cán bộ còn kể chuyện tiếu, chuyện tục và cười giỡn hô hố với đám thanh niên, bất kể tụi con gái chúng tôi ngồi gần đó.

Tôi đâu có hiểu là khi đi học, chẳng có đứa học sinh nào dám lận lưng con dao, cây mã tấu, cũng hiếm đứa nào to con vạm vỡ để cán bộ phường đoàn phải nổi rét trước cảnh… "nó có súng mình có dao găm"! Và học sinh chắc chắn là sẽ không dám "nó bóp cò mình nhảy vô đâm".

Tôi cũng không nghĩ ra được rằng trong "quá trình đi công tác", cán bộ nhiều lắm chỉ có hai tên, mà đám thanh niên thì một lũ! Không "hoà nhập", không dịu giọng, chỉ cần đôi ba thằng thanh niên nào đó nổi điên lên là dư sức đi đoàn tụ với Bác và Các Mác, Lê Nin dưới suối vàng!

30.

Nhà bà đậu hũ nằm phía bên trái con đường tôi đi học hàng ngày. Hai lượt đi, về. Phía trước sân nhà bà đậu hũ hơi trống nên đám thanh niên trong phường hay tụ tập, hút thuốc lá, nói chuyện cà rỡn. Lâu lâu buông ra vài câu chọc ghẹo đám con gái ngang qua. Tôi ít khi bị chọc ghẹo vì nhan sắc đã không nghiêng thùng đổ nước gì ráo, mà còn vì tôi ghét cái thói chợ đò, mỗi khi ngang qua đó là mặt mày tôi lại sưng lên. Quạu đơ.

Sống ở huyện lỵ ít lâu, bị đi họp đi hành tổ dân phố cũng nhiều, nên mẹ tôi biết bà đậu hũ bán cả bã đậu. Thỉnh thoảng mẹ tôi bắt hai chị em tới đó mua về cho con heo nái. Tôi khổ sở đoạn đành, ít khi nào chịu đi. Nhưng những lúc con em tôi bận hay cũng… dở chứng sao đó, thì tôi vẫn phải vác xác tới. Tôi nhớ hình như cả huyện lúc đó, chỉ có nhà bà đậu hũ là bán bã đậu. Phần lớn người ta giữ lại cũng để nuôi heo và làm phân bón.

Nhà bà đậu hũ có cô con gái trạc tuổi con em tôi. Đã nghỉ học ở nhà phụ mẹ nấu đậu và mang ra chợ bán. Khi tới mua bã đậu nếu may mắn thì gặp cô này, không phải chờ lâu. Bằng ngược lại, mười lần hết chín, bà đậu hũ sẽ vừa nấu đậu vừa mắng con, vừa quét nhà xoành xoạch vừa la chồng, nên thường khi sẽ quên mất khách là tôi, đang đứng xớ rớ với cái xô ở góc hiên cho tới rã chân mới được "phục vụ". Nhưng đó vẫn chưa phải là nỗi đau xót lớn lao gì của tôi, chẳng "đời tuôn nước mắt, trời tuôn mưa" gì ráo, mà phải nói tới những lúc đám con trai của bà có mặt ở nhà mới là… quợn chè đậu.

Tôi có thể nói cá một ăn mười, là chẳng có đứa nào trong đám con trai bà đậu hũ đem lòng ưa thích tôi. Nhưng rất quái gỡ, rất kỳ cục là tên nào cũng chăm chăm nhìn tôi. Lắm lúc nhìn thẳng mặt, lắm lúc nhìn lén. Lắm lúc tỉnh bơ đi ngang qua mặt tôi rồi ngoáy đầu lại chiếu tướng một phát vào giữa "nhân diện" tôi, và lắm lúc ngồi ỳ một chỗ đâu đó trong cửa sổ, đưa mắt "trực chiếu" mà không sợ bị chê bất lịch sự. Về sau này, tôi mới nghe nghe "Ex" của tôi quen với một thằng kể lại, là đám con trai nói tôi cái mặt kên xì po nên muốn ngó để coi tôi kên… cỡ nào !

Tôi không nhớ nhà bà đậu hũ có mấy thằng con trai, làm cái quái gì trong xã hội. Nhưng biết một tên chơi đàn ghi ta. Đi học ngang nhà, hay đi mua đậu hũ, thỉnh thoảng tôi nghe tiếng đàn tiếng hát vọng ra từ trong cửa sổ, "Hôm qua tôi đến nhà em ra về mới nhớ rằng quên cây đàn". Từng tưng! Tôi và con em gọi đó là công tử đậu hũ và nói với nhau, may mà "cây đàn còn đó, em tôi đâu rồi" chớ ngược lại em vẫn sờ sờ hiện diện nhưng "đàn tui đâu rồi" mới là đau đớn!

Mối tình của công tử đậu hũ có lẽ cũng thơ mộng, nên lâu lâu công tử lại nhã nhạc phừng phừng, "tôi ca không hay tôi đàn nghe cũng dở nhưng nàng khen thật nhiều". Tuy nhiên cuối cùng một hôm tôi bỗng nghe công tử đòi "đập vỡ cây đàn, giận đời đập vỡ cây đàn". Giọng ca nghe rất ai oán. Người ơi! người ơi! Tôi về nhà nói với con em chắc công tử bị phụ tình thiệt và hận người đổi trắng thay đen thiệt! Vào thuở đó, nhà bán đậu hũ, bán thêm… bã đậu và làm rẫy, có thể kể công tử không thuộc loại là "anh nhạc sĩ nghèo" như lời bài hát, nhưng không thể chối cãi được là công tử thuộc loại phận trai trời bắt xấu. Đã đậm người, tướng tá coi không hay ho chút nào, mặt mũi công tử lại tùm lum tà la mụn trứng cá. Tôi ác ý nghĩ người con gái nào đó có thay đổi trắng đen "âu cũng là số phận"!

Đúng lý ra tôi không biết được nhan sắc, nhân tướng của công tử đậu hũ xấu đẹp ra sao nếu như không bị phường bắt làm công tác, bị chia vào chung một nhóm. Và ở cùng tổ dân phố, nên lại còn bị ăn chung mâm, không biết bao nhiêu lần phải đối mặt.

Phải nói là ngày đầu tiên tôi khó chịu vô cùng. Không chỉ với riêng thằng này mà với tất cả mọi đứa thanh niên của phường. May mà có một chị trông rất hiền lành, dễ thương đến ngồi cạnh thỉnh thoảng trò chuyện đôi câu khiến tôi thấy đỡ ra. Sau bữa cơm chị hỏi có phải tôi quen với chị họ của chị không. Tôi ngạc nhiên vì chưa từng thấy chị bao giờ. Chị bảo chị ở trong rẫy, lâu lâu về nhà và có thấy tôi ngang qua, cũng như có thấy tôi nói chuyện với chị họ của chị. Tôi "à". Chị họ của chị là người trang lứa duy nhất trong phường mà tôi trao đổi, "hội thoại" mỗi bận phải đi họp tổ thay cho mẹ tôi.

Cái cách nói chuyện nhỏ nhẹ của chị khiến tôi yên lòng. Tuy nhiên sau hai năm sống dưới "thiên đường", chứng kiến tận mắt nhiều cảnh đời và nghe cũng đầy hai tai những chuyện khó tin nhưng có thật, tôi vẫn để lòng e dè với tất cả mọi người, không riêng gì với chị…

Trước khi tóm đám thanh niên trai tráng và đám con gái khỏe mạnh đi chặt cây phá rừng, phường triệu chúng tôi tới để "bồi dưỡng" một buổi tối học chính trị, để phát huy tinh thần yêu nước, phục vụ đến hơi thở cuối cùng. Đồng thời để ngăn ngừa hành vi phản động, phường "phát" thêm một du kích đi theo để "bảo vệ" chúng tôi. Chàng du kích tóc quăn, vẻ mặt hơi giống... ông Bảy Cúc, nghĩa là quắt queo và đen nhẻm, nhưng có cây AK 47 đeo kè kè bên hông trông rất oai. Trong khi chúng tôi ủ rũ như những con mèo mắc mưa thì chàng du kích miền đông nam bộ vẫn tí tởn đi tới đi lui hát hò một cách vô cùng phấn khởi hồ hởi!

Cái kiểu cách đó của chàng du kích không biết làm người đứng cạnh tôi thấy khó chịu đến đâu mà chị quay sang tôi khe khẽ nói, chắc họ muốn giám sát mình mới cử thằng này theo. Tôi dạ. Nhưng thật tình không dám trả lời câu nào, cũng không dám tỏ ý tán thành. Không cần... đội cái mũ ni nào lên đầu, tai tôi vẫn được che kín mít. Tôi thực hiện "chế độ ba không", không thấy không nghe không biết, đứng im nghe bí thư phường đoàn gân cổ giảng bài đạo đức cách mạng.

Tập họp, nhưng không phải chỉ điểm danh mà điểm mặt, trước khi hoàn tất mọi thứ thủ tục để "bàn giao" đám thanh niên thanh nữ ô hợp cho ban quản lý hay gì gì đó, bí thư đã ra sức "khuyến mãi" thêm một bài học về nếp sống thanh niên dưới chế độ xã hội chủ nghĩa ưu việt, ý thức chấp hành chỉ thị và phát huy truyền thống cách mạng của cha ông để lại dù chả biết đó là thứ truyền thống gì, ông cha nào. Mặt bí thư rạng ngời và hết sức... tự hào, không biết vì đã xử dụng được hết tất cả những chữ nghĩa kinh điển hay vì hoàn thành nhiệm vụ "trên" giao cách ngon lành là qui tụ được một đám thanh niên quần chúng lại với nhau. Tuy nhiên ngoài... tôi, vì quá hãi và không muốn tán gẫu với ai, gần như chẳng có thanh niên nào lắng nghe bí thư nói gì. Mà thật ra chính tôi cũng không nghe được gì rõ ràng. Bên tai tôi tiếng loa phát thanh và tiếng người ồn ào như chợ vỡ, lấn áp mọi lời kêu gọi, hiệu triệu, và trong lòng, đầy ngập ngổn ngang cùng chán ngán.

Tới gần trưa, cả đoàn người mới được lịnh xuất phát. Đi đầu cũng là vài ba thanh niên khỏe mạnh kéo dăm chiếc xe "cải tiến", loại xe xúc rác ba bánh, đựng nồi niêu soong chảo mà lúc di chuyển đồ đạc lủ khủ cứ chạm vào nhau, phát ra những tiếng kêu leng keng như xe bán cà rem, kẹo kéo. Đi sau là đám thanh niên lê thê lếch thếch như một đoàn tù. Và bên cạnh là cán bộ phường đoàn và chàng du kích có súng. Không biết ai đã khởi xướng, mà toàn bộ... ban ngành đoàn thể, hậu cần, tiên phong, truyền thông, văn nghệ..., đều phải hát to "Bác đang cùng chúng cháu hành quân".

Tôi muốn... ná thở. Từ lúc nghỉ học đến lúc đó, không còn phải hát đầu giờ cuối giờ gì ráo, đi làm rẫy, càng chả phải nghe loa phát thanh phường ầm ĩ các bài nhạc đỏ quạch như nước bã trầu, tôi gần như quên mất mọi thứ. Nên đã vô cùng ngạc nhiên nghe đám thanh niên gân cổ ca những bài mới, "ta đốt lửa cho đồi hoang ấm mãi. Hẹn người lên tìm lại dấu chân xưa..." (Lư Nhất Vũ- "Khúc hát người khai hoang"); "Tuổi thanh niên sức như Phù Đổng, cháu con của bác Hồ đi mở đường tàu thống nhất quê hương..." (Phạm Minh Tuấn- "Đường tàu thống nhất").

Tôi héo quắt như miếng cá khô. Không thể "nghe bước ta đất mừng lên xanh mượt", cũng không thấy "tất cả vì tương lai mai sau quê mẹ đẹp giàu" gì ráo. Tôi ủ rũ vào rừng. Chung quanh tôi như đang bị trói bởi những sợi dây vô hình nhưng chặt cứng. Rất đáng sợ. Tôi nghĩ thầm kiên quyết sẽ làm... một loài mang tên hến trong suốt những ngày đi lao động ấy.

Nhưng khi vào tới rừng, thì tôi nhận ra có một người

quen. Đó là con trai người bạn mới của mẹ tôi. Tôi gặp anh vài lần. Chào hỏi nhưng chưa bao giờ nói chuyện riêng tư. Lúc anh hỏi tôi quen biết như thế nào với người sau này trở thành bạn đời và sau nữa thành… "Ex" của tôi, đáp là bạn học, và nghe anh bảo anh học chung trường, ngôi trường thiếu sinh quân duy nhất ở miền nam ngày xưa, là huynh trưởng trên "Ex" tôi vài khóa, bỗng dưng tôi thấy vô cùng yên dạ. Một cái giác gần gũi lạ lùng mà càng về sau này tôi mới càng hiểu ra là chỉ có người "cùng phe" mới có.

Anh dặn tôi cứ ở trong tổ đi chặt cây rừng, ngó vậy mà lại nhàn nhã hơn là nấu cơm rửa chén. Anh nói anh sẽ giúp để tôi không phải làm việc nặng quá. Vì vậy nghe lời anh, mỗi sáng tôi lại vác rựa, lẽo đẽo đi theo sau lưng anh. Cạnh tôi, còn có thêm bà chị họ của chị hàng xóm. Bỗng dưng tôi đâm ra… nhàn thật. Tôi chỉ làm nhiệm vụ gom mớ cây nhỏ đã được chặt ngay ngắn lại thành đống mang ra chỗ được qui định để đám thanh niên chất lên xe tải. Sau này tôi biết ra mớ cây này trở thành… củi mà phường "thu hoạch" được trong chuyến công tác của chúng tôi. Hẳn nhiên chẳng đứa nào biết được phường đã "xử lý" chúng như thế nào, bán cho cửa hàng chất đốt hay "giúp" cán bộ và gia đình có công với cách mạng ra sao, nhưng lúc đó thì chúng tôi cũng… kệ!

Công tử đậu hũ cũng ở trong tổ chặt cây của tôi. Mặt mày lúc nào cũng lầm lầm lỳ lỳ thấy ớn. Mặc dầu tôi hoàn toàn không muốn biết chuyện gì làm công tử bực bội dữ thần ôn đến vậy, nhưng bởi ở chung tổ, đụng mặt nhiều lần, cuối cùng tôi cũng nhận ra vẻ cau có của công tử tuy không cố tình tìm hiểu lý do. Tôi chỉ nghĩ với chuyện đi công tác phường thì đứa nào cũng bị "tự nguyện" giống như nhau, mà làm sao có đứa lại quạu hơn… tôi như thế?

Quạu và buồn, nhưng đi công tác công tử đậu hũ có xách theo cây đàn theo trông rất… lãng tử nên chiều chiều công tử ra ngồi trên bờ đá thở than, "cây đàn còn đó mà em tôi đâu rồi". Cũng vẫn giọng ca áo não đứt ruột. Đau thương như cuộc đời đứt phựt dây sống đăng trước mặt. Tuy nhiên một lần nghe công tử rã rời "yêu nhau cho nhau cụ cười, thương nhau cho nhau cuộc đời, mà đời đâu biết đợi để tình nhân kết đôi…", tôi đã trố mắt lên ngạc nhiên. Tôi không hề nghĩ công tử có thể hát nhạc Vũ Thành An, mà lại là bài không tên số ba ít phổ biến ấy.

Chiều, sau giờ lao động là giờ… chờ cơm, ngoài công tử đậu hũ "tạo dáng" nghệ sĩ bên bờ suối, thì lẩn quẩn chỗ các chị tổ "hậu cần", chàng du kích phường cũng mang ra cây đàn lục huyền cầm phím lõm ca những trích đoạn cải lương rất "ấn tượng". Ngoài những "Áo Vũ Cơ Hàn", "Máu nhuộm sân chùa", ngày nào chàng du kích sông Lồ Ồ cũng nức nở, "Bà ơi! Tôi sẽ ra đi để đưa tiễn mùa thu vào trong một giấc mơ chiều buồn bã. Rồi một chiều nào có dừng chân nơi quán lạ, xin bà hãy dành lại phút giây hoài niệm kẻ đăng ơ…ơ… trình!".

Có thể nói tên này có giọng hát khá hay. Điều đặc biệt là tất cả mọi câu nói, kể cả những câu nói bình thường hằng ngày phát ra từ miệng hắn đều có thể trở thành vọng cổ. Câu ngắn hay giông giống lục bát thì chàng nghệ sĩ nhân dân sẽ chia thành vọng cổ nhịp 2, nhịp 4. Dài thì nhịp 8, nhịp 16, nhịp 32. Nói chung lại là chàng nghệ sĩ đã "chơi" trọn bộ tác phẩm Dạ Cổ Hoài Lang của cụ Cao Văn Lầu thành những đoản khúc, "chị ơi lấy giùm tui chén cháo", hay "đã hơn một tiếng đồng hồ rồi mà còn chưa có cơm ăn!"…

Công tử đậu hũ có vẻ coi thường chàng du kích. Tôi đoán có lẽ vì công tử hát tân nhạc, công tử tưởng mình hợp thời trang hơn chàng du kích ca cổ nhạc. Trong các bữa cơm, cứ mỗi bận nghe tiếng "chàng nghệ sĩ nhân dân" cất lên là công tử lại làu bàu. Được hai ba ngày gì đó, không nhớ lý do gì, mà tôi lại nói với chàng du kích là ngày xưa tôi có học đàn tranh. "Chàng" bèn nhảy dựng:

- Vậy chị đánh phách cho tui ca được không?

Tôi hoảng hồn lắc đầu:

- Tôi học có mấy tháng thôi. Biết sơ sơ bài lưu thủy, kim tiền mà giờ quên hết rồi.

Chàng nghệ sĩ nhân dân kỳ kèo:

- Nhưng mà như vậy là chị có biết nhịp biết phách rồi.

Tôi nói tôi chỉ biết "hò, xự, xang xê, cống" căn bản có nghĩa là gì trong cổ nhạc và biết vọng cổ khác với cải lương ra sao thôi. Chàng du kích than uổng quá uổng quá khiến tôi không nhịn được cười. Tuy nhiên điều tôi không ngờ là nhờ cái "kiến thức" rất tào lao đó mà tôi lại nhận được chút "ân huệ". Như thể chàng du kích đã vô cùng tôn trọng một người có "trí tuệ", có khả năng am hiểu nền âm nhạc mà chàng đang theo đuổi! Thỉnh thoảng khi mang cây tới địa điểm "thu gom", tôi lại nghe:

- Chị muốn ngồi nghỉ một chút không?

Chàng du kích có vẻ thân thiện hơn. Lâu lâu còn hỏi thăm tôi về ông anh nuôi tôi vốn cũng ở trong đội du kích phường. Tôi tuy vẫn lo sợ, không biết mặt trái cuộc đời ẩn dấu điều gì sau sự "quan tâm sâu sắc" đó, nhưng lúc "nhận được sự ưu đãi", có chút thì giờ nghỉ ngơi so với những người cùng đi công tác, thì đã vô cùng... hoan hỉ. Tôi nói thầm trong bụng một câu mà tôi nghĩ, rất miền Nam, học từ mấy con bạn trong lớp là "kệ mẹ nó đi!".

Tưởng lấy được điểm cộng từ chàng du kích là đã "ngon" rồi, bỗng thật bất ngờ, công tử đậu hũ cũng tỏ ra có thiện ý với tôi. Công tử nói sẽ gom đống cây nhẹ cho tôi mang đi khiến tôi giật cả mình. Tôi tự hỏi phải chăng công tử ghét chàng du kích nên khi thấy tôi trò chuyện, bèn nảy ra ý định… giành giật đồng minh? Tuy nhiên sau đó tôi rất hoang mang vì nghĩ, đồng minh cỡ như tôi thì đâu có… vinh quang cái quái gì mà phải giành với giật!

Đã sợ, đã đem lòng nghi ngờ, tôi càng lo lắng hơn. Sau cùng, để trong bụng thì ấm ức, chịu không nổi tôi bèn kể cho anh con trai của bạn mẹ tôi nghe. Nghe xong, anh bật cười:

- Cô có nghĩ tụi nó thích cô không?

Tôi la làng:

- Anh nghĩ sao vậy?

Anh lại cười:

- Anh giỡn chơi thôi.

Sau đó anh đùa thêm, nói chắc tôi không phải là mẫu người lý tưởng của hai tên con trai đó vì chính anh khi nhìn cái vẻ lạnh ngắt như đá của tôi mà còn thấy sợ thì huống gì hai thằng con nít. Tôi lườm. Anh khoái chí "ha ha" và bảo để anh điều tra xem chuyện gì khiến cho cả hai chàng lãng tử đã trở nên tử tế với tôi.

Qua ngày hôm sau, trong giờ nghỉ giải lao, anh tới ngồi bên cạnh, nói nhỏ:

- Hai thằng đó đang quyết chiến đấu với nhau.

Tôi tròn mắt hỏi vì vụ gì. Anh thấp giọng:

- Hai thằng này ưa cái cô hay đi chung với cô. Chắc tụi

nó muốn "tranh thủ" tình cảm của cô để cô... nhắn gửi tâm sự tới "người ấy".

Tôi im re. Vì không tưởng tượng ra điều đó, cũng không biết phải nói lên lời gì cho cạn "nỗi niềm" chán ngán của mình. Nội nghĩ tới chuyện sẽ bị làm phiền trong thời gian sắp tới là đã làm tôi muốn nổi da gà, huống gì sẽ trở thành đồng minh của một trong hai thằng. Tôi chặc lưỡi:

- Tụi nó chọn sai người. Em đâu có muốn dính dáng gì tới tụi nó...

Anh nói anh biết chớ. Tôi xụ mặt:

- Anh nghĩ giờ em phải làm sao nếu như tụi nó nhờ em như vậy?

Anh cũng im. Chắc hẳn anh cũng không thể nào làm bà Tùng Long gỡ cho tôi mớ tơ lòng rối còn hơn cuộn chỉ bị chó cắn. Anh hết chặc lưỡi lại thở dài. Nhưng cuối cùng anh bỗng bật cười khi trêu tôi, bảo cứ nhận và chuyển lời của bất cứ thằng nào nói ra, vì biết đâu sẽ có đầu heo để làm... giò thủ!

Tôi đập tay anh, la anh tào lao. Anh lại cười. Cười ngất. Cuối cùng bảo anh cũng đâu biết phải chỉ tôi làm cái gì trong khi hai thằng phải gió vẫn tưởng tôi "đang cùng chúng cháu hành quân"!

31.

Tôi thích bài hát Sơn Nữ Ca của ông Trần Hoàn.

"Một đêm trong rừng vắng, ánh trăng chênh chếch đầu ghềnh thấp thoáng bóng cô sơn nữ miệng cười xinh xinh.

Một đêm trong rừng núi, có anh lữ khách nhìn trời xa xa ngắm trăng say đắm một mình bâng khuâng.

Một đêm trong rừng vắng, có cô sơn nữ miệng cười khúc khích ngắm anh lữ khách rồi lòng bâng khuâng.

Một đêm trong rừng núi, có anh lữ khách nhìn trời xa xa.

Biết đâu sơn nữ nhìn mình đăm đăm.

Sơn nữ ơi... đời ta như cánh chim chiều phiêu bạt, thời gian vun vút trời mây.

Sơn nữ ơi... đừng làm thắc mắc cho lòng khô cạn từ nay nước mắt đầy vơi..."

Đi học sau bảy lăm, cô giáo dạy, văn chương chia ra làm ba loại, lãng mạn, hiện thực và cách mạng. Cô nói thêm, lãng mạn chia ra làm hai khuynh hướng, lãng mạn tiêu cực và lãng mạn tích cực. Tôi đã ngồi rất ngoan, ngóc đầu nghe vì muốn đậu đại học, nhưng trong thâm tâm, và theo cái trí tuệ kiến thức về văn học xã hội chủ nghĩa vốn không được… cao ráo gì của tôi thì rõ ràng tôi không thể hiểu được. Bởi lãng mạn là lãng mạn, chứ thêm tiêu với tích vô làm gì cho nó rối!

Tôi vốn nghĩ, người có tâm hồn nghệ sĩ là người rất nhạy cảm, dễ xúc động trước vẻ đẹp của thiên nhiên, con người, vạn vật, và có thể dễ chao đảo, nên nếu họ có khuynh hướng nghiêng về những điều "mờ mờ nhân ảnh", hay thậm chí kém thực tế cũng là chuyện thường tình. Thêm thắt tiêu, tích có vẻ như là một sự gán ghép của các nhà làm văn học đỉnh cao trí tuệ đã dùng để biện hộ cho những kẻ "lỡ" lãng mạn nhưng về sau thì thành chiến sĩ xung kích trên mặt trận văn nghệ nhà nước đỡ… lấn cấn! Trường hợp ông Trần Hoàn thì khác. Bài Sơn Nữ Ca được làm lúc ông Trần mới hai mươi tuổi khi đi kháng chiến, nhưng mãi tới cuối đời cũng vẫn còn phân trần tới lui về hai chữ sơn nữ ông đã dùng trong nhạc phẩm của mình. Bảo rằng để cho… thi vị chứ thật ra ông muốn nói đến các nữ chiến khu. Mà như vậy là tích hay tiêu?

Nhưng tính ra chắc là ông Trần Hoàn… tích cực thiệt. Vì trong nhiều bài hát của ông có rất nhiều "nhân tố" tích cực. Chẳng hạn như khi nghe câu hò ví dặm giữa đất Mạc Tư Khoa, "rằng hết giận rồi thương. Ôi câu hò quê hương... em hát chiều ni răng mà thương mà nhớ. Tiếng hát em vút cao…, mây lẳng lặng cúi đầu", thì trong trí ông Trần lại "gợi lên hình của Bác với bạn bè năm châu"! Phải nói là tôi rất thán phục ông Trần. Vì nghe giọng hát mượt mà của một cô gái rất ư là "bồi hồi con tim" như ông viết, vậy mà lại có thể liên tưởng, nhớ đến đến một gương mặt ốm nhom ốm nhách, lơ thơ râu ria mới lạ!

Tuy nhiên công bằng mà nói, gì thì gì, ngoài Sơn Nữ Ca tôi vẫn thích bài hát Đường Rừng của ông Trần. Thích từ giai điệu, cho đến lời. Một bài hát theo tôi, thiệt hết sức dễ thương và hết sức lãng mạn như kiểu của… tôi. Trong bài này có lẽ tác giả đã không… nêm nếm muối đường bột ngọt cho ra vẻ tích cực, mà tự nó tích cực một cách hết sức tự nhiên,

"Đường dài chập chùng, băng qua ngàn sương,
Ai đi qua bên đường dừng chân ghé qua đêm rừng.
Đường rừng còn dài, xa xa đồi mơ,
Đây con sông uốn mình đợi chờ khách qua.
Dừng dừng mái chèo, cô em lại đây,
Cho tôi nhắn đôi lời hỏi về biên khu.
Đây đi vô trong nam, đây đi ra ngoài bắc,
Đường rừng xa lắc còn đi mấy ngày.
Non xanh cao bao la chạy quanh thêm gập ghềnh xa,
Băng chông gai ta đi, lời thơ đang còn trên môi.
Sương rơi mênh mông, đêm mờ mờ tối,
Đàn chim tung cánh bay về...

Giai điệu bài hát khá hùng hồn, khá vui (nên thế mới là.. tích cực chứ lỵ!), lời lại ngọt ngào, thật đáng là một bài nhạc dành cho những con người đang thực hiện nghĩa vụ cho đất nước! Chỉ một điều làm tôi thắc mắc là không hiểu tôi được nghe bài này từ bao giờ, tại sao lại nhớ lời bài hát như vậy trong khi đài phát thanh tỉnh và loa phường hình như không hề đưa lên. Và thiệt là… ác ôn, trong những ngày đi công tác trong rừng, trực diện với cây cối, suối nước, ngàn sương, chông gai vân vân và vân vân, nhưng tôi lại chẳng nhớ được một câu "thiệt" nào do ông Trần viết ra. Ngược lại chỉ lẩn quẩn trong đầu bài ca bị sửa lời được nghe qua bà mợ tôi, một người có thể nói quê rích quê rang, chẳng chính trị chính em gì cả thỉnh thoảng vẫn nghêu ngao hát, "chồn rình chụp gà, lôi vô bụi tre. Ai đi qua cánh đồng, rình bắt mấy con chồn đèn…" .

Lời hát "chế" nghe thiệt ngô nghê và... mắc cười, chẳng nói lên gì ngoại trừ "tính cách giải trí", nhưng tôi đã bị nó "hành" suốt cả ngày. Có nghĩa là xua đuổi cách mấy đi chăng nữa cũng không chịu chạy ra khỏi trí tôi. Đến nỗi có lúc tôi phải tự hỏi, không hiểu vì cái rừng tôi có mặt chẳng giống chút nào so với quang cảnh đẹp đẽ, lãng mạn, "xa xa đồi mơ, đây con sông uốn mình đợi chờ khách qua" mà ông Trần mô tả nên tôi bị phản ứng ngược hay chăng?

Hay tôi sợ chồn, sợ cáo? Sợ cái hoang vu?

Cái cánh rừng mà chúng tôi bị đưa đi để... chặt trụi, là một cánh rừng thâm u, tối ám. Trước tôi đòi "bỏ phố lên rừng", vô rẫy với anh em tôi cũng khá lâu, nhưng thật sự cho đến lúc đi công tác phường tôi mới biết như thế nào là rừng! Ngay từ ngày đầu tôi đã hãi hùng nhìn chung quanh mình đầy những sợi dây rừng chằng chịt như dây lòi tói bám trên các cây cổ thụ, nhìn những nhánh lá cây lớn nhỏ kín mít, gai góc mọc khắp nơi cùng những rêu phong ngập lối đi chỉ gợn lên hình ảnh ma quái, kinh dị. Đã vậy tai lại nghe toàn những âm thanh vô cùng lạ lẫm, vô cùng rợn người, thỉnh thoảng vọng lại từ một nơi nào đó mà cả những thanh niên vốn quen làm rẫy ruộng cũng không biết là tiếng gì.

Cuối cùng, không biết có phải nỗi sợ hãi đã tăng thêm lên vì những lời cán bộ phường đoàn đã nói với chúng tôi hay không. Cán bộ "động viên":

- Các đồng chí và anh chị em nên yên tâm công tác, cố gắng phấn đấu đạt chỉ tiêu của trên giao vì trước khi anh chị em tới đây, chúng tôi đã nhờ các anh em xung kích đi dò mìn trước rồi!

Lời của cán bộ quả thật y như... bom. Vì nếu cán bộ không nhắc đến những chữ "đã dò mìn", chưa biết chúng tôi có đạt chỉ tiêu "trên" giao hay không nhưng chắc chắn chúng tôi sẽ vô cùng... yên tâm công tác! Cái từ ngữ "đã" cán bộ xài theo đúng văn phạm Việt Nam dùng để mô tả những sự việc "đã" xảy ra trong quá khứ, "đã" được hoàn tất từ... khuya, nhưng trên thực tế hoàn toàn không hề có một đứa nào trong đám thanh niên chúng tôi nhìn thấy mặt mày các chiến sĩ xung kích, nên chuyện "đã" dò mìn cứ nghe y như tiểu thuyết phong thần!

Vì vậy mà sau khi nghe những lời "trấn an", thần sắc đứa nào cũng trở nên... xanh lè. Cái huyện lỵ chúng tôi ở, nếu lội rừng lội suối, len lách vượt những con đường mòn, đi không lâu sẽ tới chiến khu D -một địa danh mà người cả hai bên chiến tuyến, cỡ vào tuổi tôi, hay thậm chí cỡ tuổi những đứa em tôi trước 75 không hề trực tiếp tham gia chiến tranh, cũng biết đó là một trong những vùng giao tranh ác liệt, nên chắc hẳn đã không hiếm những thứ vũ khí giết người còn nằm dấu mặt dấu mày trong lòng đất. Súng đạn vô tình, mìn có lẽ còn... vô tình hơn vì cứ hễ bị đụng tới thì nổ liền mà chẳng cần biết quân ta hay quân... mình đã đặt xuống trước đó. Lơ ngơ lác ngác cỡ tôi, chuyện gặp nạn thì chẳng có gì đáng ngạc nhiên. Tôi nói với em họ chị hàng xóm:

- Em không sợ chết. Cùng lắm là... khỏi sống thôi chớ gì đâu mà sợ. Nhưng em lo lỡ dẫm trúng, cụt giò là tàn đời.

Chị... nhảy dựng:

- Đừng nói chuyện xui xẻo, em!

Tôi rùn vai:

- Nghe cán bộ nói, tự nhiên em nghĩ tới chuyện này thôi.

"Tự nhiên" tôi nghĩ tới chuyện chẳng may rồi bỗng

đem lòng lo lắng. Không phải chỉ nói cho oai với chị em họ hàng xóm, nhưng thật là tôi sợ bị thương, sợ mất đi một phần thân thể. Tưởng tượng gãy chân gãy tay, hay sao đó trong khi cuộc sống đã quá trầm luân, khổ ải như vậy, có lẽ tôi sẽ không tránh khỏi ý nghĩ đi tìm cái kết thúc ích kỷ, có thể khiến người thân buồn nhưng đỡ bi thương hơn cho mình.

Tuy nhiên mười tám, hai mươi, cái nỗi lo, nỗi sợ nào cũng tan nhanh, biến đi nhanh như những giọt nước rơi xuống lòng biển rộng. Xôn xao lo lắng nhưng sáng ra vác rựa vào rừng, cả lũ lại cãi nhau chí chóe vì những chuyện nhỏ nhít, bé tí. Một hớp nước trước, sau. Một chỗ ngồi có nắng, chỗ bóng râm... Đến trưa ăn cơm đã quên mất chuyện cãi nhau, lại bắt đầu cà khịa, trêu chọc lẫn nhau. Sau này tôi nhận ra một điều rằng ở trường học hay ở ngoài đời, giỏi hay dở, nhiều chữ hay chẳng có chữ nào trong bụng, cứ độ tuổi thanh niên là có thể nghe được những tiếng cười dòn dã, thấy được những ánh mắt long lanh. Cuộc sống sang hay hèn, thừa mứa hay chỉ sắn khoai, vẫn có thể tìm ra được cái rạng rỡ của tuổi thanh xuân.

Và tôi, dù không thích đám thanh niên phường, dù mặt mày bí xị như cái bao đất khi đi làm công tác chung, ăn uống chung mâm, vẫn không thoát cái luật lệ tự nhiên của đất trời như vậy. Nhất là sau lần tôi sém ngồi lên một "đống lá cây" có màu sắc rất tươi tắn, bắt mắt, đang… khoanh tròn cạnh gốc cổ thụ rợp bóng mát và sém tiêu đời nếu không có một anh chàng đứng gần đó không la lên "rắn lục!" rồi đẩy tôi ra phía khác. Thần hồn mất thần tính, nhưng tôi cũng hết lời cám ơn người cứu mình và sau đó thì… dễ chịu hẳn ra.

Khoảng gần hết số ngày nghĩa vụ "tự nguyện", đám thanh niên bỗng trở nên hớn hở, và có vẻ… làm ít chơi nhiều. Nhưng thấy vậy mà cán bộ chẳng hối thúc hay gay gắt như lúc mới đến. Chắc có lẽ ai cũng mòn mỏi giống nhau và muốn trở về thị cho rồi. Do đó giờ nghỉ giải lao của chúng tôi thường kéo dài gấp đôi cho tới lúc hoặc một thanh niên nào đó hoặc cán bộ… giật mình.

Một trưa, sau khi ăn xong, đang ngồi đấu láo, một anh chàng bất chợt nhìn thấy cái tổ ong mật to tướng trên nhánh cây cổ thụ cao ngất ngưỡng, bèn huyên thuyên nói nếu lấy đá chọi trúng thì sẽ có được mật "từ trên trời rơi xuống"! Đám con trai la làng, cãi ỏm tỏi về ý tưởng tào lao đó, nhưng rồi cũng có tên đi kiếm đá chọi lên thật. Một trò giải trí "mì ăn liền" bỗng chốc xuất hiện và thu hút sự chú ý của tất cả mọi người.

Ngồi xớ rớ một chỗ không xa lắm, chẳng nói chuyện với ai như thường lệ, nhưng tôi cũng hướng mắt xem đám con trai tranh tài. Tôi không ước lượng được chiều cao của cây cổ thụ, mà để thấy được tổ ong ở đâu, tôi đã phải gần như ngửa đầu hẳn ra phía sau. Và có lẽ vì cao quá trong khi đám con trai chỉ dùng sức để ném những viên đá nhỏ nên không chạm được tới đâu, dẫu thỉnh thoảng cũng có một "xạ thủ" ném trúng cái rìa hay một nhánh cây gần đó.

Coi lâu, không biết vì chán hay vì cái gì "khiến", tôi bỗng tuyên bố:

- Ai quăng trúng cái tổ ong tui đãi chầu cà phê!

Ngay lập tức đám con trai quay lại nhao nhao hỏi "thiệt không". Lỡ, và nghĩ làm sao có tên nào đủ "thành công lực" để quăng cho trúng cái tổ ong cao vời vợi như vậy, nên tôi hùng hồn:

- Sao không?

Vậy là cả đám lao nhao ồn ào lên như chợ vỡ, túa nhau

đi tìm thứ để có thể quăng trúng mục tiêu. Một tên còn xua tay bắt chúng tôi đứng xa ra để đề phòng bị mấy cục đá rớt ngược xuống trúng người. Nhưng ném một hồi chẳng trúng trật gì ráo, một tên bỗng tháo chiếc dép "râu", loại dép làm bằng vỏ xe hơi, rất cứng và rất dày, nói:

- Tui quăng cái này lên.

Cả đám bật cười ha hả vì không ai tin được cái tên ốm nhách đó có thể quăng… nổi chiếc dép lên chừng vài ba mét chứ nói gì đến chuyện trúng cái tổ ong. Tôi cũng cười, khoanh tay đứng xem.

Nhưng đi công tác gần mười ngày, nghe vọng cổ cải lương muốn bể lỗ nhĩ, vậy mà tôi không nghiệm ra được triết lý… cải lương, "đời có ai học được chữ ngờ"! Cái tên con trai ốm như xì ke, mặt mày xanh lét, nhìn vào là biết ngay thiếu dinh dưỡng trầm trọng, nghe bá tánh cười mình hô hố nhưng không thèm trả lời, chỉ đứng im ngửa mặt ngó cái tổ ong một hồi y như tâm niệm, rồi bất thình lình vung tay ra sau và quăng chiếc dép lên như thể dốc hết sức để làm chuyện gì đó lần cuối trong đời. Chiếc dép bay cái vèo, và nhanh đến nỗi không ai kịp thấy nó trúng vào chỗ nào, nhưng không ai là không thấy bầy ong đã hỗn loạn bay ra khỏi tổ.

Một tên hô to, "chạy" rồi cắm đầu cắm cổ chạy.

Tôi sững sờ, không biết phải phản ứng như thế nào. Tôi hỏi to chạy đi đâu, nhưng ngay lúc ai cũng lo thoát thân, không ai giúp ai vì bầy ong đang ào ào túa xuống nên chẳng có tiếng trả lời tôi. Mãi một lúc rất lâu, tôi mới nghe loáng thoáng chạy xuống suối, nên cắm đầu lao xuống suối. Nhưng đến lúc đó hoàn toàn đã muộn. Tôi đã bị một con ong dứt một phát vào ngay giữa mặt. Hoảng hốt, tôi lấy tay phủi mạnh và quơ quào lung tung. Thiếu kiến thức, tôi không hề biết cái hành động này đã làm cho lũ ong trở nên hung hãn. Lại càng không biết khi bị ong đốt nghĩa là đã bị dính một thứ chất kích thích do con ong tiết ra kêu gọi đồng loại bay tới tiếp trợ!

Vì vậy chung quanh tôi, trên đầu tôi là một… rừng ong. Tôi bật khóc nức nở. La lên thật to và càng không biết làm gì. Mãi cho tới khi nghe tiếng la thất thanh "hụp đầu xuống nước" tôi mới vội vàng làm theo. Nhưng vừa sợ, vừa không biết bơi, cũng không biết giữ hơi, tôi lại ngóc đầu lên và lại bị chích thêm vài đốt nữa.

Trời đất sập xuống chung quanh tôi.

Tôi không nhớ mình đã làm gì sau đó cho đến lúc có người chạy đến cạnh và trùm lên đầu tôi một tấm chăn, sau đó kéo tôi về lều.

Và tôi cũng chẳng nhớ mình đã được "sơ cứu" như thế nào. Chỉ nhớ sau đó được phát một vài viên aspirin và một mớ thuốc màu trắng. Đến chiều, chị bạn đến ngồi cạnh, tẩn mẩn lấy nhíp khều những chiếc ngòi kim mà lũ ong để dính lại trên da tôi và xát lên trên vết thương bằng miếng nước muối pha loãng.

Ngày hôm sau tôi được cho "hồi trào". Được cấp cái giấy chứng nhận đã hoàn thành công tác.

Lúc đó, không cần kên xì po, cái mặt tôi cũng sưng như cái mâm!

32.

Tôi về thị "dưỡng thương". Mẹ tôi nhìn cái mặt sưng... chà bá lửa của tôi mà hoảng hồn, hỏi có được cho thuốc thang gì không. Tôi đáp có. Tưởng mẹ tôi sẽ yên tâm, không dè khi biết ra chẳng có ai kiểm tra tôi có bị dị ứng aspirin hay không thì mẹ tôi càng hoảng hơn. Trước kia trong tủ thuốc nhà tôi không bao giờ có loại thuốc này vì mẹ tôi không uống được. Tôi nói bừa:

- Chắc là thuốc quốc doanh nên... không sao đâu.

Thấy mẹ tôi vẫn quýnh quáng, tôi nói thêm nếu có "gì" thì con đâu có vác xác về tới nhà được như vầy. Mẹ tôi im một hồi, cuối cùng chép miệng:

- Coi bộ chỉ có bột mì, bột bắp.

Bột mì, bột bắp, hay bột quái gì được xay mịn có khi để trắng có khi pha phẩm xanh đỏ, chế thành "thuốc" có mặt nhan nhản khắp nơi vào thời đó, không những chỉ ở chợ đen mà còn "lưu hành" tại các trạm y tế. Ngoài ra còn có một thứ chính thức được công nhận là thần dược, mang tên Xuyên Tâm Liên! Khi tôi về đến phường đưa giấy chứng nhận hoàn thành công tác đã được trạm y tế phường phát cho một bịch "thuốc" như vậy.

Cây xuyên tâm liên xuất xứ từ Sri Lanca, Ấn Độ, sống

ở các nước nam Á và đông nam Á, lá được dùng để đắp vết thương, và rễ cây có thể chế biến thành thuốc giảm đau. Tôi không rõ thời đó hội đồng y khoa "ta" đã phê chuẩn như thế nào, nhưng nó từng được ca tụng là có giá trị vạn năng, chữa bịnh gì cũng lành. Cũng chính vì vậy mà loại thuốc trụ sinh với cái tên rất La Tinh, rất vọng ngoại là "Xuyentacilin" đã từng xuất hiện.

Ngày nay khi "gú gồ", có lẽ sẽ không còn kiếm được tông tích Xuyentacilin nữa, không biết vì "hiệu năng" của nó giảm sút, hay người ta đã quen xài thuốc của Tây của Mỹ. Nhưng thuở đó ở đâu khác thì tôi không rõ, nên không dám khẳng định Xuyentacilin đã được phổ biến toàn quốc, mà ở cái huyện tôi sống, mỗi bận vô nhà thương khám xong, cho dù là bị bịnh kiểu gì, cũng sẽ được phát một bịch to tổ bố thứ thuốc có màu nâu nâu xám xám xanh xanh vô cùng... trừu tượng. Và... lạc quan mà nói, thì biết đâu các bác sĩ y tá đã hy vọng sau khi bịnh nhân xơi thứ thần dược ấy, "lỡ" bịnh không được chữa lành, cũng đâu có... hại gì. Chưa kể ngược lại có thể còn lành bịnh vì các nhà nghiên cứu y khoa và các chuyên viên trong lãnh vực... tâm thần này đã sử dụng "mô hình" tâm lý trị liệu, trực tiếp tác động vào hệ thần kinh của bịnh nhân!

Tôi nằm queo hai ngày. Mẹ tôi bảo quăng đống "thuốc" còn lại vào sọt rác, rồi pha nước muối loãng để tôi rửa những vết thương, nhắc chừng chừng không được gãi, và cuối cùng là đưa cho tôi vài viên paracetamol... thiệt, bảo để giảm đau. Mẹ tôi đã khẳng định tuy là thuốc còn lại từ hồi... trước 75, nhưng dù gì cũng là thuốc mua từ bên Tây nên chắc chắn sẽ tốt hơn là bột mỳ. Tôi dạ. Nằm chắp hai tay lên ngực, ngó lên đỉnh mùng mà không biết có nên hy vọng do... tâm lý sẽ bớt đau nhức chăng. Mẹ tôi lâu lâu ngang qua nhìn thấy tôi như cái mền rách, cứ thở dài sườn sượt. Không hiểu mẹ tôi lo dung nhan tôi vốn đã không mấy mặn mà còn sưng sỉa như vậy chẳng biết bao giờ mới trở lại như xưa, hay mẹ tôi chán chường.

Mẹ tôi sai con em bắt con gà nấu cho tôi nồi cháo đậu xanh để giải độc và tẩm bổ. Tôi… sướng rên mé đìu hiu! Chẳng mấy chốc, vài ngày sau đó là tôi bớt… thiệt mà không cần biết do thuốc "mua bên Tây" hay do được ăn nồi cháo gà! Mặt mày tôi từ từ thôi sưng. Da dẻ cũng đỡ đỏ quạch như lên cơn sốt. Mẹ tôi nghiến răng bảo lần sau tụi nó có kêu làm nghĩa vụ thì cứ kệ… cha tụi nó!

Nằm nhà không làm gì lại được ăn ngon, phải nói là… quá đã, nhưng hết nồi cháo gà, thì lại vô cùng "tình cảnh", bởi cứ nghe mẹ tôi than vắn thở dài đến sốt ruột. Vẫn như thường lệ, mẹ tôi không dám mắng thiên hạ ra lời, nên ấm ấm ức ức, nghẹn nghẹn ngào ngào khiến tôi đuối hơi. Tôi quyết định khăn gói lên đường, tiếp tục sự nghiệp nấu ăn, gánh nước của mình.

Cuộc sống trở lại y hệt như mấy câu thơ năm mười bảy tuổi tôi làm bị ba tôi la vì sợ thơ "vận" vào người,

Ở đây nắng sớm sương chiều.
Man man nỗi nhớ đìu hiu giữa đời.
Bóng trăng vàng ấy xa xôi.
Hắt về tim lạnh tiếng tôi thở dài.
Sầu người bóng nặng hai vai.
Lắng trong tôi nỗi đắng cay đưa vèo…

Nhưng vô tới rẫy, cái nỗi lòng đắng cay này tăng lên như tiền bị lạm phát. Bởi vì khi kể ra chuyện mình thân tàn ma dại thế nào, mấy thằng em cà chớn của tôi đã chẳng an ủi chút nào lại còn cười hi hí, nói:

- Bà cứ để bị cắn nhiều lần là sau này sẽ không bao giờ

bị ngứa hay bị sưng lên như vậy đâu.

Thằng khác:

- Giống y như khi đi chích ngừa là chích vi rút vô người. Bà mà có sẵn nọc độc của ong rồi, hễ bị tụi nó chích nữa, sẽ không ăn thua gì hết!

Ông anh tôi la ba thằng nói nhảm, nhưng cả ba thằng đều không thèm nghe, vẫn tiếp tục xôn xao:

- Bà không biết chớ tiểu thuyết kiếm hiệp của Kim Dung nói đó là "hấp tinh đại pháp". Nhưng thay vì hút nội lực của người khác để biến thành của mình thì bà hút... nọc độc của ong vô người, cái hay ở chỗ là bà không cần dùng nội lực thâm hậu gì ráo vẫn phát tán được nọc độc đó đi khắp nơi trong cơ thể xuyên qua... hệ tuần hoàn, máu chảy khắp châu thân!

Một thằng chặc lưỡi:

- Cũng không bị tẩu hỏa nhập ma mới ngon chớ!

Và câu chuyện tới đó coi bộ hấp dẫn hơn, nên cả ba thằng đều hí lên như ngựa:

- Mai mốt bà này có bị con chúa cắn đi nữa cũng sẽ tỉnh bơ ngồi xuống vận khí, rồi chuyền nội lực ra ngoài, nếu con ong chúa không chết vì chiêu "càn khôn đại na di tâm pháp" là tui chết giùm nó liền.

Thằng em nuôi vốn vẫn hay nói những "lời hay ý đẹp", vẫn thường binh vực tôi, nhưng trong "cuộc hí trường" đó cũng rất tí tởn:

- Y như Trương Vô Kỵ lúc tìm ra bí kíp, chỉ cần tu luyện một đêm thôi là lên tầng thứ 7 mà không cần cửu âm chân kinh.

Tôi nghiến răng, và lườm nguýt vì những cú liên hườn cước của ba thằng làm tối tăm mặt mũi, nhưng không tìm ra nổi một câu để phản công. Chuyện tôi bị ong cắn khi không biến ra truyện chưởng của Kim Dung hồi nào không hay. Chẳng thằng nào thèm để ý tôi đang nổi sùng, cứ lôi hết các nhân vật từ Thần Điêu Đại Hiệp qua Cô Gái Đồ Long, tới tận Tiếu Ngạo Giang Hồ ra mà hí hố với nhau, khiến ông anh tôi dầu không ủng hộ, cũng phì cười theo.

Tôi bỏ lên sạp nằm. Chán chường. Trong khi ba thằng cà chớn vẫn tiếp tục cười cợt, tán nhảm, mãi một lúc sau mới chịu ra rẫy. Tôi ngửa mặt, ngó lên mái lá nâu sẫm thỉnh thoảng có tia nắng nhỏ hắt hiu rọi xuống rồi tàn dần với nỗi sầu đau nhân thế.

Còn lại một mình, cái yên ắng tĩnh lặng của buổi chiều đang bắt đầu tới làm tôi nao dạ. Tôi đã đâm ra... tủi thân. Tôi nhớ tới con em hay... gây lộn với tôi mà khi thấy tôi trở về nhà với cái mặt "chiều hoang trốn nắng" như vậy, cũng đã chịu khó đi làm con gà nấu cháo cho tôi trong khi ngày nào tôi cũng nấu ăn cho ba thằng này, mà lúc "lâm nạn" chẳng thằng nào an ủi lấy một câu.

Tôi... trường hận! Cám cảnh nghĩ tới mấy câu thơ cũng đã bị ba tôi la, "đưa tay lên tóc ngậm ngùi. Ôi bao nhiêu lệ đã vùi xuống đây. Đời không còn thấy ngày mai. Đưa tay lên tóc thêm dài buồn đau", tôi thiệt hết sức muốn... ứa lệ. Nhưng thay vì buồn đau thân phận lâu, tôi nghiến răng nghĩ tới chuyện sẽ phải làm cái gì đó cho cả ba thằng biết tay.

Nên vì vậy, tôi cứ nằm nư trên sạp cho tới khi trời sắp sập tối, định bụng trước hết là sẽ không thèm nấu cơm chiều. Tuy nhiên đang khi chưa kịp nghĩ tới "thứ hai" sẽ làm điều gì thì nghe ba tôi hỏi có phải tôi còn mệt không, và nói để ba tôi nấu cơm cho, thì tôi hết hồn.

Bởi trước khi tôi vô rẫy, chắc cám cảnh, mẹ tôi bảo con em tôi làm thêm một con gà để tôi mang theo. Nhưng câu nói đầy an ủi, thương yêu của ba tôi lại khiến tôi giật mình. Chỉ cần tưởng tượng tới cảnh nồi gà kho thơm lừng mà phải ăn chung với nồi cơm "layers" nhiều tầng của ba tôi mà bao nhiêu nỗi… thù hận của tôi với ba thằng em bỗng tiêu tan như bọt nước.

Không cần lòng chợt từ bi bất ngờ, tôi lật đật nói con khỏe rồi rồi vội vàng nhảy phốc xuống đất lúi húi nhóm lửa. Nghĩ bụng trên đời này chắc không có đứa nào có phước hơn ba thằng này!

Nhưng cơm nước xong xuôi, chờ mãi vẫn không thấy ba thằng cà chớn ở đâu, tôi bắt đầu phát cáu trở lại. Ba tôi cũng sốt ruột đi ra đi vào. Tôi nghĩ đến chuyện chắc ba thằng đi tắm suối, điều mà ba tôi cấm kỵ không cho vì trong gia đình cả hai bên ba mẹ tôi đều có người bị nước cuốn. Tôi nửa lo nửa bực. Không biết có nên nói ra cho ba tôi nghe hay không.

Mãi, quá chạng vạng tối ba thằng mới vác xác về, trên tay mỗi thằng lủ khủ một thứ. Một thằng cầm bó hẹ, thằng khác ôm một mớ tía tô và lá phù dung, thằng còn lại xách cái bịch gì đó không rõ. Ba tôi hỏi đi đâu. Cả ba thằng đều ngó tôi rồi trình "vật chứng" ra:

- Tụi con đi tìm thuốc cho chỉ xức chỗ ong cắn.

Ba tôi nhăn mặt hỏi thuốc gì mà phải đi tìm. Còn tôi thì không biết phản ứng như thế nào. Một thằng giở cái bịch nylon ra ba tôi coi, nói:

- Hôm trước nghe ba nói bị ong chích thì xài mấy thứ thuốc nam này. Tụi con đi vô trong chỗ mấy người đi Kinh Tế Mới để xin.

Ba tôi nhìn lại mớ "thuốc nam", và bất thần bật cười lên khanh khách:

- Mấy thứ lá này với vôi chỉ bôi hay đắp lên lúc mới bị ong cắn cho khỏi sưng thôi chớ chị con bị lâu rồi, hết sưng rồi thì đâu có công dụng gì nữa đâu mà mất công đi xin. Nhưng sao không hỏi ba trước khi đi?

Cả ba thằng xụ mặt. Chắc nghĩ tới công mình đã thành ra công cốc. Còn tôi khi sực nhớ tới "lòng dạ tiểu nhân" của mình, thấy cũng hơi… quê quê, nên nhỏ giọng nói:

- Thôi kệ, có lòng gà, để mai con xào với hẹ ăn cơm cũng được…

33.

Ba mẹ tôi thuở trước nuôi lủ khủ một đám cháu con. Con cô con cậu, nội ngoại đều có. Sau 75, ba tôi hết hơi, nên mạnh ai nấy về nhà cha mẹ ruột, hoặc tự kiếm đường tiến thân trừ thằng em nuôi xin ở lại với gia đình tôi, chịu cực chịu khổ đi làm ruộng làm rẫy.

Trong cuốn sách đầu tay Làng Văn xuất bản năm 97, tôi mở đầu một cái truyện ngắn bằng câu "Lúc nhỏ ai cũng bảo tôi giống cô tôi". Bình thường được nói mình giống ai đó, chắc hẳn người ta sẽ thấy rất vui và hãnh diện. Nhưng cái vụ "giống" của tôi chừng như chẳng… vinh quang chút nào. Vì theo nhận xét của mọi người thời đó, tôi giống cô tôi vì "xấu và dữ". Câu tiếp theo của cái truyện tôi đã ngậm ngùi tự an ủi, "may mà mắt tôi không lé như bà. Hai thằng em tôi giễu, gọi mắt bồ câu con đậu con bay".

Tôi không có dịp nhìn thấy dung nhan cô tôi vì cô mất rất sớm và hình của cô thì lại bị mất hết trong hai trận tản cư và nước lụt. Tôi nói may mà mắt tôi không lé như cô, vì chỉ so sánh về "nhan sắc", chứ cuộc đời tình ái của cô rỡ ràng hơn tôi rất nhiều. Cô tôi đã không lận đận, còn được chồng cưng nữa. Về sau này tôi nghĩ chắc có lẽ vì sự… thua kém này mà tôi hay "buồn đau thân phận", và hay nổi quạu.

Thời còn nhỏ nhà đông anh em, thêm anh em họ, không hề có giang sơn riêng, khi buồn, tôi thường ủ rũ một mình ở góc nào đó trên hành lang ngó xuống đường, hay trốn ra phía sau coi truyện… tình cảm tiểu thuyết xã hội lâm ly bi đát, Nửa Gối Cô Đơn, Đời Cô Trâm, vân vân, mượn của mấy chị người làm. Những tác phẩm này trước khi in thành sách thường được đăng trong các tạp chí Tiểu thuyết Phụ Nữ Ngày Mai, Phụ Nữ Diễn Đàn, có những nội dung đau thương như cải lương, tả cảnh con nhà nghèo đi làm mướn hoặc số phận bi đát bị lường gạt phải đi làm bé làm mọn. Nói chung chung tình cảnh, thân phận những nhân vật chính của các cuốn tiểu thuyết đó tơi tả còn hơn phim Hàn thời nay. Độc giả vốn không biết cuộc đời là gì như tôi hỏi làm sao không nhỏ lệ cho được. Và tôi nghĩ chắc có lẽ vì những giọt nước mắt thảm thiết đó mà thơ văn đã tìm cách "vận" vào người tôi, "ám" tôi suốt quãng đời sau này!

Nhưng nói cho đúng ra, ông anh con của cô tôi mới là người khiến tôi dính dáng tới văn chương chữ nghĩa. Ông này làm thơ khá hay. Năm mười ba tuổi, khi tôi bắt đầu đọc và thuộc thơ Nguyên Sa, Nhã Ca, Trần Dạ Từ, Du Tử Lê, Hạc Thành Hoa, Từ Kế Tường…, thì cuối cùng, tôi đọc và thuộc thơ "homemade" của anh. Trên kệ sách nhà tôi ngày đó, anh có nhiều tập thơ khác của Hoài Khanh, Hoàng Lộc, Bùi Giáng, Tagore và vài thi sĩ nữa tôi không nhớ tên vì tôi không được phép lấy xuống đọc. Tôi không biết do anh quí những tác giả này, hay anh thừa kinh nghiệm, sợ tôi học theo anh, mới ở tuổi còn đi học mà đã đòi "chân lãng tử ăn mòn sương cát bụi. Thuốc se môi nghe đắng mộng chưa thành", anh "hợp tác" với ba mẹ tôi cấm tôi đọc thơ và làm thơ, viết văn. Tôi còn nhớ thuở đó nếu muốn viết, từ nhật ký cho tới "sáng tác", tôi đều phải vô… restroom, ôm theo cái cartable như đang miệt mài đèn sách, gò lưng viết rồi dấu thật kỹ ở cuối đáy.

Thơ của ông anh tôi, ngoài những bài nhuốm mùi… hiện sinh như vậy thì còn nhiều bài… hiện thực. Gần với tuổi của tôi hơn chẳng hạn như,

Suốt cả chiều nay mình không học.
Đôi mắt trông về cõi xa xôi
Nơi ấy chiều mưa em ngồi khóc
Giọt buồn rơi... Ngấm lạnh giọt buồn rơi.

Mười lăm mười sáu tuổi, khi tôi "miên man sầu" như thi sĩ thần tượng Nhã Ca của tôi viết, "Tôi làm con gái. Buồn như lá cây. Chút hồn thơ dại. Xanh xao tháng ngày", thường vẫn ngồi thừ lừ trên bàn học nhiều tiếng đồng hồ; thì ông anh họ tôi mười sáu mười bảy học đòi làm… "giang hồ" –chữ dùng của dân miền trung lúc đó cho những thanh niên có máu nổi loạn, quậy phá là "ba nhe" hoặc là cao bồi du đãng. Ông anh tôi "cao bồi du đãng" mặc quần bó ống chật cứng, mỗi bận thay đồ phải nhờ một thằng nào đó trong nhà kéo giùm, và tập tành cà phê thuốc lá. Bị ba tôi bắt gặp, la cầm canh, nhưng tới lúc ba tôi khám phá ra ông lận lưng một con dao găm thì mới lớn chuyện. Ba tôi… hỡi ơi và hoảng hồn, đem anh ra tra vấn, bắt phải khai ra chuyện "tày trời". Anh kể đi chơi với bạn, bạn cho mượn. Ba tôi nổi da gà, xách xe đi tìm xem anh chơi với những bạn bè nào. Về tới nhà ba tôi quyết định gửi anh vào Sàigòn học để tách ly với đám "huynh đệ".

Ông anh họ tôi bị buộc rời thị xã, rời những chàng tuổi trẻ tóc bay, "ba nhe", "cao bồi du đãng", rời luôn cô hàng xóm "tuổi mười sáu em trong tà áo mới. Vạt nào dài gợi nhớ tương tư". Sầu đau nhân thế, anh than vãn muốn đứt ruột,

"Tôi chừ hiện thể hoang tàn,
Cuộc đời giông bão ngỡ ngàng trong tôi".

Ông anh tôi mất mẹ lúc mới chỉ vừa ba tháng. Mẹ tôi mang anh về chăm sóc một thời gian rồi ba anh đưa anh về Huế sống với ông. Nhưng phận anh có lẽ là long đong, giông tố như thơ của anh thật, nên khi dượng tôi gà trống nuôi con không kinh nghiệm đã không mang anh đi chữa trị kịp thời lúc anh bị sốt tê liệt khiến sau này chân anh rất yếu rồi thành tật. Ba tôi thấy vậy xót ruột, lại xin đưa anh về.

Anh thành anh cả trong nhà. Đi học và... làm thơ cho tới ngày… nổi loạn. Lúc bị "lưu vong" vô Sài Gòn, anh ở với chú thiếm của ba tôi và cũng là ông cậu bà mợ của anh. Ông bà chúng tôi rất nghiêm khắc và không có con nên ai cũng nghĩ sẽ chăm sóc và quán xuyến anh kỹ lưỡng lắm. Tuy nhiên nghiêm khắc thì có nghiêm khắc, chăm sóc thì có chăm sóc, nhưng có lẽ ông bà chỉ chú ý xem chừng anh có đi đúng giờ về đúng giấc, có ăn uống đầy đủ hay không mà thôi. Ông bà không hề biết cậu tú chăm chăm chỉ ngồi ở bàn học là chỉ… ngồi. Như tôi mơ màng ở cõi không tên, anh đã ngồi để làm thơ nhiều hơn là học. Kết quả cuối cùng là năm đó anh rớt tú tài một cái uỵch!

Lúc nghe tin anh thi rớt, ba tôi giận quá sức giận, đòi từ, đòi cúp tài trợ. Nhưng rồi chỉ hăm dọa cho anh sợ vậy thôi, sau đó ba tôi lại xuống nước, nhỏ nhỏ nhẹ nhẹ an ủi và khuyên lơn anh đi học trở lại.

Anh rớt tú tài không phải đi lính vì được miễn dịch. Xong hai cái tú tài, anh vào Vạn Hạnh. Đến lúc đó là khoảng thời gian mỗi bận từ thủ đô về, anh mang thơ Phạm Thiên Thư, Cung Trầm Tưởng, Tô Thùy Yên rồi Nguyễn Tất Nhiên, … về cho tôi đọc. Nhờ có anh, tôi biết thơ Bắc Sơn, Minh Đức Hoài Trinh, Phạm Văn Bình và thơ của nhiều thi sĩ khác. Nói chung lại là tôi "đi vào cõi thơ" phần nào do ảnh hưởng của anh, và có vô số "thi phẩm" của tôi nếu không "copy and paste" chữ thì cũng "chơm" ý từ thơ anh.

Và thơ anh, sau này tôi còn mang tá lả vào bài viết của mình.

Tuy nhiên như vậy đó mà cứ hễ ngồi lại, là tôi cãi nhau với anh. Lúc nhỏ, sợ bị la hỗn tôi không dám, nhưng về sau tôi… tay đôi đủ chuyện. Bởi vì tôi đã bướng bỉnh cứng đầu thì chớ, mà anh lại hay cả mắng. Kiểu "ỷ làm người lớn", thỉnh thoảng anh còn… phát biểu linh tinh khiến tôi nổi sùng bất tử nữa.

Lúc gia đình tôi đi làm rẫy, anh học năm cuối đại học, ở nhà tập thể, ăn cơm nhà nước và đi dạy kèm toán lý hóa. Khoảng thời gian đó không thấy anh làm thơ dẫu cũng thường khi… thất tình. Lâu lâu về nhà, anh than thở anh quá thất vọng về thi sĩ này thi sĩ nọ. Đặc biệt là ông Chế Lan Viên. Tôi nghe nhiều lần, nhưng có lần tự nhiên tôi phát cáu, nói đâu có phải chỉ một mình ông Điêu Tàn làm người ta buồn.

Tôi vốn vẫn cãi nhau với anh nhiều nhưng chuyện thơ văn thì không. Vì anh thể như sư phụ tôi mà. Tuy nhiên lần đó chắc có lẽ do mới vừa lau nhà xong, anh mang nguyên đôi dép đầy bùn đỏ vô nhà, bị tôi cự thì anh nói:

- Ở chỗ đầy bụi đỏ mà lau nhà làm gì cho mất công chớ, chút cũng dơ trở lại y như cũ!

Tôi tức nghẹn họng nhưng không lẽ nói "ăn làm gì cho mất công vì chút cũng…", sau khi nói về ông Chế Lan Viên, tôi hậm hực tuyên bố ông Phạm Thiên Thư… chưa bao giờ biết miền đông như thế nào, chưa bao giờ về miền đông. Anh nói mắc mớ gì lôi ông Phạm Thiên Thư vô đây. Tôi khua tay:

- Cái ông đó không biết mùi đất đỏ dẻo quẹo của miền đông ra sao nên mới nói "trời mưa nho nhỏ" mà "bước em thênh thang. Áo tà nguyệt bạch". Ở đây đi học lội bùn về tới nhà, giặt áo muốn gãy tay, ở đó mà nguyệt bạch…

Và bực mình nên tôi chậc lưỡi :

- Mà có gãy tay thì cũng phải giặt chớ tự nhiên nó sạch sao? Cho dù giặt rồi thì cũng dơ lại như cũ!

Tới lúc đó có lẽ anh biết tôi đang "liên đới" vụ lau nhà, nên im một vài giây rồi đáp:

- Thơ thì phải vậy chớ!

Tôi "xì":

- Thơ thẩn gì! "Nguyễn Văn Trỗi. Anh đã chết rồi. Anh còn sống mãi. Chết như sống…" cũng được kêu là thơ kìa.

Anh làm thinh lườm tôi, không thèm cãi nữa. Trong mấy anh chị em, có lẽ tôi là đứa được anh cưng hơn hết, nhưng phải nói là… trường hận không nguôi. Tôi lúc nào cũng sẵn sàng quạu lên vì anh luôn luôn sẵn sàng chọc ghẹo tôi. Hay ngược lại tôi chọc, anh quạu.

Lúc cả nước rùng mình bắt đầu chuyển sang cơ cực, anh gọi tôi là thiếu nữ cành vàng lá… đu đủ! Một cái "danh xưng" chỉ cần nghe qua là đã thấy muốn… gây sự rồi, nói gì tới chuyện lý lẽ phải trái. Tôi ghét quá nhưng không nghĩ ra được cái "nhãn hiệu" gì để đặt cho anh nên vô hình trung cứ rình có cơ hội là tấn công cho anh nổi sùng.

Hôm anh về nhà, thấy mấy anh em tôi ở hết trong rẫy, bèn lội bộ vào. Tay xách theo cái lồng gà choai choai mấy con. Anh bảo anh sẽ ở hơi lâu, sẽ phụ với anh em tôi cho xong mùa gặt. Và nói anh đã xin mẹ tôi cho mỗi đứa một con gà. Anh chỉ con gà mái tuy không lớn hơn những con khác, nhưng lại… xửng cồ y như gà đá, cười he he:

- Con gà này của anh. Nhìn qua là thấy nó có tướng… vương hậu rồi phải không? Cái mặt nó nghiêm trang, uy nghi y như nữ hoàng.

Sau đó anh thêm:

- Đây là con gà đẻ trứng vàng của Việt Nam Thương Tín!

Ba thằng em tôi chắc lâu ngày đi ra đi vô chỉ thấy Hai Xồi Bảy Cúc, có anh, coi bộ không khí bỗng dưng được "đổi mới" nên hí hố cười theo làm ông anh thêm hứng chí:

- Mỗi bận nó sẽ đẻ hai mươi trứng, trứng nào cũng là trứng vàng. Vì vậy anh sẽ có hai chục con gà mái khác. Rồi anh sẽ bán và mua một con heo. Nuôi con heo lớn, anh lại bán heo rồi mua con bò…

Cái giọng điệu rất tí tởn từ một ông anh lắm lúc đã… làm mặt ngầu la lối lũ em út chuyện học hành, chuyện xử thế, cứ hết đòi đặt tên con gà là Elizabeth Taylor, là Audrey Hepburn, rồi Cleopatre, rồi nữ hoàng kim kê khiến tôi khi không bỗng thấy… ghét, mặc dầu lần này là anh không động chạm gì tới tôi.

Mà ở đời, có khi con người ta ghét ai đó thì đâu cần lý do chính đáng! Tôi đã không nghĩ được tới như vậy, vì bận bịu nghĩ, người như vầy mà sao lại có thể làm ra mấy bài thơ chép trong cuốn carnet màu đen tôi vẫn thường hay giở ra đọc để… copy!

Giữa trưa nắng, nhưng cái mặt tôi lại như cái bánh bao chiều. Tôi ngồi lườm lườm nghe anh cười nói với ba thằng em một hồi, nhớ tới mấy câu thơ hay ho của anh, "Bờ nước xa nghìn cơn sóng vỗ. Lời vi vu gió vọng mây ngàn. Tình theo sương đọng buồn nhỏ hạt. Rơi vô tình lạc giữa trần gian…" mà đem lòng… ghét thêm. Xụ mặt một hồi, tôi vọt miệng:

- Có Audrey Hepburn đi chăng nữa cũng tới lúc phải đối diện với thần chết. Kim kê hay trứng vàng trứng bạc gì mà không nhảy vô nồi nước sôi thì chắc là tui phải nhảy!

34.

Công ty thương nghiệp huyện lúc đó có một cái cửa hàng chất đốt, nhưng bán chất gì để đốt thì hình như không ai biết vì chẳng có mấy người đủ tiêu chuẩn để mua.

Hàng chục năm sau đó, vào thời nhạc sĩ Xuân Hồng gào lên, đòi "hạnh phúc đâu chỉ có cơm ngon và áo đẹp" (Mùa Xuân Bên Cửa Sổ) cả nước vẫn chưa có cơm ngon và áo đẹp, thì cái thời cả bàn dân thiên hạ đều nghèo rớt mồng tơi, làm gì có thời gian để… đốt nên hẳn nhiên cái huyện ly thảm sầu đó không hề có một chỗ giải trí đàng hoàng.

Mỗi bận có văn nghệ hay có chiếu phim, nếu trời không mưa lầy lội, ướt rạp, ướt người thì trùng trùng điệp điệp nam phụ lão ấu sẽ dẫn nhau ra bãi đất trống gần ủy ban nhân dân, xưa là ty hành chánh, kiếm một ngồi… đại trên mặt đất lồi lõm, ngóc đầu lên mà coi. Nếu tôi nhớ không lầm thì không hề có một đoàn cải lương hay đoàn kịch nào về huyện vào thời gian đó. Bởi đã không có một cái sân khấu để diễn, mà còn phải tha theo phục trang, dụng cụ linh kỉnh thì… bố đoàn nào dám làm, nên toàn thể nhân dân huyện chỉ được thưởng thức phim của các nước xã hội chủ nghĩa anh em. Với phim, chỉ cần một tấm vải giăng bằng bốn sợi dây lên cây, lên cột, lên kèo hay sau này đoàn phim "sang" hơn một chút thì có cái khung gỗ để giữ màn, cộng với một máy chiếu phim và một hay hai cái loa là ban văn hóa và tuyên truyền lưu động đã có thể "lên báo cáo" rằng nhân đã được phục vụ. Đó là chưa nói tới chuyện sau khi vãn tuồng, thì các đồng chí còn được liên hoan bồi dưỡng một màn cháo gà cháo vịt gì đó.

Thường phim được chiếu là phim Liên Xô, thỉnh thoảng cũng có phim của Đông Đức, Tiệp Khắc hay Ba Lan, nhưng phim nào cũng cũ, máy chiếu nào cũng tồi, đoạn coi được đoạn không, nên lúc đó một cái tên chung để gọi cho tất cả các loại phim này là "Cộng Hòa Dân Chủ… Đứt". Phần khác với cái tên gọi đó, là cũng để phân biệt với phim "nhà nước", nghĩa là phim Việt Nam –những bộ phim trắng đen mờ mờ ảo ảo, chập chờn như phim kinh dị, âm thanh thì lào xào chỗ cao chỗ thấp tiếng được tiếng mất, toàn cảnh như chỉ có… nhà và nước, chủ đề chính là cổ vũ chiến tranh, ca ngợi tình đồng chí. Những bộ phim với nội dung nghèo nàn, diễn viên đóng như diễn kịch trên sân khấu, Chung Một Giòng Sông, Vĩ Tuyến 17 Ngày và Đêm, Em Bé Hà Nội…, cộng thêm một mớ phim tài liệu, Lũy Thép Vĩnh Linh, Du Kích Củ Chi, Đường Ra Phía Trước…, ngồi coi mà y thể nghe ai đó đang chửi vào mặt mình. Nhà tôi không có ai đi lính mà nghe rủa lính, rủa sĩ quan miền Nam cũng tức đến nghẹn.

Phim thời đó, tôi nghĩ dường như ai cũng nhớ tên dầu chẳng ai thèm nhớ nội dung của nó là gì, chỉ vì những cái tựa nghe rất buồn cười, "Con Sáo Biết Nói", "Con Khỉ Lạc Loài" hay "Đến Hẹn Lại Lên". Còn một điều khác mà cho tới giờ này tôi vẫn thắc mắc là không hiểu sao sau thời kỳ không đèn không đóm, đi phim ảnh ma trơi như vậy mà sau đó chẳng thấy có mấy ai bị… điếc hoặc khiếm thị!

Cái thị trấn tôi sống lúc đó có năm phường. "Trên"

ra lịnh bắt buộc mỗi phường phải có một ban văn nghệ để nâng cao trình độ văn hóa của nhân dân. Nhưng tôi nhớ hình như chỉ có một hay hai phường gì đó gần chợ là có vẻ có hoạt động thường xuyên, nghĩa là có hát hò và múa may để trình diễn trước công chúng. Còn phường tôi, chắc có lẽ "thành phần nghệ sĩ" đếm trên đầu ngón tay còn không đủ, tìm mãi chắc chỉ có công tử đậu hũ cây đàn bỏ quên và chàng du kích cải lương có vẻ ngời sáng tinh thần văn nghệ, nên chẳng bao giờ nghe loa phát thanh phường kêu gọi tụ họp hay bắt thanh niên đi tập tành gì ráo.

Nói một cách cho công bình là hình như sau một thời gian nghe ca sĩ cây nhà lá vườn riết chắc… oãi, nên lâu lâu nhà văn hóa cũng có mời một đoàn văn nghệ trên tỉnh về trình diễn. Không kịch, không múa đơn múa kép mà chỉ đơn ca và hợp ca. Tôi không biết gì nhiều về nhà văn hóa của huyện, cũng chẳng biết nó trực thuộc sự chỉ đạo của huyện hay thị trấn, nhưng biết là chín mươi lăm phần trăm công nhân viên làm ở đó rất hách. Mặt người nào cũng vác lên trời, chẳng hiểu để chứng tỏ mình có… văn hóa hay vì dưới đất không ai rớt bạc cắc để lượm! Hằng ngày chẳng hiểu họ "công tác" hay làm gì cái quái gì ở cơ quan này, nhưng mỗi bận có những chương trình văn nghệ, xem ra họ rất bận. Đi ngang qua đó, sẽ thấy vô số nhân viên chộn rộn khổ cực lên xuống các cây thang lớn thang bé để giăng cờ, giăng biểu ngữ, bao giờ đời đời nhớ ơn cũng sẽ nằm bên trên nhiệt liệt chào mừng, và hình lãnh tụ cũng sẽ được chưng lên y thể "người" sẽ trình diễn, hát hò tối đó bởi vì chẳng bao giờ thấy một miếng bích chương hay phông màn gì có hình chân dung nghệ sĩ.

Lúc còn đến trường thì ba mẹ tôi còn để cho đi sinh hoạt văn nghệ trong trường, nhưng kể "từ khi tui thôi học", mọi thứ thuộc về sân khấu coi như chấm dứt với mấy chị em tôi. Mẹ tôi cấm cửa không cho đến những nơi mà mẹ tôi gọi là chỗ để thanh niên có cơ hội tụm ba tụm bảy chọc ghẹo con gái. Và lần nào cũng vậy, để chứng minh lời nói của mình nói có ký lô, mẹ tôi lại nhắc tới... lịch sử, chuyện ông anh họ, con bác tôi khi tham gia đội thiếu niên tiền phong thời kháng chiến chín năm, ầu ơ ví dầu với một chị qua những lần đi sinh hoạt tập thể và văn nghệ như vậy, cho tới lúc chị mang bầu thì đã chạy trốn thục mạng.

Chị em tôi không được... cởi trói văn nghệ, nhưng văn nghệ văn gừng của huyện lỵ cứ y sì tẻ nhạt và nghèo nàn trong nhiều năm liền nên không cần đi coi, chúng tôi cũng biết mọi diễn biến ở những nơi phục vụ đời sống văn hóa cho quần chúng này. Về sau tôi nghiệm ra thêm một điều là có lẽ vì như thế mà người ta đã phát huy sáng kiến, mở và trưng bày cái bảng hiệu "cửa hàng chất đốt" lên, coi như để... giúp vui văn nghệ, đóng góp tiết mục hài hước, để cũng có thể tính là đã được thêm vào sự nghiệp phát triển văn hóa của đất nước.

Toàn thể nhân dân trong huyện, có thể nói là gần như nhà nào cũng không có thứ chất đốt gì khác ngoài củi. Ở ngay tại thị trấn, ban ngày không có điện đã đành, một tuần ba buổi tối cũng không nốt, nhìn đâu cũng chỉ là những cái đèn hột vịt thắp bằng dầu hôi pha một thứ gì đó luôn luôn mờ câm còn thua cả đít đom đóm. Nhà tôi thì có một cái đèn lớn nhưng chỉ thắp lên vào những hai thằng em tôi học bài. Tôi và con em ngồi với cái "hột vịt", giải trí bằng cách tán chuyện... nói xấu mấy thằng đầu đường cuối xóm, nếu bị la sẽ chuyển qua chuyện ngày xưa ăn hàng ăn quán ở đâu, món gì ngon.

Hai chị em tôi gọi đó là "thương về dĩ vãng". Về cái thuở hai chị em tiểu thư thị thành không biết nấu cả ấm nước sôi nói gì tới chuyện cơm nước củi lửa. Nghĩ tới nghĩ lui lẽ ra tôi phải chân thành cảm tạ và đời đời nhớ ơn vì đùng một cái sau bảy lăm, chị em chúng tôi từ những "phần tử ăn bám", sống thiếu thực tế, bỗng thành ra người am hiểu đủ mọi thứ. Lúc rừng cao su bị kiểm soát gắt gao, mấy thằng em tôi bị du kích chặn đường không cho làm tiều phu, tôi và con em xoay qua học cách nấu bằng một cái lò tưởng đã thành cổ tích, lò trấu.

Lò trấu là một loại rất khó xử dụng. Khác hoàn toàn với lò củi hay than, nó có dạng hình ống, trước khi đổ trấu vào lò, phải dùng một cái chai cao hay một thanh gỗ, thanh sắt tròn đặt ở giữa lò, và một cái tương tự đặt nằm ngang hướng về phía cửa lò. Sau khi nén trấu chung quanh đầy đến miệng thì từ từ rút từng cái chai hay thanh sắt thanh gỗ ấy ra, sau đó sẽ cho mồi củi hoặc than vào, nhè nhẹ thổi đến lúc trấu bén lửa. Nếu chỉ nghe diễn tả khơi khơi, thấy cũng không có gì khó, nhưng thực tế sẽ hoàn toàn khác. Bởi nếu không biết cách nén trấu, lò hoặc sẽ bị nghẹt vì quá chặt, hoặc sẽ bị sụp vì quá lỏng. Đã vậy, trong khi nấu, thỉnh thoảng phải khều tro ra ngoài cho không khí lọt vào, mà khều mạnh quá trấu sẽ sụp còn khều nhẹ lò sẽ tắt vì ngộp.

Lúc mới thử, hai chị em tôi đứa nào cũng bị mẹ tôi... đờn ca tài tử muốn ớn lạnh xương sống. Mẹ tôi nói có cái lò trấu học còn không xong sau này lấy gì ăn, rồi sau đó mẹ tôi la thêm y thể tôi và con em là kẻ gây ra tang thương chớ không phải "ai" đó:

- Đời gì mà ác đức quá, con người ta đang đi học đi hành, tự nhiên bị biến thành ra thứ còn thua người ở con sen...

Người ta nói "practice makes perfect", có công mài sắt mòn tay cũng thành kim; tập tành nhiều lần, cuối cùng hai chị em tôi cũng “thành công đại thành công”. Chỉ có điều nấu xong bữa, mặt mày đứa nào cũng đen thùi lùi như ông táo mặc dầu sống ở huyện lỵ đó, chúng tôi đã bắt chước các bà nội trợ dùng “cà ràng” một cách rất… tinh nhuệ đỡ phải chà mụn khói lắm lắm rồi. Cũng cần nói thêm một chút là cà ràng của người miền đông không phải lò cà ràng của người vùng sông nước, mà là một loại chảo đáy thủng vừa khít hoặc nhỏ thua đít nồi, có nhiều cỡ khác nhau, có hai quai cầm và vành chung quanh khá rộng, khi đun củi, trấu hay mạt cưa, khói bay lên từ lò sẽ bám vào vành của nó mà không ám vào nồi.

Ở ngoài thị phải nấu bằng trấu, vô tới rẫy cái gì cũng thiếu chỉ có củi là thừa, y như người ta nói kiểu… lãnh giải an ủi là được cái này mất cái kia. Rẫy, rừng núi bạt ngàn, rau khó kiếm vì thiên hạ đói mò vô rừng lặt sạch, còn củi khô ăn không được nên ê hề. Cứ vài ba ngày là mấy tên đực rựa nhà tôi lại kéo về một vài nhánh lớn, hay đẵn một cây khô là có thể chất tràn một chái hiên. Thỉnh thoảng tôi còn kiếm được vài ba cái nấm mèo trên những đoạn gỗ mục âm ẩm và đám gà cũng có chút mối, chút kiến làm tổ dưới đống củi tôi không thèm chụm.

Cái đám gà choai choai ông anh họ mang vô rẫy lớn phởn phơ dù chỉ ăn bắp lúa. Thuở người còn không có “đạm”, ông anh tôi rủ ba thằng đi đào trùn, bắt dế cho chúng ăn thêm. Kể ra có lũ gà cũng vui. Nhưng cứ rảnh ra là lại phải nghe ông anh “hơ hơ” tán dóc về nữ hoàng kim kê và kế hoạch bán gà nuôi heo, nuôi bò và sẽ trở nên giàu như Rockfeller đến sốt ruột. Tôi hết lườm rồi nguýt trong khi chủ nhân của con “Liz Taylor” vẫn gáy te te. Tôi nói may mà nó là con gà mái chứ không thì phải đi bịnh viện tai mũi họng vì chịu không nổi cùng lúc hai giọng hòa tấu. Ông anh họ tôi lại cười hờ hờ.

Cũng phải nói là không phải vì tôi… tấn công không lại chủ nên đâm ra "hằm" con gà mái. Nhưng cái con gà này thật khó mà có cảm tình. Sách vở nói trừ con người, thì bất cứ động vật nào, con đực cũng đẹp hơn con cái, và bình thường một con gà cho dù chưa được kể là mái tơ, trông cũng khá mượt mà, vậy mà đàng này con kim kê hoàn toàn chẳng có chút… nữ tính. Cổ nó trụi lũi như gà đá, loe ngoe mấy cái lông ống ngắn ngủn trong khi hai bên cánh lại có đám lông vũ cứng ngắt mọc tùm lum, chĩa xuống đất như thể nó đang mang trên người cái áo tơi. Hai con mắt lại long sòng sọc rất dữ dằn. Nói chung lại đó là một con gà không… nhan sắc.

Nhưng có lẽ nó cũng thuộc loại… xấu và dữ. Đám gà trong bầy sợ nó ra mặt. Tôi nói tôi dữ nhưng không tham ăn và không tranh giành gì của ai. Con gà chưa đẻ trứng vàng của ông anh họ tôi thì khác. Nó làm xếp sòng nên từ chỗ ngủ cho tới chỗ ăn. Tôi nói to cho ông anh nghe:

- Con này thế nào cũng chầu diêm vương sớm hơn mấy con kia.

Thằng em tôi hỏi tại sao. Tôi trả lời tại cái tật xớn xác và hay tranh giành, bữa nào đó mà lũ gà kia nổi điên vùng lên làm nhân dân anh hùng thì không toi mạng chớ còn gì.

Tôi… miệng ăn mắm ăn muối, nói đúng y boong. Một trưa, ba thằng cuốc xẻng từ dưới ruộng lên còn có thêm cái cần câu móc loe ngoe một con trùn. Tôi bảo gỡ ra chứ nhìn thấy ghê quá, thằng em nuôi không làm mà chỉ than xui. Kể, cá lóc đã ăn mồi rồi nhưng lại thoát được, nên sẽ để nguyên như vậy, sau khi ăn cơm sẽ xuống cắm lại. Tôi hù:

- Coi chừng cá không ăn mồi mà gà ăn là lãnh đạn à nha.

Thằng em nói không sao đâu. Còn ông anh họ tôi thì bật cười hạ ha:

- Ừ, cứ để vậy đi. Biết đâu gà của Hai Xồi chạy qua ăn dính thì sao.

Tôi lườm:

- Nó có dính cũng phải đem trả lại cho Hai Xồi rồi đi xin lỗi chớ bộ ăn được của ổng sao!

Ông anh họ tôi lại "hơ hơ" trêu tôi:

- Dính thì dấu liền, Hai Xồi sao biết được!

Tôi lầu bầu:

- Ờ, cứ nói vậy đi. Thế nào cũng bị quả báo.

Mà… quả báo nhỡn tiền thiệt. Đang ăn cơm, chúng tôi bỗng nghe tiếng lũ gà nhảy đùng đùng sau hè, rồi thình lình một tiếng "quác" to tướng vang lên trước khi có những tiếng "khẹc khẹc" theo sau. Giữa ban ngày ban mặt nên không thể nói cáo chồn chui vào rẫy, nên thằng em nuôi la to, "chết cha, gà dính lưỡi câu thiệt rồi!" và lật đật bỏ chén chạy ra ngoài. Hai thằng kia cũng rùng rùng chạy theo. Chưa đầy hai phút, cả ba thằng đều chạy vào:

- Con Liz Taylor đưa đời thiệt rồi.

Cái tin thật sét đánh ngang tai. Và tôi dẫu gây hấn có gây, đấu võ mồm có đấu nhưng nghe tin nữ hoàng kim kê "đang sống chuyển qua từ trần" cũng thót ruột:

- Xạo đi!

Ba thằng nói thiệt mà, và đưa mắt nhìn nhanh qua ông anh họ. Ông anh ban đầu có vẻ không tin, như nghĩ ba thằng đang trêu mình, nhưng vài giây sau thì cũng kêu lên:

- Thiệt sao?

Và anh nói, chơi kiểu gì kỳ vậy ta! "Bình thường" đây là cơ hội để tôi sung sướng hả dạ, và chắc có lẽ sẽ cười cười, "sự thật không ngờ chớ chơi giỡn cái gì", nhưng thấy bộ dạng và đôi mắt thảm não hiện ra ở ngay đằng trước mặt, tôi bèn... tịt.

Ông anh không dám chạy ra coi. Cũng không dám nói thêm lời nào. Chắc tâm hồn mẫn cảm của người nghệ sĩ đang... tao loạn. Tôi "tế nhị" im lặng.

Nhưng vậy mà tôi đâu có buồn giùm cho niềm đau chôn dấu của ông anh được lâu. Chiều ăn cơm với gà kho sả, ông cười hì hì ngó tôi:

- Vậy là mình phải đi kiếm chuyện khác mới chọc thiên hạ điên lên được!

35.

Con gà mái đi đời, ông anh họ tôi cũng về Sài Gòn. Nhưng lý do không phải là vì con kim kê từ trần, anh buồn quá phải ra đi về một chân trời xa lạ, mà tại hết hè, anh phải đi học tiếp để chuẩn bị ra trường.

Rẫy chỉ còn lại ba tôi, ông anh lớn, thằng em nuôi và tôi. Hai thằng em út cũng nhập học, chỉ vào rẫy những ngày cuối tuần phụ dọn cỏ, sau đó tải chở bắp đậu đã khô về thị cho mẹ tôi. Không khí tưng bừng "đô hội" biến mất. Chiều chiều, nếu ba tôi đi lòng vòng đâu đó giúp người này người kia chuyện thuốc thang đau ốm, còn lại ba anh em tôi sẽ buồn vào hồn không tên, ăn cơm xong là ngồi nhìn xuống mặt ruộng xâm xấp nước. Thằng em nuôi nói lúa đã trổ đòng đòng, bắt đầu chuẩn bị ra hoa.

Ở thành phố, hay chỉ nhìn ngắm qua hình ảnh, thấy những cánh đồng lúa non xanh mượt, nhiều văn thi sĩ đã tả chúng tựa như những ngọn sóng nhấp nhô, khi lúa chín thì có nhạc Hoàng Thi Thơ để nghêu ngao "trên đồng lúc vàng một bầy sơn ca, trên đồng lúa vàng chỉ mình đôi ta", nhưng nghe cái tông giọng thằng em tôi rầu rầu, là có thể đoán được nỗi buồn thế kỷ của nó ẩn hiện ở đâu đó. Những ngày lúa chưa đơm bông, chưa trổ đòng chưa chín tới, cũng chỉ một "mình đôi ta" là ông anh và thằng em nuôi lội bì bõm trong bùn, phơi lưng trần dưới nắng, còn phải tranh giành từng chút nước với những chủ ruộng kế bên, thơ nhạc nào có thể lọt vào tai cho nổi. Những hôm không cần phải xuống ruộng thì sáng sáng hai anh em lại phải ra rẫy, cuốc dọn đám đậu nành đã gặt hái xong chỉ còn trơ những nhánh khô cằn.

Cái đám ruộng trái mùa không ngạt ngào hương, chẳng sóng vỗ, cũng không có sơn ca nào dám hót, mà chiều xuống một bầy chim tôi không rõ tên, đen sẫm như quạ, bay về núi với những tiếng kêu lạc lòng, càng làm cho cái không khí rừng núi thêm não nề, u tịch. Tôi "bây giờ quen mưa nắng", gánh trên vai hàng hàng lớp lớp bụi trần, vài năm sau nghe Trịnh nhạc sĩ viết bài ca nịnh rất "đẳng cấp", tuyên truyền kêu gọi thanh niên nam nữ đi thanh niên xung phong ấy mà phải phì cười. "Qua bao mùa em đã lớn. Đất cho em trái tim nồng nàn. Yêu con người nên lo lắng. Muốn nghiêng vai gánh thêm nhọc nhằn". Tôi nghĩ tôi thương yêu anh em trong nhà ghê gớm lắm, thấy anh em làm lụng cực quá nhiều lúc đã chảy nước mắt xót xa, nhưng cái vụ đỡ đần coi bộ đã khó, mà nhạc sĩ lại tưởng tượng ra được cảnh "mission impossible" gánh vác cho đồng đội thì phải nói thiệt là quá "đỉnh"!

Ba tôi và tôi làm nhiệm vụ phơi phóng bắp đậu và vô bao. Cái chòi chật cứng, nhiều hôm ông anh và thằng em nuôi phải leo lên ngủ trên mớ bao bì thô nhám và lạo xạo các loại hạt. Đi ra đi vô đụng đầu nhau, ba tôi, ông anh và thằng em nuôi thở dài sườn sượt. Nhưng chẳng vì chật chội, đông đúc gì hết ráo mà vì mới gặt hái, thấy mọi thứ nhiều như vậy, thực ra phần lớn đã... thuộc về tay nhân dân. Nghĩa là đến hơn hai phần ba tổng số thu hoạch phải dành ra để đóng thuế nông nghiệp. Phần còn lại, mẹ tôi sẽ bán chui ra ngoài, trả những món nợ mượn trước cho công gặt. Thỉnh thoảng nhớ tới những bài thơ, những đoản văn hừng hực sức sống lúc còn đến trường, tôi vẫn "nghĩ tới một điều không dám nghĩ" tuy không thể nói ra ngoài miệng vì sợ bị đi… tù nhưng trong lòng ấm ức dữ dội. Tôi ấm ức… ông Xuân Diệu, nghe ông tuyên bố "hôm nay xã hội đã lên đường", muốn phát bực, càng không hiểu ông chiến sĩ trên mặt trận văn hóa này lấy đâu ra niềm hân hoan để ca ngợi, "Người nói tin mừng, ôi cây lúa Trung Hoa!", mà lại còn,

... Lúa, ôi lúa! ngươi toả mừng tha thiết,
Ngươi lùa vào tâm trí của ta; ngươi
Chứng tỏ đời mới chỉ bắt đầu thôi:
Đến cây lúa cũng chưa dùng hết sức!
Thôi, từ giã những buồn rầu quanh quất,
Vứt bi quan, xây dựng lấy thần kỳ!

Ngày ngày chạy theo đuổi đám gà đang tấn công tới tấp mớ bắp lúa phơi ngoài sân vì đã hết cào cào châu chấu và những thứ rớt rơi ngoài ruộng rẫy muốn rụng cả hai chân, tôi chỉ muốn la to cái gì đó cho đỡ tức. Không biết vứt cái bi quan vào cái lỗ nào để xây dựng thần kỳ! Rồi tôi lại nhớ tới ông Hoàng Trung Thông, bụng càng ấm ức hơn. "Bàn tay ta làm nên tất cả. Có sức người sỏi đá cũng thành cơm"! Tôi có cảm tưởng đầu óc mình thật u mê đần độn, bởi vì "tư duy" mãi mà vẫn không thể nào "ngộ" ra cái lý lẽ nào để "sỏi đá thành cơm"!

Tới giai đoạn này là tôi hết còn hơi sức để làm thơ. Mớ văn chương thi tứ của tôi bay vèo vì những tư tưởng mới lạ của cách mạng đã đành, phần còn tan tành theo những trận quyết chiến đấu với lũ gà. Người ta nói có những chỗ chó nào ăn đá gà ăn muối, chỗ tôi sống, sử dụng sức người đến bở hơi tai, nhưng đá hoàn đá không thấy cơm đâu, cũng không đủ cả muối, nên cái đám gà đang nhởn nhơ lớn bỗng lăn quay ra ngáp ngáp, nhảy dựng như lên đồng rồi... bất tỉnh và chết. Con nào cũng chết cách giống nhau. Một cái chết hoàn toàn không bình thường, có vẻ như phải chịu đựng một "sự cố" gì đó ghê gớm lắm, nên vì vậy mà chàng kỹ sư nông nghiệp chưa ra trường kiêm pháp sư, buồn rầu cầm con gà ngay đơ cán cuốc lên "xét nghiệm lâm sàng" một hồi rồi tuyên bố:

- Chắc chắn không phải bị dịch.

Tôi và thằng em nuôi la làng như nhà cháy. Vì khi không "đang sống chuyển qua từ trần" mà chẳng vì bịnh dịch thì còn bị gì chớ. Ông anh tôi không trả lời, bình tĩnh mổ diều con gà ra coi, "điều nghiên" rất lâu rồi thở dài:

- Nó đói quá, ăn sỏi nhiều quá nên chết.

Anh giải thích bình thường gia cầm không có răng nên phải ăn một số đá sỏi để nghiền những thứ cứng như bắp, lúa; tuy nhiên đá chỉ là một thứ "phụ gia" giúp cho bao tử con gà hoạt động, tiêu hóa dễ dàng hơn, trong khi đó đám gà của chúng tôi chỉ có đá và sỏi để nuốt cho đầy dạ dầy, đến lúc đầy quá không thể chui đi đâu nữa thì chúng sẽ lăn đùng ngã ngửa ra. Anh khẳng định mồng con gà không tái, da không đổi màu, và không hề có bất cứ triệu chứng bịnh dịch nào. Anh giải thích thêm, nếu bị dịch, cả bầy sẽ lừ đừ và chết cùng một lúc, chứ không thể nào "từng người tình bỏ ta đi như những giòng sông nhỏ" như vậy. Anh nói:

- Con nào nhỏ và không lanh lợi, giành thức ăn không lại mấy con kia, chỉ ăn sỏi thì sẽ chết trước.

Ban đầu tôi và thằng em nuôi không chịu tin anh, không biết có phải vì đã từng nghe mẹ tôi ca cẩm, đả đảo "kiến thức chuyên môn" của anh qua vụ "đỡ đẻ" con heo nái mà ngờ vực hay không, nhưng chẳng đứa nào chịu làm thịt con gà mới chết. Tuy nhiên sau khi thử quan sát và ngẫm nghĩ điều anh nhận xét, cuối cùng tôi và thằng em nghiệm ra, người còn đói nhăn răng huống gì heo quéo hay gà ghiếc, mới "nhất trí tán thành ý kiến" của anh.

Đám gà lần lượt vô nồi nước sôi sau khi há mồm ra thở dốc vì nghẹt bao tử. Tôi nhớ tới con "Liz Taylor" đẻ trứng vàng của ông anh họ. Nghĩ bụng, thuở "sinh tiền" nó dữ dằn, thứ gì cũng dành, nếu không bị cái lưỡi câu móc vô cổ mà lìa xa dương thế, gặp "thời buổi tao loạn" kiểu này chắc sớm muộn cũng phải băng hà, từ giã cuộc chơi trước khi thành… sản phụ!

Tôi nói với thằng em nuôi về "tư duy" của mình, rồi bảo giữa tôi và chủ nhân của nó có lẽ sẽ không tránh khỏi một trận quyết chiến đấu nếu như anh phải chứng kiến cảnh "mỹ nhân" của anh… quay đơ sau khi nuốt vô bụng một mớ sạn, chứng minh thực tế một cách hùng hồn rằng sỏi đá sẽ mãi mãi là sỏi đá, không thể biến ra thành thóc lúa! Tôi nói gà thường chết vì nuốt dây thun nhưng đám gà này là bị… sạn thận. Thằng em tôi bật cười. Không biết có mường tượng ra cảnh tôi và ông anh lên đạn, sẵn sàng nả vào nhau không.

Và tôi, sau khi bá láp một hồi, thì lại thở dài chép miệng:

- Mà có ông nội đó… cãi nhau cũng vui.

36.

Thằng em nuôi lựa một con gà trống nhốt vô lồng, cho ăn riêng, có thóc có bắp đàng hoàng, rồi lại bắt chước ông anh họ ưu ái đặt tên. Tôi thắc mắc tại sao lại có "chế độ đãi ngộ" đặc biệt cho nó như vậy. Thằng em trả lời:

- Phải đem về thị cho mợ một con đàng hoàng tử tế, chớ cái kiểu ăn đá ăn sỏi như vầy, từ từ tụi nó ngoẻo hết thì còn gì…

Cái thằng! Phải thiệt tình mà nói là hơi "rù rù", chậm chạp, nhưng chân thành và hay nghĩ tới người khác. Tôi chưa kịp ngỏ lời khen, thằng em lại nói thêm cũng sắp Tết rồi!

Sắp Tết! Nghe như vậy, lòng tôi bỗng như rớt xuống. Nhưng thay vì chỉ nghĩ đến mẹ, tôi thừ người ngồi nhớ tới những cái Tết có áo mới, có mai vàng, có rộn ràng bè bạn. Lòng tôi buồn xao xác, thấy rõ ràng là mới chỉ một vài năm thôi, nhưng những yên ấm vui vầy đó dường đã như xa xôi, đã mịt mờ cổ tích, không còn thể nào chạm tới được nữa. Tôi hắt hiu làm thơ,

Đã có một lúc trong cuộc đời
Tận ở đâu xa tít mù khơi
Ta với nhỏ đi về áo lụa
Tóc huyền bay trong gió chơi vơi...

Ngậm ngùi áo lụa tóc huyền, tôi âm thầm kêu gào, theo kiểu viết lách thời tôi mười bảy tuổi là "đau những niềm đau miên man và bất tận". Rồi suốt những ngày sau đó, cơm nước xong tôi cứ bó gối buồn rầu ngó ra ngoài mảnh sân khô khốc đỏ rực nắng, rồi lại ngó con gà bị nhốt trong lồng mà như ngó về "một cõi mênh mông xa vắng".

Con gà không thể đẻ trứng vàng vì là gà trống, không mang "thân phận" tài tử giai nhân vì... sinh bất phùng thời, thêm thằng em nuôi tôi không... vọng ngoại, không Tây không Mỹ, nên nó bị đặt tên là con Ất Dậu! Lúc mới nghe, tôi đã trợn mắt ngó thằng em. Tôi nói trước hết nó phải là "thằng" mới đúng, vậy tại sao lại đặt cho nó một cái tên quá sức là thục nữ như vậy. Thằng em nói đâu có thấy thục nữ gì đâu. Tôi chặc lưỡi:

- Phải chi kêu nó tên Kim Kê hay... Bảo Kê gì đó thì cũng oai hùng hơn một chút rồi. Đồng ý nó gà nên là Dậu, nhưng sao lại không Mão Mũ, Kỷ Cương, Bính, Đinh gì đó mà phải là Ất?

Thằng em chớp mắt:

- Em nghĩ "thằng" thì chỉ được dùng cho... người, nó không thể là thằng gà được, còn tên Ất Dậu là vì đang thoát nạn đói, em đặt vậy để tưởng niệm... chiến sĩ trận vong!

Câu trả lời của thằng em làm tôi rũ ra cười và phục lăn kiểu xài chữ hết sức... "kiến thức" đó. Tôi chỉ con gà:

- Mà chắc nó biết câu "nhất nhật tại tù thiên thu tại ngoại", nên dãy dụa đòi trốn thoát kìa.

Thằng em nhìn theo, không nói gì, nhưng sau đó lẳng lặng đi kiếm một khúc củi nặng đè lên trên cái lồng. Tới chiều tối coi bộ chưa chắc ăn, còn xin tôi mớ chỉ len cột chân con gà lại. Nói sợ nó vùng lên làm cách mạng, xổ lồng chạy mất là tiêu tan mơ ước được mang con gà "tử tế" về thị cho mẹ tôi ăn Tết. Thằng em chép miệng:

- Nói là cho mợ, nhưng chưa bao giờ làm thịt gà ra mà em thấy mợ ăn một miếng lớn. Lúc nào cũng nói chỉ muốn gặm xương…

Tôi ừ. Mẹ tôi thường vẫn hay giả vờ "không thấy đói", "không muốn ăn" như vậy. Mẹ tôi hay nói "nước mắt chảy xuống". Tôi buồn thiu nghĩ bụng Tết về tới nhà, chắc có lẽ phải cố gắng kiếm ra cái gì đó hay hay làm cho mẹ tôi vui mới được. Nhưng nghĩ tới nghĩ lui, mãi vẫn không tìm ra thứ gì, vì thứ gì cũng đòi hỏi phải có "ngân sách", có kế hoạch năm bảy năm tiến lên tiến xuống. Cuối cùng tôi bèn quyết định cách dễ nhất là sẽ chăm sóc con Ất Dậu nhiều hơn. Nên vì vậy thỉnh thoảng đi loanh quanh trong rẫy, thấy cọng rau, tóm được con dế, con cào cào châu chấu là tôi thảy vô cho con Ất Dậu.

Có bột, có xơ, thêm phần "đạm" trùn thằng em hì hục đào xới dưới ruộng mang lên, trông con Ất Dậu có vẻ lớn hơn những con ở bên ngoài. Tuy nhiên coi bộ cảnh tù đày làm nó đau khổ, và chắc là không biết… viết, không thể cho ra đời cuốn nhật ký nào, nên cứ hết thức ăn là lại lưng tưng dãy dụa muốn rụng hết cả lông đầu lông cánh. Nhiều lúc nó làm tôi nổi điên, đến phải đá vô cái lồng mấy cú cho nó sợ.

Nhưng tôi đá là chỉ cho hả tức, chứ con Ất Dậu đâu thèm sợ mà càng nhảy nhót lung tung hơn, khiến sau đó chính tôi lại sợ nó nghoẻo nữa là khác. Và tôi phải "điều nghiên" đủ cách, cuối cùng tôi nghĩ ra cách là cho nó ăn từ từ, lâu lâu lại thảy vô lồng vài hạt bắp, nắm thóc. Con Ất Dậu có vẻ "yên tâm chịu đựng" hơn, và tôi mất thì giờ hơn với nó. Tuy nhiên tôi nghiệm ra một điều hết sức ấu trĩ nhưng cũng hết sức… chính trị, là cứ uýnh vô nồi cơm, "nắm mạch máu" kinh tế của ai đó là có thể điều khiển được họ!

Và cứ phải ngồi dòm chừng, để mắt tới con Ất Dậu trong cảnh cá chậu... gà lồng như vậy, nhưng tôi không "chịu khó" phát minh ra cái thuyết bá láp nào cho nhân loại, mà lại nghĩ tới chuyện con gà đẻ trứng vàng huyền thoại của ông anh họ rồi lan qua tới chuyện "kinh doanh" vịt con của ba thằng em. Tôi chợt nhớ ra thêm đã từ lâu rồi ba thằng chẳng còn "làm ăn" ở... mặt hàng này nữa, cũng không hề nhắc tới vịt viếc gì cả. Tôi có cảm giác hình như không phải lý do bởi "kinh doanh thua lỗ" mà có... sự tình gì đó. Tôi hỏi có phải tại mẹ tôi không chịu nổi mấy con vịt phá quá, "đòi lại mặt bằng" không cho nuôi nữa khiến ba thằng vỡ mộng làm kinh tế gia hay không. Nhưng cả ba thằng đều không trả lời. Hỏi tới hỏi lui hoài, một thằng bèn đáp không thích vịt nữa mà đã chuyển qua thích gà. Và rồi tự dưng cả ba thằng đều hớn hở nhắc lại chuyện nuôi gà đá thuở còn ở thị xã cũ.

Tới lúc đó là đến lượt tôi im. Vì chuyện gà đá mấy thằng đang bàn tán với nhau ấy, có chút dính dáng tới "quá khứ đau buồn" của tôi. Tôi xụ mặt ngồi im. Thuở "chưa làm thơ yêu anh", tính tình tôi như con trai, ngày nào tôi cũng lẽo đẽo đi theo coi ông anh tôi và ông anh con cậu đá banh, bắn ná dây thun, sau này là đánh bi da, lúc hai ông đã vào Sài Gòn "du học", không còn "nguồn vui" nào khác, tôi lại theo ba thằng cà chớn này đi coi đá gà.

Nhà tôi ở ngoài mặt đường. Muốn đi coi đá gà phải vào xóm trong, mút chỉ cà tha tới một nơi có tre xanh, có vườn tược và có cả vài thửa ruộng nho nhỏ giống hệt như ở ngoại ô hoặc thôn quê. Bởi chỉ những nơi như vậy mới có đất đai mới rộng rãi, có thể làm "đấu trường" cho mấy con gà. Lần đầu tiên tới đó, tôi đã hết sức ngẩn ngơ. Lớn lên ở thành phố, những từ ngữ đồng ruộng, thôn làng thường chỉ nằm trên sách vở nên luôn luôn làm tôi cảm thấy bồi hồi xúc động. Khi được đưa tay vịn vào những nhánh tre óng ả hai bên đường, được thả mắt trên cánh đồng lúa xanh mướt mà không cần phải đợi tới Tết, về quê thăm bác tôi mới được thấy, tôi vui vô cùng. Chuyện đi coi đá gà sau đó chỉ là một phần nhỏ, vì có hôm tôi chỉ đi tìm bông dại, có hôm đứng ngẩn mặt đón những cơn gió thoảng hương đồng nội. Vậy mà khi biết ra chuyện này, tôi bị ba tôi mắng một trận nên thân với lý do "con gái lớn rồi", nhưng lại mẹ tôi cho ăn một trận đòn vì cái tội cãi nhau ỏm tỏi với mấy thằng em… không cho ai ngủ trưa!

Nữ sĩ Nhã Ca làm con gái, "buồn như lá cây", tôi làm con gái không thích chơi với con bé hàng xóm hay mèo nheo và mặt mày lúc nào cũng tèm nhem đầy ghèn, đi học có hôm còn thấy cả ke trên mép, mà lân la chơi với con bé sau nhà để được nó dạy đánh bài tứ sắc, bài cào và nghe nó… chửi thề, nên bị ba mẹ tôi cấm cửa. Lớn lên, đi đá đà đá dế, thọc bida cũng bị mắng. Rồi tới lúc muốn đọc sách, làm thơ cũng không xong. Kiểu nào ba mẹ tôi cũng nói không phù hợp với tôi. Có dạo ba tôi bắt tôi học đàn tranh, mời thầy về tận nhà để dạy tôi. Nhưng chỉ cần thấy cái đờn và ông thầy "Hành Vân, Lưu Thủy" là tôi đã muốn khóc rồi. Nhiều hôm tôi giả bịnh để trốn, những tối khác đi học thêm Anh Văn ở Hội Việt Mỹ về, tôi ầu ơ ví dầu đủ chuyện để ông thầy… nản lòng nhưng cuối cùng cũng phải ngồi… hò xự xang xê. Thật tình mà nói nếu như sau đó gia đình tôi không xảy ra vài chuyện làm gián đoạn vụ cầm kỳ này của tôi, thì chắc thế nào trong nhà cũng có người bị… khiếm thính!

Mẹ tôi làm thơ, nhưng tôi nghĩ ba tôi mới là người có

tâm hồn nghệ sĩ rất láng lai. Quan niệm của ba tôi thì dù là con gái đi chăng nữa cũng không cần vô bếp, nội trợ gì ráo. Ba tôi nói chỉ cần học thiệt giỏi, lấy cái bằng ngon lành, ra trường đi làm lương cao rồi mướn người làm cho mình. Một quan niệm sống thật hết sức khỏe re, hết sức phù hợp với tính tình… lười biếng của tôi! Ba tôi nói thêm là chỉ cần biết khâu… nút áo dành cho những trường hợp khẩn cấp mà thôi. Vì vậy tôi nghĩ ba tôi muốn tôi học đàn tranh là để phụ vô phần… ăn chơi, bảo tôi thích ngâm thơ thì nên biết thêm chút "cầm" để tăng phần thơ mộng! Chỉ một điều duy nhất tôi thấy trúc trắc trong cái vụ "xây dựng hình tượng" cho tôi trở thành tiểu thư khuê các là ba tôi bảo tôi không nên làm thơ. Ba tôi nói thi phú làm còn người ta buồn rầu và cuộc đời dễ bị "vận" vô những thứ ưu tư sầu não.

Tôi đã tự hỏi không biết mình có nên hoan hô độc lập tự do muôn năm nhiều hơn người khác hay không. Vì sau khi công cuộc kháng chiến thần thánh chống Mỹ cứu nước đầy gian khổ thành công, đất nước rùng rùng tiến lên, có rất nhiều người không thèm biết tới thơ phú là cái quái gì hết cũng khổ giống như… tôi, nên ba tôi đã để mặc cho tôi tha hồ ru với gió, mơ theo trăng và vơ vẩn cùng mây!

37.

Đó là cái thời những bìa báo, những tấm thiệp xuân có in hình hai trự con nít tay dấu sau lưng, chạm môi hôn thiệt dễ thương, không có gì "phản cảm" cũng phải mang đi dấu. Không lẽ đành phải đổ cho nhạc sĩ Xuân Hồng chưa dám sáng tác và trình làng bài hát, "hạnh phúc đâu chỉ có cơm ngon và áo đẹp, mùa xuân đâu chỉ có hoa thơm và nắng đẹp, cuộc đời còn có cả những nụ hôn" sau bài mùa xuân đầy tự hào, quang vinh "cờ sao đang tung bay cao, qua hết rồi những năm thương đau, vui sao nước mắt lại trào"... Nhưng điều kỳ diệu của cuộc sống là dẫu phải ở trong "giai đoạn lịch sử đứng trước nhiều khó khăn thách thức", chưa có ai dám nói ra những tình cảm thật sự của mình mà không sợ bị phê bình ủy mị, thì có đói nghèo khổ cực đến cách mấy đi nữa, con người ta cũng muốn được yêu thương. Con người ta vẫn muốn có được có những mối tình ấm áp và vẫn ước mơ lứa đôi.

Tuy nhiên tới lúc mấy thằng em tôi khám phá ra ông anh quen với một chị, thì thay vì vui vẻ chúc mừng, lại hô hoán loạn cào cào châu chấu anh có người yêu như thể anh đang... phạm tội gì tày đình. Ba thằng chấu đầu vào hoạnh họe ông anh tôi trong một bầu không khí vô cùng căng thẳng. Chắc có lẽ còn căng thẳng hơn cả một buổi kiểm điểm, oánh giá công tác. Ông anh tôi chậc lưỡi, chối quanh:

- Chưa gì hết mà.

Thằng em nuôi:

- Chưa gì sao lần nào trước khi vô đây, anh cũng ghé nhà chị đó cả tiếng đồng hồ, nắng nóng cỡ nào vẫn không chịu đi.

Rồi thằng này nhăn mặt nhăn mày, lên giọng càu nhàu, y hệt như đang… copy and paste từ mẹ tôi, "chẳng biết nói chuyện gì mà nói dữ!" Bị vạch trần trước tòa án nhân dân, ông anh tôi chắc rầu lắm, nhưng không thèm trả lời, chỉ đưa mắt nhìn cả ba thằng một cách hết sức ngán ngẫm rồi quay đi. Ba thằng ranh con ngồi chờ một hồi, không thấy anh "phản biện" câu nào, lại tra khảo:

- Con nhà ai? Làm gì?

Mặc dầu cũng có chút tò mò, cũng muốn chị là ai mà có thể ngăn cản "bước tiến" của ông anh tôi, khiến anh không tất bật vào rẫy trước khi cái nắng đổ xuống đến cháy được cả da, nhưng thấy điệu bộ ba thằng y như ba bà má chồng gai góc đang chì chiết con dâu, tôi bỗng đâm ra bực mình nên lườm một cái rõ dài:

- Mấy cái thằng cà chớn! Bộ tụi bây muốn ổng ở vá hay sao mà um sùm. Tuổi của ổng giờ chưa có người yêu mới là chuyện lạ kìa. Bộ tụi bây là… má của ổng hay sao mà dám tra gạn con nhà ai, làm cái gì? Bả con nhà ai, làm cái gì đâu phải là chuyện của tụi bây phải lo lắng!

Tôi la muốn khan cả cổ họng, nhưng cả ba thằng đều không thèm nghe tiếng nào cứ tiếp tục oai oải, léo nhéo. Và nói qua nói lại một hồi thì tôi biết ra đó là chị của con bạn thân tôi, người từng dẫn tôi đi làm thuê thuở nọ. Đầu óc tôi bỗng như cái máy tính, sực hiện ra hình ảnh bà chị anh hùng xạ điêu và thằng học cùng trường. Và hẳn nhiên tôi cũng nhớ ra chị ngay, tôi nói:

- Chỉ trắng trẻo, ăn nói nhỏ nhẹ. Dáng dấp cũng mỏng lét y như ổng vậy đó.

Một trong hai thằng chưa được diện kiến "người ấy" của anh tôi, la lên choi chói:

- Dậy là làm rẫy không nổi rồi.

Tôi vừa mới dịu giọng xuống chưa được năm giây, bỗng lại nổi khùng:

- Sao biết người ta làm rẫy không nổi? Tao có đi làm với chỉ hồi hè rồi!

Và tôi cáu kỉnh quát lên:

- Mà tụi bây muốn ổng lấy vợ chỉ để… làm rẫy thôi sao? Vậy sao không vô chỗ ông Bảy Cúc lôi về một bà cho ổng?

Nghe tới đại biểu Bảy Cúc, ba thằng bỗng bật cười, bỏ qua "vụ việc" bà chị con bạn tôi mà hơ hơ, he he chuyển qua nói chuyện đàn bà người Thượng theo chế độ mẫu hệ là phải đi cưới chồng. Sau đó cả ba thằng đều hăm hở tán nhảm đủ thứ chuyện, và chuyện nào cũng bá láp y như nhau. Chẳng hạn có vợ người Thượng thì không cần tốn tiền mua dép vì họ thường đi chân đất. Lại không giống như người Kinh khi cho con bú sẽ lấy cái nón úp trước ngực, hay lấy cái khăn để che, phụ nữ người Thượng bình thường có lúc đã không thèm mặc áo, khi có con càng để "nguyên hiện trường". Rồi một hình ảnh khác rất… ấn tượng lọt vào sáu con mắt của mấy thằng này, là điệu con đàng trước bụng, sau lưng vẫn có thể mang được cái gùi nên họ vẫn làm việc ngon lành sau khi sinh. Vân vân và vân vân.

Nghe muốn thủng cả tai, tôi định nói nhiều "lợi ích"

vậy chắc ba thằng bây muốn cưới vợ người Thượng phải không, nhưng nghĩ tới chuyện phải nghe thêm vụ "phân tích tình hình", tôi phát mệt, bỏ lên "gác" nằm vắt tay lên trán. Cái trái tim buồn bã tang thương của tôi mềm xuống như cọng cỏ. Tôi thấy thương anh quá đỗi. Nghĩ, nếu cuộc đời nhiễu nhương không đẩy anh về cái vùng đất hoang vu chỉ có núi và rừng như thế này, thì dù có từ chối không đi du học, không muốn sống ở nước ngoài, anh cũng vẫn có thể được sống đời an nhàn với những kiến thức của mình…

Tôi nhớ tới vóc dáng thư sinh của anh những ngày còn đi học. Nhớ tính cách của con người anh. Hoàn toàn khác hẳn với những tên con trai học trường Tây hay kênh kiệu, tưởng mình "ngon", thì anh tôi hòa nhã, mềm mỏng, và khiêm nhường. Từ nhỏ đến lớn, tôi và mấy đứa em trong nhà chưa bao giờ bị anh mắng một câu nào, bực bội lắm thì anh chỉ chặc lưỡi, tỏ ý không bằng lòng là nhiều lắm rồi. Nhiều lần mẹ tôi đã nói không hiểu sao tính tình tôi dữ dằn, khó chịu, không bằng một góc nhỏ của anh.

Có thể nói, so với bạn bè đồng trang lứa, anh không chỉ hiền mà còn có vẻ nhút nhát hơn, không dám tán tỉnh, bỡn cợt với cô bạn nào. Suốt nhiều năm dài ngồi sau lưng một chị cùng lớp, thích mái tóc dài, thích làn da trắng, đôi môi hồng, nhưng mãi đến ngày lên đại học mới dám thổ lộ thì chị lại qua đời vì tai nạn. Tên không tặc nổ quả lựu đạn trên chiếc máy bay từ miền trung vào Sài Gòn làm mất đi hơn bảy mươi người trong đó có rất nhiều trí thức, có cả người con gái vừa hẹn hò sẽ gặp lại anh ở thủ đô. Mùa xuân khép lại giữa bầu trời, mối tình đầu chưa kịp nở cũng khép lại với anh tôi. Ngày anh tôi về thị xã, bơ vơ, trơ trọi như một chiều chúng tôi đi thăm mộ chị. Đứng trên đồi gió nhìn xuống những cơn sóng trắng vỗ vào ghềnh đá, tôi đã có cảm tưởng chính trái tim anh cũng đang tan thành bọt biển.

Sau đó, năm tháng trôi đi chưa đủ dài để trái tim anh lành lặn, thời cuộc lại khiến tương lai tươi sáng của anh biến thành đen tối. Tôi lại nhớ tới những ước mơ hiền hòa của anh. những điều anh thích làm và những ước mơ cho cuộc đời của anh cũng không có gì dữ dội. Một trang trại, một chỗ yên lành, có thể nhìn thấy trời xanh, mây trắng, đồng cỏ hoa vàng. Những cái ước dễ thương, mang chút hơi hướm cổ điển, phảng phất chút văn hóa phương tây có lẽ do ảnh hưởng những gì anh được học từ bé cho đến gần hết trung học mà ngày trước anh hay nói đến, cũng như đang chuẩn bị thực hiện bỗng vỡ tan tành, khiến lần nào nhìn thấy anh ra rẫy, xuống ruộng, tôi cũng chao lòng.

Tôi nằm tưởng tượng ra cảnh anh quen với chị, một người cũng tiểu thư, "mỏng lét" như anh ngày xưa (và thực tế thì ngày ấy càng... mỏng lét hơn xưa), sẽ không bao giờ có được một lần dẫn nhau đi uống ly chanh đường hay vào quán cà phê có đàn dương cầm, có lò sưởi như cái quán chúng tôi vẫn hay đến ở thị xã thuở trước mà ứa nước mắt. Cả cái huyện lỵ thời đó chỉ có một cửa hàng ăn uống trực thuộc công ty thương nghiệp ồn ào như chợ vỡ, tôi không nhớ bán thứ gì ở đó. Và "tư nhân" chỉ một hai quán nước chơ vơ mấy bộ bàn ghế bằng nhựa thấp chủn, lèo tèo mấy chai xá xị phẩm màu đôi khi không có cả nước đá vì cúp điện, mà khách vào đó thường vẫn hồi hộp bởi không biết bao giờ công an kinh tế hay du kích sẽ ập vào bắt chủ quán dẹp.

Nhưng trong khi tôi nằm đau khổ thương anh, thì ba thằng cà chớn vẫn chụm đầu nhỏ to với nhau. Tôi tưởng ba thằng đang "đấu tố" anh, vừa định ngóc đầu lên mắng cho một trận nên thân, bỗng nghe trong những tiếng rù rì có một cái tên quen quen, rồi lại nghe những chữ khác với âm thanh phát ra không rõ ràng giữa những hàm răng đang nghiến vào với nhau, tôi ngồi bật dậy la làng:

- Ê, mấy thằng này học chửi thề ở đâu ra vậy?

Ba thằng em im re. Tôi trợn mắt:

- Tụi bây nói chuyện về ai mà lại chửi?

Một thằng lí nhí:

- Có nói ai đâu.

Tôi xửng cồ bảo tao nghe rõ ràng. Thằng em nuôi:

- Tụi em bực mình mấy thằng ruộng dưới.

Biết là thằng này xạo, vì rõ ràng "mấy thằng ruộng dưới" làm gì có cái tên mỹ miều rất con gái như vậy. Và những lần tháo tàu ráo máng không để lại cho ruộng nhà tôi miếng nước nào vẫn chưa hề nghe có đứa nào… nghiến răng.

Tuy nhiên biết là có hỏi gì thêm cũng không cạy răng được thằng nào, tôi đành chỉ hăm là sẽ méc ba tôi nếu như còn nghe như vậy lần nữa!

38.

Chuyện "pháp sư" có người yêu chộn rộn hai ngày cuối tuần rồi ngưng, vì hai thằng em phải về thị, còn chõng trơ một mình thằng em nuôi và ông anh chiều chiều "đứng trên đồi dốc nhìn xuống... ruộng khô" mà thở dài thườn thượt. Cái câu nói miền nam mưa thuận gió hòa đọc trong sách, nghe tả trong văn chương ngày chúng tôi còn ở miền trung chừng như cũng đã đi theo thời cuộc, không còn thấy mặt ở cái chốn này. Trời nắng chang chang, nắng đổ lửa, bụi đỏ bay mịt mù trong không, cái giếng cuối rẫy chỉ đủ nước để nấu cơm và giặt quần áo, nhưng cả ông anh lẫn thằng em tôi đều hết hơi, không còn đủ sức để trách móc, ca cẩm điều kiện nước nôi thiếu thốn, không có dẫn thủy nhập điền mà vẫn bị bắt buộc phải làm vụ mùa đông xuân, phải trồng thêm hoa màu phụ.

Ông anh và thằng em "lên lịch trình" để xem ai sẽ vào rẫy trở lại sau Tết. Tôi dĩ nhiên là được "giải phóng" vì tôi ở nhà những ngày tân xuân sẽ có lợi hơn trong chuyện nấu nước pha trà đãi khách, cộng thêm chuyện phải "quản lý" mấy món thức ăn hiếm thấy trong năm như thịt kho dưa món. Một lý do khác dễ hiểu hơn là không cần sự hiện diện của tôi ở trong rẫy vào những ngày đó, thì mấy ông vẫn có thể... hưởng thụ, có bánh tét thay cho... cơm ba tầng. Bàn qua tính lại, nói tới nói lui, chuyện người thương người nhớ bỗng được mang ra lần nữa. Thằng em nuôi nói ông anh tôi cần có thì giờ nhiều hơn để đi thăm và nói chuyện với chị "mỏng lét". Ông anh tôi bị lật tẩy, quê độ nên đòi làm quân tử, đòi vô rẫy sau ngày mùng hai. Thấy lòng thành và tình cảm mến yêu đậm đà của thằng em bị từ chối, tôi lườm:

- Cái gì sau mùng hai mà đã đòi vô đó? Anh đi trễ vài bữa cũng được. Còn mấy thằng ranh này ở nhà, có tiền lì xì, rủ nhau đánh bài rồi cãi lộn chớ ích gì.

Anh tôi chép miệng:

- Anh ở nhà thì ba thằng đều vô đây hết rồi cũng đánh bài, cũng cãi nhau vậy thôi.

Tôi lại lườm:

- Nhưng tụi nó vô đây chỉ có Hai Xồi nghe, chớ cãi nhau ở nhà thì khách khứa, làng nước, ai ai cũng phải nghe.

Anh tôi làm thinh. Tôi nhìn mặt anh, đoán ra ngay là nói vậy chớ kiểu "phân công" của thằng em và tôi chắc chắn làm anh khoái trá rồi. Vì cho dẫu chị "mỏng lét" chưa chính thức trở thành đương kim người yêu của anh đi chăng nữa, nhưng "riêng một góc trời" tối hù hù như đêm ba mười thuở đó mà có một người làm bừng sáng, làm chộn rộn cũng vui kể gì. Nên "chốt" qua "chốt" lại thêm một hồi nữa, cuối cùng anh nói anh sẽ vào rẫy trước ngày hai thằng kia đi học trở lại. Trông anh yêu đời ra mặt làm tôi chạnh lòng nghĩ tới thuở anh còn đi học mà thương.

Nhưng khi nhẩn nha ngồi quan sát anh, tôi bỗng sực nhớ đến chuyện ba thằng con ranh chửi ai đó hôm trước. Tôi khảo thằng em nuôi:

- Hình như tụi bây không ưa chị này hả?

Thằng em nuôi… quẫy đùng đùng như con cá nằm trên thớt:

- Làm gì có!

Tôi hỏi sao hôm bữa đang nói chuyện về chị thì ba thằng bây bỗng đổi qua nói tiếng… ngoại quốc, tiếng Đan Mạch. Thằng em nuôi chớp chớp mấy cái, cúi đầu xuống hơi thấp để tránh cặp mắt soi mói, chăm bẵm của tôi đang hướng về phía… chánh diện của nó. Tôi hỏi lại là tụi bây có ghét chị "mỏng lét" không. Thằng em khẳng định:

- Dạ không.

Tôi hừ. Một tiếng "hừ" đầy vẻ hăm dọa, như tôi đang trân trọng thông báo là sẽ "trình lên trên" chuyện ba thằng chửi thề, phạm điều cấm kỵ số một của ba tôi. Thằng em nuôi hơi… đớ lưỡi, không biết có phải đang bị mất đồng minh là hai kia hay chăng mà cằm vẫn một mực cắm xuống ngực. Tôi hù dọa thêm một vài câu. Sau cùng, trở trăn, suy tư âu lo thì thằng này thành thật khai báo:

- Tụi em chửi con mỏ két.

"Mỏ két" là con bé học chung lớp với thằng em út tôi. Mặt mày khá sáng sủa. Dáng dấp tương đối cao ráo gọn gàng. Cô nhỏ này về sau trở thành một trong những cô đào đóng hài kịch khá nổi tiếng trong nước. Tuy nhiên "ngược thời gian trở về quá khứ phút giây chạnh lòng" thì "mỏ két" là đứa con gái mà bạn bè ghép cặp với thằng em tôi thuở đó.

Cái huyện lỵ, ngày trước được gọi là tỉnh lỵ, chạy dọc theo quốc lộ một, nằm ngay ở ngã ba dẫn về miền trung và hướng khác về Sài gòn, có thể nói phát triển khá muộn, có nhiều núi, nhiều rừng nên vốn là nơi lắm giao tranh, lắm những trận chiến khốc liệt. Tôi không biết ngày xưa toàn tỉnh có bao nhiêu trường trung tiểu học, nhưng khi gia đình tôi dọn về đó, chỉ nghe vỏn vẹn sáu trường trung học, vừa công, vừa bán công, lẫn trường tư cùng một trường dạy nghề -nông lâm súc. Trong đó có ba trường do ba giáo hội, Công Giáo, Tin Lành và Phật Giáo thành lập.

Thằng em út tôi nhập học ở trường thuộc về giáo hội công giáo, nằm phía sau lưng nhà thờ chánh tòa. Ban đầu tôi cũng phải "đăng ký" ở trường đó vì cả hai chị em tôi đều không học trường công lập trước ngày miền nam mất, tuy nhiên chỉ một vài ngày sau là tôi phải chuyển qua trường khác theo "hệ thống" mới, vừa cấp hai vừa cấp ba, nghĩa là có cả đệ nhất lẫn đệ nhị cấp. Trường thằng em tôi chỉ dành cho học sinh cấp hai. Không hiểu vì lý do gì, mà ngôi trường tôi theo học gồm đủ mọi thành phần, nghèo giàu lẫn lộn, còn ngôi trường cấp hai sau ngôi nhà thờ ấy, dẫu học sinh cũng xuất thân từ nhiều thành phần và giai cấp, nhưng con nhà giàu và khá giả vẫn nhiều hơn. Thời gian đó trường này vẫn còn được điều hành bởi một linh mục, và hình như một số thầy giòng vẫn còn được phép dạy học.

Thằng em út tôi học giỏi, là học sinh xuất sắc không chỉ ở trong lớp mà còn nguyên khối lớp. Trước lúc đó gia đình tôi vẫn còn tiền và vàng, cộng thêm quần áo, trang phục ngày trước sót lại, nên xem ra thằng này vẫn "gì" lắm, có thể nói là cũng khá có… tiếng tăm. Nhưng sau một vài mùa lá rụng, khi ba tôi không còn làm việc, mẹ tôi không còn buôn bán, cả nhà đã tan tành như xác pháo, chị em tôi mặc dầu "đói cho sạch rách cho thơm" hoàn toàn theo nghĩa đen, nghĩa là ra đường dù không cố tình làm dáng, không cố thể hiện "thần thái" tiểu thư, công tử gì ráo, thiên hạ vẫn thấy còn ngon lành trong khi ngược lại ở nhà nhìn chén cơm toàn khoai sắn mà muốn nấc cụt, thì thằng em tôi có vẻ tuột dốc không thắng.

"Mỏ két" là con nhà khá giả thiệt. Quần áo bảnh bao

thiệt. Chắc có lẽ ở nhà vẫn còn được… ăn cơm trắng thiệt. Cho nên khi bị ghép đôi với cô bé này, thằng em út tôi có vẻ không thích. Tôi từng thấy cái cau mày, cái mặt nhăn nhó khó chịu lúc nghe bạn bè hay hai thằng kia chọc ghẹo. Thiệt tình mà nói là tôi đã hy vọng thằng này chỉ vì chưa tới tuổi để ý con gái chứ không phải vì buồn đau thân phận, tự ti mặc cảm. Tôi vốn rất ghét những loại mặc cảm chỉ đem đến cho người ta sự buồn bã, bi quan và tuyệt vọng. Tôi hay nói với em tôi là cái giá trị của con người không thể tính bằng vẻ bề ngoài hay vật chất. Và mặc dầu có lần thằng em kế cà chớn đáp "vì vậy bà mới là người vô giá. Vô giá… trị", tôi vẫn ngang nhiên không chấp nhận "lập trường", không cho phép mình hay em út rơi vào cái "tư duy" tự ti thua kém đó.

Tôi hỏi thằng em nuôi:

- Mắc mớ gì tụi bây chửi con mỏ két?

Thằng em ngập ngừng lắc đầu:

- Cũng không phải là chửi nó, mà là chửi… hoàn cảnh.

Kiểu giải thích mập mờ, u ám của thằng này làm tôi bực mình, tôi lại la:

- Hoàn cảnh đâu có… tai để nghe mấy lời tụi bây chửi?

Thằng này gãi đầu một hồi rồi cuối cùng phun ra chuyện thằng em út:

- Mỗi lần bị chọc với con mỏ két, nó ghét lắm vì nó nói con đó dô diên. Tính tình hời hợt, cái miệng lại lẹt chẹt cả ngày, không thèm để ý tới người khác nghĩ sao hay đang ở trong cảnh ngộ thế nào. Như lần tụi em chở bầy vịt ra chợ bán, chưa kịp tới đầu chợ thì đụng ngay mặt con này. Đang quê, chưa kịp tránh đi chỗ khác, cũng chưa biết phản ứng sao, bà nội mỏ két đó đã xấn tới hỏi "đi bán vịt hả? Nhà nuôi vịt hả?" rồi bả cười hi hí "chời ơi con trai mà cũng đi bán vịt" làm tụi em muốn độn thổ luôn…

Thiệt tình trong tình cảnh đó, đúng … "tình hình" thiệt đối với những thằng ở tuổi mới lớn vốn chưa mất hết mùi công tử trên người như ba thằng em tôi, nhưng tôi vẫn nói lướt:

- Thì có sao đâu. Tao cũng từng đi làm mướn, rồi nấu bắp bán trước nhà đó.

Thằng em cúi mặt lí nhí:

- Lúc chị gặp cái anh gì đó học chung trường chị cũng nói là bị quê mà.

Tôi chặc lưỡi, nói trớ:

- Tại ba nó chê tao làm dở, không cho làm nữa tao mới quê chớ…

Thằng em im một hồi rồi lại lí nhí:

- Mà lần sau ba thằng em vô ruộng hái rau muống cho mợ nấu cám heo, chỉ mặc quần xà lỏn, ở trần mà lại cũng đụng đầu con mỏ két ngay ở ngã ba. Tụi em đã núp sau cái xe máy cày nhưng cuối cùng rồi cũng bị nó nhìn thấy. Mà chị coi, cái con dô diên này thay vì thấy bạn như vậy, nó nên làm lơ đi mới phải, đàng này nó lại chạy xấn xổ tới…

Nghe nói tới đó tôi bèn im luôn. Tôi đã mường tượng ra cảnh ba thằng em đen như lọ nồi, chân tay lấm lem bùn đất, mặt mày chắc chẳng thằng nào ra hồn, lại chỉ hơn được Trần Minh ở cái… khố, mà đụng đầu phải con ất ơ này quả thiệt đúng là… tam tai. Và quả thiệt nếu ở trong hoàn cảnh tương tự, chính tôi cũng không biết sẽ phản ứng như thế nào.

Tôi sè sẹ ngó ra ngoài sân nắng cháy, không dám hỏi rồi ba thằng bây làm gì để thoát thân!

39.

Văn Cao viết "Mùa Xuân đầu tiên" vào năm 1976, sau hơn hai mươi năm tuyên bố gác bút, được đăng trên báo Sài Gòn Giải Phóng. Bài hát có những câu *"Rồi dặt dìu mùa Xuân theo én về. Mùa bình thường mùa vui nay đã về. Mùa Xuân mơ ước ấy đang đến đầu tiên. Với khói bay trên sông, gà đang gáy trưa bên sông. Một trưa nắng cho bao tâm hồn..."* Một bài valse nhẹ nhàng, thanh thoát với những lời vô cùng dễ thương, lãng mạn, vô cùng trữ tình và đậm nét Văn Cao -một Văn Cao của thời tiền chiến, không thể lẫn với ai khác được.

Nhưng bài hát nên thơ ấy đã không được phép hát. Chẳng hiểu tại sao. Bởi vì không một tờ báo hay đài truyền thanh, truyền hình nào tuyên bố lý do lý trấu gì cả. Nói chung lại là chỉ biết nó đã bị đẩy vào quên lãng một cách rất nhanh chóng cho tới tận giữa thập niên chín mươi gì đó.

Cái bài hát long đong buồn bã, hệt như số phận của chính người viết ra nó. Và mùa xuân của chúng tôi, cái thời dọn về huyện ly, không dám sánh với Văn Cao, nhưng cũng long đong buồn bã chẳng khác gì. Người ta nói khi "phạm trù vật chất" bốc hơi, thì sự lãng mạn, dễ thương cũng biến mất không kèn không trống, không cần lời chia ly giã biệt, chẳng cần ai tuyên bố lý do lý trấu gì ráo. Thời đó, dường như ai cũng chỉ ước mơ "cơm ăn ngày ba bữa, áo quần mặc cả ngày". Mẹ tôi thường xuyên đã sầu cổ độ, Tết đến còn sầu não ai oán đứt ruột hơn, vì vậy lúc nghe tôi nhắc tới chuyện khai bút đầu năm liền đưa mắt lườm một cách hết sức ớn lạnh. Mạ tôi bảo mùa xuân không mai vàng, không lụa là, không hài cườm, không son phấn, không cả bánh mứt, pháo đỏ rượu nồng, và "cơm còn chưa đủ ăn, ở đó mà đòi thơ với thẩn"!

Trong ký ức đẹp đẽ của mẹ tôi, mùa xuân gắn liền với những cảnh nên thơ, có hoa sực nức hương thơm, có không gian đầy sắc màu lộng lẫy, nhưng đồng thời cũng phải có thêm… ngân lượng dồi dào mới có thể hát câu "mùa vui nay đã về". Không khai bút gì hết, mẹ tôi nói vậy, nhưng mẹ tôi có lẽ quá bi quan tiểu tư sản, lãng mạn tiêu cực, không thể tìm thấy niềm vui khi bụng đói, khi mùa xuân không kẹo mứt, chứ chúng tôi thì không. Ở miền nam không có én bay lượn dặt dìu -có thể ở chỗ chúng tôi sống không có én, hoặc cũng có thể chúng tôi đã không nhìn thấy- nên mùa xuân của Văn Cao ngay câu đầu đã có tí chút khó hợp tình hợp cảnh, tuy nhiên như mấy thằng em tôi hay nói kiểu tào lao, bá vơ là đám cưới thì vui hơn… đám ma, đối với lũ chúng tôi, dù sao chăng nữa cũng thấy Tết vui hơn… ngày thường.

Để sắm sửa gì đó cho mấy ngày Tết, người lớn chạy đôn chạy đáo bở hơi tai chẳng phải chúng tôi đã không bận tâm, không biết đến, nhưng dẫu gì tránh được cái nắng gắt gay đổ lửa, cũng quên cái mảnh đất khô cứng, quên được con đường lầy lội nhao nhão bùn đỏ dẫn vào rừng và những tháng ngày mở mắt ra chỉ thấy Hai Xồi, Bảy Cúc được dăm ba bữa, đã đủ để chúng tôi hớn hở. Hồn thơ đã nhốn nháo, trào lên trong một góc trái tim của tôi.

Ngược lại với Văn Cao đã quyết định cầm lại bút nghiên,

thánh thót với phím đàn, thì mùa xuân năm ấy mẹ tôi tuyên bố giã từ sách vở, văn chương thơ phú. Cái ám ảnh của những ngày cơ cực khổ sở thời kháng chiến quá lớn, đến nỗi suốt ngày nữ sĩ chỉ quần quật từ sáng cho tới chiều tối chăm sóc cho mấy con Yorshire. Ốm nhom ốm nhách, nhiều lúc ho hen muốn sưng cổ, nhưng cựu nữ sĩ dứt khoát không để lũ heo này ốm yếu, bịnh hoạn.

Cái nỗi lo lắng thứ hai của mẹ tôi kéo dài đăng đẵng sau đó hàng năm trời, là lo Tết nhất mà nhà sẽ không mâm không cỗ. Vì vậy cứ từ Tết Đoan Ngọ, mùng năm tháng Năm, mẹ tôi lại nuôi thêm một con heo mọi nhỏ, loại heo bụng sà xuống đất, da lốm đốm chỗ trắng chỗ đen, để có cái gọi là… còn chút gì để Tết! Khi đã ra hải ngoại, thấy người da trắng nuôi heo mọi như pet, "thú cưng", tôi đã phì cười. Vì không lẽ nói đến heo mà cũng còn có… số, còn ngon hơn cái số của chúng tôi dưới thiên đường chủ nghĩa! Nhiều người thời đó đã ví cuộc sống của mình còn thua cả con… rệp, vì rệp muốn bò đi đâu thì bò, muốn… cắn ai thì cắn, trong khi người muốn đi đâu cũng phải xin giấy phép đi đường, muốn ăn uống tử tế một chút cũng phải chờ cho tới Tết.

Tuy nhiên rệp thì rệp, không có gì thì cứ không có gì, lũ chúng tôi mặc kệ hết. Tết đã tới thì có gì đi nữa, chúng tôi vẫn hân hoan đón Tết, vui vẻ đợi xuân về.

Chúng tôi chẳng biết mẹ tôi lấy tiền ở đâu ra để mua heo con, và chăm sóc như thế nào nhưng năm nào cũng vậy, đến chiều hăm chín hoặc sáng ba mươi, là nhà tôi lại chộn rộn vì sẽ một ông anh họ tới nhà để trảm một con. Và sau khi anh "hoàn thành công cuộc" cạo lông, mổ bụng sách sẽ rồi, bổn phận của tôi là ngồi vật ra, đổ mồ hôi hột hoàn toàn theo nghĩa đen, xông pha khói lửa chuẩn bị mọi thứ cho ba ngày Nguyên Đán. Tôi sẽ có nguyên một ngày ngồi rị mọ chia năm xẻ bảy con heo, sáng chế ra các món từ da cho tới thịt, từ lòng cho tới tim gan phèo phổi với cái kinh nghiệm duy nhất mà má lớn tôi từng chỉ cho tôi trước đây là mổ… gà. Phải nói là tôi đã can đảm hết mình nhưng gia đình tôi mới can đảm hơn. Vì ngoài cái kinh nghiệm mổ gà ấy, phần bếp núc của tôi, theo lời mẹ tôi nói là "hành tiêu nước mắm xào trùn cũng ngon", có khi tôi cũng làm ra vài ba món ăn được, nhưng lắm lúc nhiều món chỉ cần bỏ vào miệng đã phải… ngậm ngùi nuốt lệ.

Chắc có lẽ tôi phải nên cám ơn "thời cuộc", bởi nhờ cái thời "không có gì" từ đầu tới cuối đó, tôi đã có dịp thực hành chữ công. Hẳn nhiên tôi cũng phải cám ơn cả nhà vì tôi có nấu dở cỡ nào đi nữa, cũng chẳng có ai lên tiếng chê bai câu nào. Và có lẽ tôi nên hãnh diện, vì nếu so với… ba tôi, chắc chắn tôi nấu ngon hơn rồi, mà so với con em, một con nhỏ không bao giờ muốn nấu ăn, vẫn thường chọn giặt quần áo hay lẩy bắp, phơi đậu thay vì chui vào bếp, tôi đáng được kể vào thuộc thành phần "những người con ưu tú của đất nước" lắm chớ!

Năm đó, sáng hăm chín khi thằng em nuôi từ rẫy về, đã không rảnh rỗi vì phải quét tước dọn dẹp nhà cửa, tôi lại còn xúi ba thằng em leo lên cây dừa hái xuống một buồng để tôi làm mứt. Mẹ tôi la quá xá, nhưng không đứa nào chịu nghe. Tết, nghe tới chữ "mứt", không chỉ ba thằng em hí hửng mà con em tôi cũng xung phong đòi chạy đi mua đường. Cả lũ chúng tôi lăn xăn, chộn rộn cả một góc bếp, cứ y thể buồng dừa hái xuống, ngào với đường là thành những sợi mứt "chuẩn ngon đậm đà hương vị ngày Tết."

Mấy cây dừa nhà tôi là loại dừa Xiêm trái nhỏ. Cây sau nhà là dừa lửa, trái nhỏ xíu như trái bưởi, nhưng dày cơm và ngọt đến gắt cổ. Chỉ mắc phải mỗi tội là rất cao nên thường chẳng có ai màng đến. Nó cứ nhẩn nha ra hoa, kết trái, non chuyển qua già, rồi khô đi và cuối cùng rụng xuống lăn lóc. Những trái dừa héo quắt héo queo này khi rớt xuống đất, khoảng năm mươi phần trăm đi thẳng vô lò thay củi để mẹ tôi nấu cháo heo. Nhưng lắm lúc mệt, không đủ kiên nhẫn để làm chúng cháy lên, mẹ tôi bắt hai chị em tôi chất thành đống quanh gốc xoài.

Cái buồng dừa lúc tôi muốn làm mứt nằm trên cây không biết đã bao lâu, nhưng trông có vẻ vẫn còn non vì vỏ chỉ mới chuyển qua nâu sậm. Ba thằng em tôi đã hì hục bắc thang, cột dây rồi "hỗ trợ" nhau để hái xuống. Tôi không nhớ ba thằng đã làm cách nào nhưng cuối cùng thì buồng dừa cũng hạ thổ. Mẹ tôi nhìn mấy chị em tôi thở dài ngao ngán. Không biết vì bà xót dạ đau lòng cảnh nghèo đói hay vì nhìn thấy buồng dừa nhỏ xíu và nửa ký đường vàng khè con em tôi mới đi kiệu về mà phát chán! Thuở chúng tôi còn bé, mẹ tôi không bao giờ mua mứt ở ngoài chợ. Tôi nhớ mẹ tôi vẫn hay đứng đón người bán gừng, dừa hay cam quật đi ngang nhà, tự tay lựa từng miếng, từng trái, rồi sau đó sẽ ngồi tỉ mỉ rửa, xắt. Mẹ tôi làm đủ loại mứt, cất vào những lọ thủy tinh lớn trong suốt đặt trên tủ cao trông rất đẹp mắt. Mứt mẹ tôi làm, dừa sẽ trắng phau, gừng vàng óng, cà chua đỏ tươi, cam quật rực rỡ. Ngoài những loại thông thường, mẹ tôi còn làm thêm mứt dẻo, mứt bí đao, mứt hột sen, mứt cà rốt…

Hôm đó con em tôi lục đục với tôi một hồi nhưng sau bị la đành phải đứng dậy. Mùa xuân vàng óng trên dậu huỳnh anh trước ngõ, con nhỏ ngồi vò mấy chậu mùng mền bở hơi tai, còn tôi… nghiến răng gọt đẽo và xắt mớ dừa cho ra thành miếng. Mẹ tôi đi qua đi lại, ngó ngó vài cái rồi nói không phải dừa nào cũng làm mứt được. Non quá sẽ dễ bị chảy nước, mà già quá sẽ hôi dầu. Cái thuở tôi chỉ mới "thế vì" chỗ của mấy chị người làm chưa bao lâu, chỉ có cơ hội nấu toàn các loại rau củ, không thể nào phân biệt đâu là dừa non dừa già, dừa cứng cạy hay… không cạy được, mẹ tôi lại chỉ liếc mắt sơ qua đống "thành phẩm" nằm ngang dọc tá lả trong rổ tre tôi vừa… bào chế, và chỉ phán một câu "đem đi kho thịt cho rồi" mà không thèm nói gì thêm, nên tôi vẫn cứ hùng dũng bỏ vô chảo luộc rồi bắt đầu ngồi "sên".

Thật ra để làm mứt dừa cách đơn giản và nhanh, người ta sẽ ướp đường vào dừa vài tiếng đồng hồ sau khi đã rửa sạch dầu và để ráo, xong mới đem đi nấu với lửa nhỏ. Điều quan trọng nhất khi làm mứt là phải kiên nhẫn vì rất mất thì giờ. Loại nào cũng vậy, cứ nước đường bắt đầu sền sệt là phải ngồi canh chừng, và đảo nhẹ tay cho tới khi đường kết tinh. Nước đường càng sệt, lửa phải càng nhỏ xuống. Cái ngày mẹ tôi ngồi đến gãy lưng với mấy chảo mứt lớn, tôi có khi chạy theo mấy thằng em đi đá gà, có khi đang bận… cãi nhau với con bạn hàng xóm, nên đâu có biết mẹ tôi làm như thế nào. Cũng không biết cả cái cách đảo trộn chảo mứt phải có kỹ thuật đàng hoàng mới không bị nát ra be bét.

Tôi đã rất tự tin vì có trong tay quyển sách dạy nấu ăn mà bà chị tôi mua và để quên lại nhà sau ba tháng ròng rã tới trường gia chánh trước ngày đi du học. Tác giả cuốn sách này là một người có uy tín, có nguyên một trường dạy nghề, từ may vá, thêu thùa, cắt bông tỉa hoa, trong đó nấu ăn là môn chính. Ở miền Nam vào thuở đó có rất ít những trường tư nhân dạy nghề như vậy, nên gần như sách của bà đã trở thành kim chỉ nam cho nhiều người. Riêng sách dạy nấu ăn thì từ món mặn đến món ngọt, từ bình dân đến tiệc tùng, món nào đọc qua cũng thấy rất… dễ làm dù thỉnh thoảng vẫn có vài cái tên cầu kỳ, vài món điệu đà. Cái món duy nhất mà bà chị tôi đã biểu diễn sau khi "tốt nghiệp" có cái tên gọi thật rõ ràng, ấn tượng là bạch tượng lưu hà, nôm na là voi trắng… ngồi trên sông. Là một cái bao tử heo nhồi thịt, lấy cái cuống làm vòi, hai miếng củ cải trắng cắm hai bên làm ngà, hai miếng nấm tai tượng ghim bằng tăm hai bên làm tai và hai hột đậu đen làm mắt, còn giòng "sông" là nước sauce sền sệt màu trắng đục, có mấy cọng ngò nằm rải rác quanh "con voi".

Tôi không nhớ rõ bà chị tôi làm món đó có ngon hay không, nhưng cuốn sách chị đã mua rất hấp dẫn vì có nhiều món toàn những công thức đơn giản và cách hướng dẫn càng đơn giản hơn. Sau này có dịp đọc lại trên một trang web, tôi đã phát cáu lên vì cách viết công thức đơn giản đến nỗi thành sơ sài ấy, nên đã mang điều này vào một bài viết của mình. Tuy nhiên giờ nghĩ lại, tôi cho đó là cách viết cẩm nang gia chánh thành công nhất vì dễ thuyết phục được… người mua nhất. Công thức càng phức tạp càng không có ai muốn làm. Tôi đã từng bị nhiều người chưa từng vào bếp nhăn mặt sau khi hỏi tôi về cách làm một món ăn nào đó:

- Chời ơi, khó dậy sao làm được?

Vì vậy có lẽ cũng nên "vinh danh" tác giả này thay vì chỉ trích, bởi "ân sư" đã biết nghĩ đến những người thiếu kinh nghiệm nấu ăn khi cầm cuốn sách chỉ dẫn đồ sộ như tự điển lên tay thấy món nào cũng dài tràng giang như tiểu thuyết và đủ các loại từ ngữ nhà nghề, rồi phải đi mua sắm hàng tá thứ, chắc chắn sẽ nản lòng. Tôi lúc đó có thể là một đại diện. Tôi cũng mới "ngộ" ra rằng sở dĩ mẹ tôi đã không chỉ gì thêm cho tôi chắc có lẽ một phần do tôi quá ngưỡng mộ uy tín của người viết sách này. Và biết đâu mẹ tôi sợ chỉ vẽ, nói ra nói vào, lỡ tôi làm không thành công thì… mất uy tín!

Tôi đã hì hục cả một buổi, cuối cùng chế tạo ra được

một thau mứt dừa… đen thùi lùi, lợn cợn cọng lớn cọng bé, vón cục lại với nhau. Khi nghe tôi la lên một cách tuyệt vọng, mẹ tôi bỏ ngang việc đi tới nhìn mớ hỗ lốn của tôi rồi nói, chắc tại đường chưa "tới". Tôi muốn rụng rời. Muốn chảy cả nước mắt. Tôi nghĩ vội tới chuyện nếu bị xông pha với đống mùng mền chăn chiếu như con em tôi làm từ sáng đến giờ đó chắc cũng không mỏi tay và nản chí cho bằng ngồi quậy chảo mứt này. Mẹ tôi nói phải khều hết than ra rồi đảo thêm cho tới khi thấy đường kết.

Tôi… rã rời thân xác, nhìn vào cái chảo không biết gọi là món gì của mình, nói thôi con đầu hàng rồi. Mẹ tôi nhìn lại tôi, chưa kịp phản ứng gì thì mấy đứa em tôi nhốn nháo chạy ào tới bốc thử.

Thử xong, cả lũ bật cười hi hi nói kệ. Có đứa nói:

- Đường cát mà sao đầu hàng được, sao bỏ được! Con Bi Lèm mà còn biết chạy qua nhà bà Hai ăn cắp đường tán thì có gì cũng phải ăn cho hết.

Đứa khác nhăn nhở nói nếu ngon cũng chưa chắc khách đã được mời, nên bà không cần lo sợ bị chê đâu. Tôi não nề cúi gằm mặt xuống cái chảo, quậy thêm một hồi rồi trút mớ dừa ra thau.

Bài làm mứt trong cuốn sách nữ công gia chánh dạy cứ để như vậy cho tới khi ráo, đường sẽ kết tinh thành một lớp trắng mịn bao quanh sợi mứt. Tôi nghẹn ngào nhìn công trình của mình. Không biết nếu như bà giáo dạy bí quyết nấu ăn có mặt ở đó, có nói là tại tôi xài đường vàng nên không thể thấy lớp trắng mịn hay không. Hay bà sẽ nói tôi đã không mấy thông minh khi đọc công thức của bà, không biết khám phá ra những điều bí ẩn chứa đàng sau lưng "con chữ" của bà.

Môn phái võ công nào cũng có bí kíp tuyệt mật. Người viết công thức nấu ăn hẳn cũng phải có những thứ… thượng thừa cất dấu chỗ nào đó!

Mấy ngày hôm sau, khi những thứ mẹ tôi mua về đã sạch sành sanh, ba thằng con ranh lôi hũ mứt của tôi ra ăn, xong cười hô hố với nhau:

- Mẹ nói làm mứt thì phải làm bằng dừa cứng cạy, nhưng bà này thì chắc chắn là chế ra được món dừa… cạy răng! Thời này không còn nha sĩ tư, chớ không mấy ổng sẽ tới nhà cám ơn bả hết lời.

Thau mứt của tôi, qua một hai bữa, dù trời nắng đổ lửa thứ gì cũng muốn chảy, mà những miếng dừa tẩm đường đen thùi, đông cứng ngắt lại như cục sắt. Muốn ăn một miếng, phải lấy dao đục ra từng mảng nhỏ, mà khi bỏ vô miệng thì nhất định… lòng đinh dạ sắt, không mềm ra chút nào cho đỡ tủi!

Tết nhất, không lẽ tôi ồn ào la mắng hay quát tháo ba thằng cà chớn để bị mẹ… la, nên tôi chỉ lừ mắt rồi đi xuống nhà. Lòng buồn còn hơn bão tố.

Nhưng thiệt tình mà nói, mấy chục năm đã trôi qua, giờ nghĩ lại, tôi vẫn còn… trường hận.

40.

Quá trưa ba mươi, khi tôi đang đánh đấm tưng bừng với đùi heo thịt lợn ở sau nhà, bỗng nghe xôn xao tiếng cười tiếng nói ở nhà trước một cách hết sức hỉ hân vui vẻ. Khởi đầu bằng giọng của ông anh tôi, một người thường nhu mì như con gái, chẳng khi nào… la làng, lớn họng như tôi mà lại reo lên y như trẻ nhỏ làm tôi ngạc nhiên. Tiếp ngay sau đó là tiếng ba thằng con trai bể giọng ồn ào như bầy vịt. Nhưng tôi không thể nghe hay đoán được chuyện gì đang xảy ra. Chưa kịp hỏi, thì lẫn trong những âm thanh rổn rảng đó, giọng con em tôi từ chỗ mấy giây phơi quần áo vang lên:

- Dạ, chào anh!

Tôi định ngước lên xem "anh" nào đang đến nhà mình, bỗng giật bắn người khi nghe tiếng chào lại rất dịu dàng:

- À, em.

Và cuối cùng là hai tiếng "thưa bác" ngọt ngào. Tôi bấn loạn tâm thần. Không, phải nói là tâm thần tôi hoàn toàn đã bắn ra khỏi thể xác mới đúng. Hai tay tôi run lên. Con dao phay đang cầm trên tay thiếu điều muốn cắm phập xuống mặt thớt. Tôi như bị điện giật. Tôi nghĩ ngay tới "nhân dáng" của mình. Thấy không cần soi gương cũng biết mình thật thảm hại với bộ dạng nhếch nhác, quần này áo nọ lôi thôi, và mồ hôi mô kê thì nhễ nhãi vì đang vật vã với mớ rổ rá, thịt thà.

Thiệt tình mà nói tôi chỉ muốn trở thành... anh hùng Núp ngay lập tức! Chỉ muốn đất nứt ra lôi tôi biến mất vào đâu đó cho rồi! Bao nhiêu năm hình ảnh tóc dài tà áo vờn bay, lụa vàng hoa cúc, guốc gỗ hài cườm thơ mộng lãng mạn mà tôi từng ỏng ẹo trước mặt anh bỗng vụt cháy tan tành như đám củi mẹ tôi nấu cháo heo. Tôi... hiện bóng con người, một bà nhà quê, một bần cố nông chính hiệu.

Đau đớn cúi gằm xuống cái thớt đầy thịt mà không thể trốn đi đâu, không biết mình nên làm gì, tôi bặm môi, xấu hổ nén tiếng thở dài. Tuy nhiên ở trong tình trạng bối rối như vậy mà tai tôi vẫn rất thính. Tôi nghe anh nói với mẹ tôi:

- Chiếc xe đò bị "banh" từ hôm qua tới giờ vẫn không sửa được. Tụi con ngồi chờ mãi cho tới lúc chủ xe tuyên bố trả tiền lại vì nói nếu chạy có nhanh cách mấy đi nữa, khi trở vô vẫn không kịp đón Giao Thừa huống gì là rước ông bà, nên họ quyết định không đi nữa. Họ xin hành khách thông cảm, còn phần họ sẽ chịu tiền phạt với nhà nước, mà cũng không hứa sẽ cho tụi con đi theo về Sài Gòn vì nói nếu xe không sửa xong họ cũng chỉ có thể quá giang xe bạn. Mọi người đành túa ra tìm cách đón từng chặng mà cuối năm, xe nào cũng đầy khách nên không ai được đi.

Ông anh tôi chen vào:

- Từ Ông Đồn nó đi xe lam về tới đây là trạm cuối đó mẹ.

Sau đó anh tôi nói mấy lời xin mẹ tôi cho anh ở lại ăn Tết với gia đình tôi. Tim tôi đập thình thịch. Tiếng chày trên sóc Bombo chắc nghe cũng không mạnh bằng! Tôi lắng tai nghe nhưng không thấy mẹ tôi trả lời ngay. Cái khoảnh khắc im lặng đó bỗng dài hơn cả trăm năm. Rồi tiếng anh nhỏ nhẹ:

- Dạ nếu như không tiện, thì con xin được chúc hai bác và gia đình an khang trong năm mới. Con xin phép đi ngay.

Nghe tới đó tay chân tôi muốn bủn rủn. Tâm can tì phế thận muốn tan nát chờ câu trả lời của mẹ tôi. Và tôi sợ đến điếng người khi nghĩ đến chuyện mẹ tôi sẽ buông ra câu nói "bác xin lỗi".

Một, hai, ba, bốn... Tôi đếm thầm. Và than thầm không biết mẹ tôi làm gì mà suy nghĩ lâu tới vậy. Không ừ chớ chẳng lẽ đoạn đường từ nhà tôi về tới Sài Gòn dài hơn tám mươi cây số mà mẹ tôi để anh đi bộ về ký túc xá. Tết đang nằm trên hiên nhà, ngoài ngõ, mai cúc nở rực vàng rồi mà chẳng lẽ nữ sĩ thời không còn đoái hoài tới văn chương chữ nghĩa thường hay "quất" những câu nghe rất ư là... hỡi ơi, chẳng hạn thay vì "năm hết Tết đến" lại nói "Tết tới bên đít!" sẽ chẳng thèm đem lòng nhân ái với ai sao!

Tôi muốn kêu lên. Không lẽ người vẫn được tiếng nhân hậu giờ biến mất rồi hay sao! Nhưng hẳn nhiên là mẹ tôi đâu nỡ lòng làm chuyện như vậy. Mẹ tôi nói, thì ở lại với gia đình bác chớ còn đi đâu nữa. Và giọng nữ sĩ dịu xuống:

- Rồi ông bà có biết con định về không?

Giọng anh vang lên buồn buồn:

- Dạ ba con còn trong trại cải tạo nên chắc là không biết rồi. Còn me con thì con cũng không dám báo trước vì sợ không biết có mua được vé xe hay không.

Mẹ tôi chép miệng:

- Ừ, vậy thì cũng đỡ. Không, lại đứng ngồi.

Sau đó mẹ tôi chậc lưỡi:

- Thôi có rau ăn rau, có mắm ăn mắm với gia đình hai bác mấy ngày Tết.

Lòng tôi réo lên. Dầu đã cố gắng hết sức cố ghìm niềm vui đang tràn lên như thác, tay chân tôi vẫn không thể ngừng run. Tôi nghe hai má mình nóng bừng. Mạch máu chẳng đang giãn ra hết cỡ. Và nghĩ chắc mặt tôi phải đỏ như đang ngồi cạnh lò lửa, nên tôi không dám cả nhúc nhích, sợ bị ai đó bắt gặp. Tưởng tượng giờ đó mà con em, hay ba thằng kia mà "phát hiện" ra khi không mặt mày tôi lại đỏ chét như Quan Vân Trường chắc thể nào cũng la làng lên một cách hết sức bất lịch sự, hỏi tại sao và bắt tôi phải giải thích ngọn ngành cho mà xem.

Tuy nhiên cũng thiệt mà may, vì gần như đứa nào cũng bận bịu. Ba thằng sau khi nghe mẹ tôi đồng ý, liền ra phía trước dọn dẹp, chùi nhà tiếp. Còn lại con em nhưng chắc sợ bị tôi... nhờ phụ việc nên không lân la lại gần chỗ tôi. Tôi nghe trọn vẹn mẫu đối thoại của con nhỏ với anh phía sau lưng mình:

- Anh đi chợ đen hả?

- Ờ, chợ đen đó em. Mà tới chuyến chót anh mới được lên xe nên mới trễ như vầy.

Giọng con em tôi ngạc nhiên:

- Em nghe nói nhà nước cho sinh viên học sinh xa nhà được mua vé ưu tiên mà.

Anh bật cười:

- Có ưu tiên, nhưng không tới phiên anh. Người đông mà vé thì ít.

Giọng con em tôi ra vẻ kinh nghiệm:

- Nếu có chắc người ta cũng tuồn ra chợ đen chớ gì.

Lại tiếng anh cười nho nhỏ:

- Chắc vậy, nên anh mới mua được vé… chợ đen!

Con nhỏ chép miệng:

- Lẽ ra anh phải ra đó xếp hàng sớm mới được.

- Anh có ra sớm đó chứ. Anh dậy lúc ba giờ, đồ đạc thì không gì nhiều nhưng anh cũng đã chuẩn bị từ tối hôm trước, đánh răng rửa mặt xong là bạn anh chở đi liền. Cứ tưởng sớm lắm, ngờ đâu ra tới nơi đã thấy người ta còn sớm hơn mình. Họ rồng rắn xếp hàng từ bao giờ đó em à.

- Ưm… Vậy chắc là người mua vé từ mấy ngày trước không được dồn lại rồi. Em nghe nói cứ tới lễ hay Tết là người ta phải ngủ luôn ngoài bến xe.

Vẫn giọng cười hiền hòa của anh:

- Vậy lần tới rút kinh nghiệm, anh sẽ ra xếp hàng từ ngày hôm trước ha?

Con em tôi khục khặc:

- Còn không thì phải đi mua… cục gạch.

Anh bật cười lớn. "Cục gạch" là kiểu dành chỗ xếp hàng của một số người thời đó. Thay vì đứng xếp hàng, người ta sẽ "thế vì" bằng một cục gạch mà không phải ai cũng có thể lấy một cục gạch làm… đại diện cho mình. Bởi vì phải có móc nối, hoặc là tay chân của nhân viên bán vé xe, hay của trưởng phó phòng, ban bệ nào đó bên giao thông vận tải mới được mang gục gạch ra "đứng" giùm cho mình. Và cũng vì có những mối "liên hệ mật thiết" đó mà những cục gạch này luôn luôn được xếp ở những vị trí ngon lành, ưu tiên. Có khi "cục gạch" bán chỗ xếp hàng, nhưng thường thì sẽ lấy vé ra bán lại.

"Ngoại giao" với anh một hồi, "trao đổi quan điểm" nửa chừng, con em tôi bị anh tôi bảo để anh tắm rửa nghỉ ngơi nên phải rời đi. Tôi nghe tiếng anh xin phép mẹ tôi đi theo anh tôi lên nhà nên cúi mặt xuống hơn một chút nữa. Một cách hết sức mâu thuẫn, tôi mong anh đừng nhìn thấy tôi, mặt khác lại tự hỏi thầm nãy giờ không biết anh có nhận ra sự… hiện hữu của tôi không!

Tôi liếc nhìn xuống mặt đất. Tôi nghe tiếng chân anh bước đi. Cái bóng lướt tới, rồi ngừng lại. Cái giọng nói rất ấm vang lên cạnh tôi:

- Nãy giờ chưa chào cô đầu bếp. Nhớ nấu phần anh với nha bé!

Tôi… rụng rời. Lí nhí dạ mà hoàn toàn không dám ngẩng mặt lên. Tai tôi như ù đi nên không nghe rõ được ông anh tôi nói gì đó nhưng nghe cả hai cùng cười trước khi rời hẳn chỗ tôi ngồi.

Tôi nhớ đến lời ai đó nói rằng mùa xuân luôn luôn tuyệt diệu.

Biết rõ hơn chuyện anh ghé lại nhà tôi chỉ là bất đắc dĩ, và trăm phần trăm không để thăm tôi nhưng tôi vẫn nói, phải, mùa xuân bao giờ cũng tuyệt diệu, đất trời bao giờ cũng vô cùng tuyệt diệu!

"Duy vật" như lời mẹ tôi, thì thời buổi đó lúc nào mà không rau, nhưng điều tuyệt diệu là vì Tết nên chắc chắn mâm cơm không chỉ có… mắm, và mặc dầu tôi chỉ mới "nhậm chức" từ những chị người làm chưa được bao lâu, nhưng những món tôi nấu ra thường vẫn không đến nỗi nào. Điều duy nhất tôi cần làm là phải… dấu biệt thau mứt dừa đen thùi lùi như nhựa đường đã cùng con em hì hục sáng chế từ ngày hôm qua mà thôi.

Nhưng mà không. Tôi còn phải cám ơn… chế độ thời bao cấp và những "phát sinh" của cục nọ cục kia bên ngành giao thông vận tải đã khiến anh không mua được vé xe sớm hơn. Cũng cám ơn luôn cả hoàn cảnh thiếu thốn không có đồ phụ tùng, xăng thì pha đến mấy chục phần trăm nhớt khiến chiếc xe đò thổ tả đưa anh về miền Trung bị "banh" dọc đường mà không cách gì sửa được…

41.

Tâm trạng của tôi sau Tết là chao đảo dữ dội vì "mùa xuân" của tôi về Sài Gòn từ hôm qua. "Một nửa hồn tôi mất" theo những vòng bánh xe than lăn về phố, nửa hồn kia không chỉ dại khờ, ngẩn ngơ mà coi bộ khô quéo. Tôi vào ra trong "cô đơn thương nhớ một người đã cuối chân trời cách biệt", cuối cùng không thể giải tỏa hay nói ra được với ai, tôi bèn nổi... quạu. Đụng thứ gì cũng không bằng lòng. Đụng thứ gì cũng có thể cau có. Nhất là cùng một lúc quanh tôi lúc đó có tới bốn đứa em, tôi lại càng dễ trở nên khó chịu. Nghe tiếng cười giỡn là tôi bực dọc, mà nghe gây gổ là tôi còn đùng đùng nổi giận hơn.

Mẹ tôi hỏi có đứa nào chọc ghẹo gì nó không. Hẳn nhiên cả bốn đứa đều trả lời không. Và mẹ tôi, hết Tết, đâu còn sợ... xui cả năm nữa, nên cứ thấy tôi gây sự, cằn nhằn là mắng liền. Nhưng càng bị la, bị mắng, tôi càng cáu gắt. Con em tôi nói với ba thằng kia:

- Tự nhiên bả nổi khùng.

Tôi tự nhiên... nổi khùng, nên lúc nghe mẹ tôi bảo tôi bỏ tất cả các loại thịt còn thừa, chiên, rán, luộc vân vân vào chung một nồi, thêm mớ dưa cải đem kho riệu để mang vào rẫy ăn dần, tôi bỗng có cảm giác như mình đang bị chèn ép chuyện gì đó. Bình thường tôi vốn cái tật không thích ăn thức ăn cũ mà mẹ tôi hay ca thán là giống hệt tính ba tôi, sẵn lúc đang khó chịu trong lòng, nhìn cái nồi hầm bà lằng, hổ lốn không tên gọi, tôi không thèm nhớ tới những ngày không có đến chút dầu, chút mỡ để trộn gỏi, chiên xào, mặt mày bèn sưng lên ngay:

- Gì mà tùm lum!

Mẹ tôi hỏi cái gì tùm lum. Tôi nói nồi đồ kho. Mẹ tôi lườm:

- Vài bữa nữa có được miếng như vầy là lên tiên! Ở đó mà than phiền cho cố vô!

Tôi nghĩ thầm trong bụng, nữ sĩ có muốn lên tiên thì lên, chớ tôi chắc chắn sẽ không. Tôi từng ăn muối ớt, xì dầu vào những ngày cả nhà ăn thức ăn cũ, và cũng đã từng bị nữ sĩ chì chiết, mắng mỏ chứ phải chưa đâu. Nên tôi nhất định sẽ không bao giờ... lên tiên vì nồi thịt kho ba rọi nhưng không chỉ có... thịt ba rọi này!

Ông anh tôi và thằng em nuôi lục đục chuẩn bị khăn gói lên đường vô rẫy. Ba tôi sẽ vào sau đó vài ngày nên con em tôi hỏi bà muốn đi hay muốn ở. Tôi chẳng muốn đi cũng chẳng muốn ở, nhưng ngậm cứng miệng như dính keo không trả lời. Tôi lườm không khí, lườm gió. Nghĩ bụng, con này sợ sâu, sợ đỉa như sợ cọp, chẳng thà ở nhà vào ra quay nước cho mẹ tôi tắm heo chứ đâu có muốn vô rẫy mà cũng bày đặt hỏi! Vì vậy tôi hầm hầm đi xuống bếp, thử coi còn thứ gì khác để mang theo không. Thật ra tôi "phân vân" giữa cảnh ngồi đâu rồi cũng sẽ nhìn thấy bóng một người đã nghìn trùng xa cách, nghĩ chắc mình sẽ buồn ghê gớm lắm, nhưng ngó tới ngó lui cái nồi thịt kho riệu, lòng nhão ra không muốn đi chút nào. Khi hậm hực xẻ phân nửa hũ mỡ đã rán hôm trước cho vào một cái lọ thấp hơn, lấy một mớ lá chuối bịt lên miệng nhưng kiếm không ra cọng dây thun để cột, tôi lại la làng.

Tôi đi vào rẫy như có… mối thù truyền kiếp cần thanh toán. Như bị bắt ép ra chiến trường dầu có thể chọn hoặc đi hoặc ở. Mặt mày tôi quạu quọ. Bí xị.

Tôi nhớ tới bài thơ của Vũ Hoàng Chương mẹ tôi vẫn thích,

Lũ chúng ta, đầu thai lầm thế kỷ
Một đôi người u uất nỗi chơ vơ
Đời kiêu bạc không dung hồn giản dị
Thuyền ơi thuyền, xin ghé bến hoang sơ…

Tôi đau đớn thấy mình cũng quá u uất, quá chơ vơ khi gập ghềnh bước thấp bước cao theo ông anh và thằng em nuôi trên con đường đầy bụi đỏ. Qua Tết, miền đông đã vào mùa khô nên buổi sáng trời hơi lành lạnh nhưng trưa lại đổ nắng chói chang. Hai bên đường, trừ những nhà có vẻ khá giả, còn vài chậu bông vạn thọ hay cúc đại đóa đặt trước cửa, nhà khác được vài đóa dâm bụt vươn ra khỏi những hàng rào bằng lưới B40, còn lại quang cảnh chung quanh đều tiêu điều như… lòng tôi. Tôi cúi gầm mặt xuống đất, vừa đi vừa nghĩ tới những ngày ngồi trong chòi nhìn ra những cơn nắng quái ngoài sân, những đêm nằm nghe tiếng côn trùng buồn bã từ dưới ruộng đưa lên, lòng ngao ngán không biết đến bao giờ mình mới thoát được khỏi đoạn trường khổ cực này.

Nhưng khi ba anh em vừa vào tới đầu ruộng, tiếng kêu não nề từ thằng em nuôi và ông anh tôi bật lên thảng thốt khiến tôi giật mình. Nỗi lòng rầu rĩ của tôi bỗng dưng tiêu tán khi nhìn cả hai bất thần nhanh chân chạy rồi sà ngay xuống ruộng. Tôi hối hả chạy theo mà chẳng biết chuyện gì. Lúc tới nơi, tôi mới biết cái đám ruộng trước khi chúng tôi về thị, vẫn còn xanh mướt, lá non mơn mởn, giờ nhiều chỗ ngả vàng như đã trải qua một cơn hạn hán hoặc cháy rừng. Một hiện tượng chúng tôi chưa hề nhìn thấy kể từ ngày phải vác cuốc vào ruộng rẫy. Tôi lật đật hỏi:

- Ai tháo nước ruộng mình hả?

Thằng em nuôi lắc đầu:

- Không, nước vẫn đủ, nhưng không hiểu sao lại như vậy nữa.

Ông anh tôi thẫn thờ. Ngồi bệt xuống mặt ruộng sền sệt bùn nước, anh hết đưa tay sờ ngọn lúa này đến vuốt ngọn lúa khác. Cái kiến thức hơn ba năm ở trường đại học chăn nuôi hoàn toàn không giúp gì được anh lúc này. Không giải thích được gì cả. Bởi chẳng những không đúng chuyên môn, không đúng ngành anh học, mà còn vì không có kinh nghiệm. Thằng em cũng đờ người ra sau một hồi ngồi nhìn nhánh lúa vừa nhổ lên. Thằng em chặc lưỡi, nhăn mặt:

- Mình bón đầy đủ trước khi về ăn Tết rồi mà sao kỳ vầy nè.

Ông anh tôi lắc đầu tuyệt vọng. Trong tay anh là một nhánh lúa khác thân vẫn còn xanh nhưng chóp lá và hai bên mép có màu vàng, bắt đầu chuyển sang đỏ cam. Phía dưới bên cạnh những cọng rễ trăng trắng xanh là vài cọng khác đã ngả sang màu vàng sậm. Cây lúa hoàn toàn chưa chết nhưng có vẻ như đang mang một dấu hiệu đe dọa rất lớn. Thằng em bảo hay là lên hỏi Hai Xồi có biết tại sao không. Anh tôi lại lắc đầu:

- Hai Xồi đâu có làm ruộng. Với lại ổng nói về thị tới mùng mười mới vô.

Không sư phụ Đường Quang Sáng, không cả quân sư Đàm Văn Xồi, cái tình thế gay cấn của chúng tôi lúc đó mới thiệt là "u uất nỗi chơ vơ". Chúng tôi lặng thinh giữa trời nắng chói chang một lúc rất lâu. Tôi hết ngó ông anh rồi ngó qua thằng em. Thiệt tình mà nói Thiên lôi còn biết búa theo lịnh Ngọc Hoàng Thượng Đế, chớ tôi thuộc loại xớ rớ ngay từ thuở ban đầu cho đến bấy giờ nên không biết làm gì, mà cũng không dám hỏi thêm một câu nào. Cái câu có vẻ đầy... kiến thức, "bộ có ai tháo nước hả" đã trật lất, tôi đâu còn có thể nghĩ ra một câu nào mang tầm hiểu biết cao hơn trong phạm trù rẫy ruộng đó!

Cuối cùng ngồi chán, ông anh tôi bảo phải mang đồ đạc lên chòi rồi tính sau. Vừa đi, anh và thằng em vừa bàn thảo xem nguyên nhân của đám ruộng đang trở nên vàng vọt và còi cọc, nhưng nói tới nói lui, hình như cũng chẳng ai biết nhiều hơn ai. Chúng tôi tắc tị không đường gỡ. Và thình lình trong cơn bối rối như vậy, thằng em bỗng lại nhắc đến những "năng suất, chỉ tiêu" huyện giao xuống dựa trên diện tích mặt ruộng để đánh thuế mà không cần biết thực tế người nông dân thu hoạch ra sao.

Ông anh tôi lặng đi một hồi, cuối cùng anh đáp đó là điều anh sợ nhất, vì trừ chút đỉnh chi phí cho những ngày Tết, phần lớn số tiền mẹ tôi bán lứa heo vừa đã đổ hết vào phân bón và tiền công cấy. Nếu thất thu, chưa biết có đủ lúa để đóng thuế cho ban nông nghiệp hay không, nói gì đến lương thực để ăn chờ vụ mùa tới.

Hai vai tôi tự dưng rùng lên như người bị sốt rét. Nỗi lo lắng từ ông anh và thằng em đã bắt đầu tràn qua tôi. Bấy giờ tôi mới nhận ra cuộc sống của chúng tôi đang bị đe dọa như thế nào, chỉ mành treo chuông như thế nào khi không chỉ đất đai và thời tiết đột ngột trở nên bất thuận lợi, mà lớn hơn nữa là chúng tôi phải đối mặt với sức mạnh của những con người đang nắm quyền lực.

Thiên thời, địa lợi, nhân hòa, chẳng có thứ gì… lợi, ba anh em tôi tiu nghỉu bước thấp bước cao lên chòi. Cái giỏ trong tay tôi bỗng nặng hơn bao giờ. Tôi hoàn toàn quên mất tất cả những hình ảnh lãng mạn trữ tình, không hề nghĩ đến một câu thơ, câu văn.

Phải nói là không còn gì trong trí, ngoại trừ hình ảnh cơ cực sẽ ngày càng cơ cực hơn ở trước mặt.

42.

Chúng tôi tắt nghẽn giữa đám ruộng chưa đến nỗi vàng úa nhưng không có dấu hiệu khả quan vì đã mất đi màu xanh, không cả những người có kinh nghiệm chung quanh giúp đỡ, cho ý kiến, mà chờ tìm cho ra câu trả lời lẫn cách giải quyết thì sốt ruột nên thằng em bấm bụng đi tới những nhà từng gây gổ với mình vì chuyện xả nước, đắp bờ trước đây, để hỏi thăm xem có ai biết nguyên do vì sao không. Nhưng dường như người nào cũng đáp một cách rất mơ hồ vì chính bản thân họ đó cũng chỉ mới bị làm ruộng trái mùa lần đầu tiên, hay lần thứ hai.

Tuy nhiên một số người gặp hoàn cảnh giống như chúng tôi, nói tới nói lui một hồi, bỗng cùng anh tôi và thằng em khám phá ra một điều là những gia đình không có tiền mua phân bón để bón thúc như lời cán bộ chỉ dẫn thì ruộng vẫn còn rất xanh tốt. Một điều hết sức mâu thuẫn, trái lý lẽ nhưng chẳng có ai có thể giải thích được tại sao. Ông anh tôi quyết định về thị, lục tìm sách vở cũ để nghiên cứu xem có kiếm ra biện pháp nào không.

Tôi và thằng em nuôi còn lại trong rẫy buồn rầu không biết làm gì. Và ngồi hoài, tôi bỗng dưng sực nhớ tới bài hát của Trần Long Ẩn mà cả lớp thường bị hát tập thể vào đầu giờ lúc còn đi học, "mặt đất lên xanh nhờ người nhanh tay bón. Cho hạt lúa vàng nặng trĩu những sườn non…", dẫu không có chút "tư duy" nào thuộc loại đỉnh cao nhân loại về nông nghiệp, nhưng tôi cứ có cảm giác như cây lúa đang bị… đầy bụng, nên hỏi thằng em:

- Có khi nào mình bón nhiều quá không?

Thằng em lắc đầu:

- Phân đắt, mình đâu có tiền để mua đủ để như cán bộ hướng dẫn thì nói gì tới dư.

Tôi ngớ ngẩn hỏi:

- Vậy là mình bón thiếu?

Thằng em tôi lắc:

- Ruộng người ta không bón gì hết lúa lại còn xanh.

Tôi im. Rồi lại hỏi. Vậy là gì mới được chớ? Thuở đó thiệt tình mà nói là chỉ khan hiếm hàng hóa, hai là chỉ có hàng không chất lượng một trăm phần trăm, nên người bán sẽ luôn luôn nói thiệt với khách hàng rằng họ đang bán "đồ quốc doanh", chứ thị trường không đầy dẫy hàng giả như thời điểm này nên chẳng ai có "nghi án" ruộng của mình đã bị bón phân… Trung Quốc. Ngớ ngẩn như anh em tôi càng không nghĩ tới các… âm mưu của thế lực thù địch nào muốn chống phá cách mạng đã gieo rắc những mầm mống hủy hoại hòng làm cháy cây lúa của nhân dân!

Thằng em tôi, sau khi nghe câu hỏi vô duyên lãng nhách không thể tìm ra lời giải đáp, đã không thèm ngó tôi một cái, mà nói sẽ đi vô rừng tìm Bảy Cúc. Tôi hỏi làm gì. Thằng em đáp để coi ổng có biết gì không. Tôi hoàn toàn không tin tưởng rằng thằng này sẽ tìm được sự "tư vấn" đặc biệt mặc dầu trong những buổi họp nông hội của xã, đại biểu Bảy Cúc mặc khố, đeo cung tên bao giờ cũng có mặt theo đúng phương thức đảng và nhân dân cùng làm, nghĩa là tất cả các thường trực và… ít trực của xã và ban ngành đều phải hiện diện trong tất cả các buổi họp, các buổi "triển khai vấn đề", các lớp học tập từ chiến tranh giải phóng Áp ga nít tan cho tới cai đẻ, kế hoạch hóa gia đình, vân vân. Tôi cũng chưa kịp nói Bảy Cúc người Thượng, trước vẫn du canh du cư, giờ nhờ ơn cách mạng mới bị ở yên một chỗ làm gì biết về ruộng đất, thì thằng em đã khuất dạng sau bụi khoai mì.

Còn lại một mình, tôi ngồi rầu rĩ ngó xuống mắt ruộng. Lúc mới vô đây, cũng kiểu ngồi rầu rĩ này, tôi nhìn quanh quất đất trời đìu hiu và quạnh quẽ của núi rừng, nhưng cái rầu rĩ hiện tại mới có vẻ nhuốm mùi "thời buổi". Tôi đã bắt đầu thấm thía cái kham khổ thiếu thốn một cách "duy vật" hơn, nghĩa là đã nhìn ra một cách rõ ràng hột lúa, củ khoai phải đẫm mồ hôi và nước mắt như thế nào mới gặt hái được.

Lòng tôi nao lên. Muốn làm một điều gì đó hết sức để gánh gồng với anh em. Nhưng thiệt tình lúc đó chỉ có ông Trần Long Ẩn mới dám nói "trong đấu tranh người Đông anh dũng, trong lao động người lại cũng anh hùng", chớ ngẫm tới ngẫm lui thì tôi rất… hèn, tất cả những suy nghĩ của tôi đều nằm trong đầu, cái vụ lao động anh hùng coi bộ khó có thể trở thành hiện thực!

Mà thật vậy, chỉ cần đến xế chiều khi thằng em từ trong rừng về, nói mấy ông có kinh nghiệm làm ruộng biểu xả bớt nước, rồi rủ tôi xuống ruộng, thì ý thức… tiểu tư sản bỗng chỗi dậy trong đầu tôi liền tù tì. Ngày nay khi đã già, thì tôi biết ra rằng con người ta luôn luôn nhân chi sơ tính bổn thiện, lòng lúc nào cũng từ bi bác ái, nhưng đa số chỉ "nghĩ tới nhiều mà làm chẳng bao nhiêu"!

Nên vì vậy khi ngao ngán xách cái cuốc lê lết đi theo,

tôi chỉ mong nghe thằng em nói một câu "thôi để em làm một mình cũng được". Thằng em giải thích:

- Mấy ổng nói nó ứ nước phải xả bớt.

Tôi ngần ngừ hoãn binh:

- Mình mới bón phân, mà xả đi hết có sao không?

Thằng em chặc lưỡi:

- Em cũng không biết, nhưng cứ thử làm theo mấy ổng coi sao.

Và giải thích thêm là ruộng đang xấu mà xả nước thì có thể chủ ruộng phía dưới sẽ nổi giận vì sợ ruộng họ bị lây bịnh nên phải nói tôi đi cùng. Vừa nghe tới đó, tôi đã lật đật ngắt ngang, hỏi ủa cây lúa mà cũng bị bịnh hả. Thằng em quay lại ngó tôi như ngó một người từ cung trăng vừa rớt xuống:

- Ngoại trừ sâu rầy, châu chấu phá, thì lúa cũng bị đủ thứ vi khuẩn tấn công, cũng bị bịnh y như con người.

Tôi im re. Sự ngu dốt có vẻ bao trùm lên khắp châu thân, tôi cố mường tượng ra một loại vi khuẩn nào đó có thể tấn công cây cối mà không đủ trình độ. Thằng em tôi nghiêm mặt nói:

- Lát nữa xuống tới dưới đó, chị phải làm bộ như đang nhổ cỏ hay bắt ốc để em sẹ sẹ đi tháo nước cho người ta không biết.

Nhìn bộ dạng quá sức nghiêm trang của thằng nhóc, tôi không dám hỏi bắt ốc là phải làm như thế nào. Vì mãi cho tới tận lúc đó, tôi vẫn chưa hề thấy người mò cua bắt ốc ra sao để... tạo hình cho giống! Tôi nói chị sẽ nhổ cỏ. Thằng em không nói gì. Chả biết có phải đang nghĩ là ai chớ tôi mà làm thiệt chắc người ta cũng tưởng giỡn chơi!

Xuống tới nơi, tôi… nhố nhăng lội xuống một chỗ ít bùn, khom lên khom xuống, lâu lâu lại đưa bó cỏ lên khỏi đầu cho có vẻ như mình đang nhổ cỏ trong khi thằng em tôi đi dọc bờ ruộng, thỉnh thoảng dùng cây gậy có hình dạng như cái đòn xóc để xoi lỗ thoát nước mà không bị nghi ngờ. Ỳ ạch cho đến xế chiều thì ý đồ đen tối của hai chị em tôi cũng hoàn thành. Không một ai chung quanh đó "phát hiện" ra chúng tôi đã xả nước nhuốm… virus qua ruộng của người khác. Tôi lên chòi, bắc nồi cơm độn bắp. Dầu chỉ "acting", làm bộ bắt cua nhổ cỏ, nhưng chừng lưng tôi cũng đau thấu trời xanh, nên tôi chỉ hâm lại nồi hầm bà lằng xắn cấu -theo kiểu nói của bà Năm chế độ cũ- định bụng nếu không muốn làm gì thêm thì sẽ ăn… thử với thằng em món này vì dẫu gì thì nữ sĩ cũng không có mặt trong rẫy để coi tôi có… lên tiên hay không!

Nhưng hai chị em tôi chưa kịp ăn cơm, thằng em bỗng đưa mắt ngó về phía xa xa còn chút ánh sáng, nhăn mày nói không lẽ ông anh đang vô ruộng. Tôi nhìn theo, ngạc nhiên:

- Ủa, cha nội này mới về đã vô lại rồi là sao?

Lát sau, ông anh tôi xuất hiện thật. Bộ dạng thất thểu. Vất cái giỏ xuống đất, anh thở ra:

- Anh chạy hỏi tùm lum mà chẳng ai biết tại sao lúa cháy lá.

Tôi hỏi rồi anh có tìm thấy gì trong sách không. Anh lắc đầu. Cái lắc đầu làm cả tôi và thằng em cùng kêu lên, anh có đi gặp bác Tư Nùng không. Anh thở dài:

- Bác Tư không chắc lắm, nhưng bác nói có thể tại mới gặt xong, đất chưa được nghỉ, gốc rạ chưa hoai mà mình lại không có phương tiện cày lật nên nước đọng làm úng đất. Bác nói là bón phân sớm quá như lời cán bộ hướng dẫn cũng có khi thay vì làm lúa phát triển lại làm vàng lá. Bác nói đất miền đông là đất đỏ, cho dù ở trên mặt có xốp cách mấy đi nữa, phía dưới cũng cứng, nước khó thoát… Nói chung lại là bác nói nó… nghẹt thở.

Thằng em kể lại những gì đã làm để cứu nguy đám ruộng. Anh tôi trầm ngâm một hồi:

- Nếu đúng như bác Tư nói, thì sau một thời gian ngắn mình phải thêm mấy loại phân, thêm thuốc xịt rầy xuống để cây lúa lấy lại sức.

Thêm phân và thêm thuốc xịt rầy! Câu nói của ông anh tôi giống hệt quả búa tạ giáng xuống đầu. Vì khỏi cần anh nói thêm lời nào, hai chị em cũng biết đó là cái "mission imposible." Biết đào đâu ra tiền mà mua thêm phân nói gì tới thuốc xịt!

43.

Căn nhà ở Gia Định. Nằm trong một cái hẻm rộng như một con đường chính. Tôi tin chắc chắn không phải vì chủ nhân không đủ tiền mua nhà ở mặt tiền, nhưng có lẽ muốn yên tĩnh. Ở Sài Gòn, với khu đất khá rộng rãi như vậy cho dẫu là trước năm 1975 hẳn cũng không rẻ. Hơn nữa căn nhà lại có lối kiến trúc rất tân kỳ, cách trang trí bên trong vô cùng mỹ thuật. Đồ đạc, từ bàn ghế, tủ phòng khách tủ trong phòng ngủ, đến màn treo cửa…, đều mang dáng vẻ sang trọng, quí phái, và chỉ cần quan sát một vài thứ là có thể đoán được phong cách, lẫn "tầm vóc" về tài chánh của người chủ trước.

Tôi nói chủ trước là vì lúc đó căn nhà đã có chủ… sau. Sau khi miền nam sụp, ông tá hay tướng, chủ nhân chính thức của ngôi nhà cùng gia đình có thể đã chạy ra nước ngoài, hay vất vưởng một nơi nào đó, trong trại cải tạo, trại giam không chừng, còn thân nhân thì bị đày về vùng kinh tế mới hoặc lưu lạc tại một vùng quê hẻo lánh không dám trở về nhà cũ, nên ông anh họ tôi, một cán bộ thành ủy mới được "quản lý" cơ ngơi đẹp đẽ này.

Nhà có ba tầng. Qua khoảng sân mát rượi với những nhành cây rợp bóng lá, là một phòng khách rộng thênh thang. Kế đến là phòng ngủ, nhưng có lẽ chỉ dành cho khách, vì tất cả các phòng ngủ khác đều nằm ở tầng hai. Cuối cùng là phòng ăn, rồi bếp, phòng vệ sinh… Đây là căn nhà có kiểu kiến trúc giống hệt như những gì sau này tôi nhìn thấy ở nước ngoài. Và mặc dầu gia đình tôi trước ngày sập tiệm, cũng lầu cũng xe, nhưng căn nhà ấy đã làm hai mắt tôi mở to ra hơn bình thường. Về sau khi phân tích tâm lý này, mấy đứa em tôi nói không phải tôi bị chóa hay ngợp mắt, bởi vì nó chưa thể được liệt vào một trong những kiến trúc nguy nga tráng lệ, cũng không phải là một lâu đài, một dinh thự lộng lẫy tân kỳ gì, mà chẳng qua chỉ vì tôi… tiếc của.

Nhà ba tầng, tầng trên hết là phòng làm việc, phía trước là nơi có lẽ dành cho chủ nhân nghỉ ngơi, thư giãn, vì tôi thấy ở đó còn có một cây đàn dương cầm, một rocking chair, mà ngày nay người ta dịch là ghế… bập bênh, loại ghế có chân uốn cong như ngựa gỗ của em bé, có thể đung đưa khi ngả lưng nghỉ ngơi hay đọc sách. Lúc tôi tới, bụi đóng đầy trên mặt cây dương cầm. Và mặt ghế thì đủ thứ đồ đạc lổn ngổn. Có thể nói căn phòng vô cùng mất trật tự, mà chỉ cần nhìn sơ qua cũng đủ biết sự không ngăn nắp và kém thẩm mỹ này là một "phát sinh" từ kẻ chiếm đoạt.

Cũng lúc tôi tới, theo tình hình chung, để đáp lại lời dạy của "người" trước khi vào nằm trong hộp kính, "thắng giặc Mỹ, ta xây dựng hơn mười ngày nay", đồng thời với quyết tâm thực hiện nghị quyết của đại hội Đảng lần thứ IV, "kết hợp xây dựng công nghiệp và nông nghiệp cả nước thành một cơ cấu công-nông nghiệp; kết hợp phát triển lực lượng sản xuất với xác lập và hoàn thiện quan hệ sản xuất mới, kết hợp kinh tế với quốc phòng", nên toàn quân toàn dân cả nước đã dốc hết sức mình ra mà… trồng khoai và nuôi lợn! Đất nước sản xuất, nhà nhà sản xuất. Đất nước chăn nuôi, nhà nhà chăn nuôi! Nhà có chút đất, nếu trước đây trồng hoa lá cây cảnh, sẽ đào hoa lá cây cảnh mà trồng khoai mì, khoai lang. Nhà rộng như ông anh họ cán bộ của tôi được hưởng, thì thành lập và xây dựng một "trang trại" chăn nuôi ở ngay trên sân thượng!

Phong trào tự túc rộn rã cả đất nước. Ông anh họ tôi nuôi heo và nuôi gà. Gà và heo ăn thức ăn thừa do các nhà ăn tập thể của cơ quan hai vợ chồng ông đang làm thủ trưởng cung cấp. Một phương án thật hết sức là hợp tình hợp lý, vừa thể hiện được tư chất của một đảng viên cần kiệm liêm chính vừa thực hiện được sự cân đối giữa "cung và cầu". Xét tới xét lui thì mọi thứ đều rất ư là chí ý chỉ trừ một chút lấn cấn. Rằng các công nhân viên trong nhà ăn tập thể thời đó mỗi bữa chỉ được hai chén gọi là lương thực, thỉnh thoảng là cơm gạo mốc còn phần lớn là mì sợi, bo bo, bắp, khoai lang, khoai mì…, những thứ chỉ có thể làm đầy bao tử một khoảng thời gian ngắn nào đó. Kèm theo những thức này là các tô canh không người lái, nghĩa là chỉ có nước, muối và bột ngọt, hay "sang hơn là lèo bèo chút rau, vài cục bí, bí đỏ, bí đao, hay bầu, không bao giờ gọt vỏ để không bị nhừ nát. Hẳn nhiên thịt thà cá mú trong những tô canh đó là chuyện thần tiên xa vời! Và cuối cùng là một chút thức ăn mặn do các anh nuôi chị nuôi tài tình sáng chế từ đậu hũ, đậu que, tép khô, cá khô, vân vân. Tất cả những thứ này sẽ được xào hoặc kho mặn chát như… muối. Do đó với khẩu phần như vậy, tôi không biết một từ ngữ mang tên "thừa" có nên được kể là đã có mặt trong tự điển của con người thời đó hay không, nhưng ngày nào tôi cũng thấy tài xế chở về hai túi lớn, cơm rau đầy đủ cho heo và gà.

Tuy nhiên heo nuôi bằng cám tự mua lấy, hay bằng cơm "thừa" của nhà tập thể không phải là chuyện tôi quan tâm lúc đó, mà là khi đứng nhìn giòng nước đen thùi lùi, bốc mùi phân lẫn nước đái heo từ trên sân thượng chảy ri rỉ dọc xuống bờ tường mịn màng sơn màu kem trang nhã, tôi mới não ruột. Tôi có cảm giác như mình đang chứng kiến cảnh một bức tranh đẹp bị bàn tay tên vô loại không ý thức không học vấn không văn hoá phá nát, hay một mỹ nhân đang bị đám côn đồ dùi hoa dập liễu.

Tôi thương tiếc căn nhà. Tôi đau đớn mường tượng ra cảnh chủ nhân cũ phải chứng kiến sự hoang tàn, thảm não nếu phải nhìn thấy căn nhà xưa của mình.

Và hẳn nhiên kẻ được hưởng khơi khơi của cải mà không cần phải đổ giọt mồ hôi nào để tạo ra chúng thì đâu biết xót ruột là gì. Vả lại còn để gọi là thực hiện quốc sách "tự cung tự cấp", biết đâu chừng con người này còn đạt được một cái huân chương anh hùng trong việc quyết tâm phá bỏ tàn dư chế độ cũ. Theo như viện Khoa Học Kỹ Thuật trong "Nông Nghiệp Miền Nam Chặng Đường Lịch Sử 90 năm", ở trang 29 nhận định ngành công nghệ thực phẩm của miền Nam trước năm 1975 là "chăn nuôi heo thương phẩm để phục vụ chiến tranh", thì biết đâu cái "mô hình chăn nuôi tự túc" đó lại đả phá được tất cả các… ý thức hệ chính trị, đập tan được mưu đồ của chế độ cũ. Ông anh họ tôi biết đâu đã được lên báo cáo ở một buổi họp quốc hội nào đó về thành tích chăn nuôi heo để phục vụ Đảng và giai cấp công nông!

Tôi nói với ông anh họ là ba tôi có gửi cho ông một bức thư. Ông nói ừ để anh đọc, và biểu tôi ở lại "thành phố" chơi vài hôm. Tôi nói em bận lắm, em không lên đây để đi chơi, nhưng ông vẫn không chịu đọc thư, vẫn khăng khăng bắt tôi ngồi không xơi nước:

- Lâu lâu em mới được lên thành phố mà làm gì vội.

Tôi nghĩ bụng tôi đâu có ở trong bưng ra. Và dẫu đã từ vùng rừng núi mới về thiệt, nhưng cái thành phố bị đổi tên này càng ngày càng tơi bời tan nát làm tôi nẫu ruột mỗi lần nhìn thấy nên không hề muốn "chơi bời" gì cả. Tuy nhiên nghĩ thì nghĩ chứ tôi đâu dám nói, cũng không dám trả treo lời nào. Bởi vì tôi đang làm nhiệm vụ Kinh Kha qua sông Dịch, khi không có câu trả lời, "nhất khứ bất phục hồi", tôi đành phải im hơi lặng tiếng.

Tôi mang trọng trách trên vai. Cầm cái lá thư với nội dung là ba tôi muốn mượn tiền để mua thuốc trừ sâu và phân cho đám ruộng vì đã áp dụng theo chính sách cải tạo kinh tế và theo lời hướng dẫn của cán bộ nông nghiệp mà đang gần như chết queo ở nhà.

Phải nói là tôi đã ra đi trong muôn vàn đau đớn. Khi bị "triệu hồi" về thị để làm cái công tác không đứa nào trong nhà muốn nhận này, tôi đã phải chứng kiến cảnh ba mẹ tôi cãi nhau kịch liệt, một chuyện không hề xảy ra trong gia đình chúng tôi trước đây. Ba tôi đinh ninh rằng không lẽ thằng cháu không nghĩ tới tình chú thiếm đã tận tình chăm sóc cho mình từ lúc còn trong trứng nước, còn mẹ tôi thì nói bà không tin những người được đào tạo trong "hàng ngũ" sẽ còn biết đến tình cảm gia đình. Nữ sĩ dẫn chứng:

- Chị ruột mà nó còn đẩy đi kinh tế mới để khỏi ảnh hưởng lý lịch của nó, thì mình là gì chớ!

Mẹ tôi đòi bán thứ này thứ nọ trong nhà nhưng ba tôi không chịu. Ba tôi bảo đó là vật kỷ niệm, những vật mà mẹ tôi yêu thích, ông không nỡ lòng chia tay. Nhưng nói chung là ba tôi vẫn còn tin ở tình người. Ông bảo con Bi Lèm còn biết phải trái, không lẽ con người lại không. Mẹ tôi đáp biết đâu. Và vì vậy mà hai người cứ nói qua nói lại, cãi tới cãi lui.

Mà cuối cùng là tôi phải gánh trách nhiệm lên vai, khăn gói lên đường.

Lên Sài Gòn ở mấy ngày, tôi sốt ruột đứng ngồi không yên. Thật sự tôi cũng… tư duy tới "tình người", nghĩ chắc ông anh họ đang… tính kế, kiếm lời để nói chuyện với vợ, một người mặt mày lúc nào cũng lạnh như sắt thép phơi giữa băng giá, chưa chịu hồi đáp thư của ba tôi, nên cố gắng chờ đợi.

Tôi thấp tha thấp thỏm hơn hai ngày, khổ sở sáng trưa chiều tối chờ ông anh họ xem có nói gì không. Nhưng chuyện… ghê hơn là phải đối diện với bà vợ ông này. Phải nói là cho tới bây giờ tôi vẫn còn thấy rợn xương sống mỗi bận nhớ lại gương mặt lạnh giá đó. Một kiểu người mà cả khi cười với hai hàm răng khép kín, nghiến lại với nhau cũng có thể làm người ta dựng tóc gáy huống gì còn nghe kể đó là một đảng viên kiên trung hết mực, từng nằm vùng, từng giết người, từng làm gì đó không ai hiểu nổi!

Hai ngày, tôi gục mặt dích từng hột cơm trong các bữa ăn chiều. Nhà cán bộ nên cơm trắng phau và không phải độn nhưng tôi có cảm giác mình nhai đá với cái không khí sực nức mùi "ban ơn". Những câu hỏi dành cho tôi từ cả hai người là gia đình tôi đã phấn đấu tới đâu, ý thức với đời sống mới đến cỡ nào. Và bản thân tôi thì đã giác ngộ gì chưa.

Không lẽ tôi trả lời "nghèo quá nên chẳng phấn đấu, chẳng ý thức cái… con mẹ gì hết", nhưng không thể, nên tôi đã ngậm câm như hến.

Tuy nhiên phải thành thật khai báo ở đây một điều, là nghĩ tới cái câu trả lời đó cho… sang vậy thôi, chứ thời buổi đó, với những con người đó, tôi mà dám thốt lên mấy lời như vậy thì chắc bây giờ tôi đã có ở một vị trí khá cao trong nhà tôi rồi.

Hình của tôi hẳn đã được treo lên tường. Trước mặt tôi thế nào cũng có một bình bông. Không bông huệ thì là vạn thọ.

Và tôi chắc đã được gia đình và bạn bè gọi là người… thiên cổ!

44.

Thi sĩ "ru với gió, mơ theo trăng và vơ vẩn cùng mây" Xuân Diệu, thời đi kháng chiến, sau khi bị thi sĩ Sông Hồng tức đồng chí Đặng Xuân Khu-Trường Chinh chế nhạo "để tâm hồn treo ngược ở cành cây", đã chuyển mình để hòa vào giai cấp công nông. Người thơ đã anh dũng cùng "đội binh văn sĩ với người thơ. Nghe thổi trong kèn lòng yêu nước", quyết chí từ chối tất cả những gì mình viết trước đó. Và sau khi người thơ *"cảm ơn tư tưởng vô sản! Quý biết bao, cái chất tư tưởng tiến bộ nhất, hoàn mỹ nhất, mạnh mẽ nhất, tinh hoa của lịch sử tư tưởng loài người!"* rồi sau đó là *"Cảm ơn Chỉnh huấn đem đặt tư tưởng vô sản vào giữa tâm trí con người, tức là đặt cái mầm, cái nhân sinh ra sức sống ở giữa cái hạt. Cảm ơn Đảng, có sức giáo dục cải tạo mầu nhiệm, có lòng nhân đạo vô biên!"* (trích tự truyện "Những Bước Đường Tư Tưởng Của Tôi", Xuân Diệu, chương 5) đã thành công rỡ ràng, thảm trải đỏ tươi trên con đường sự nghiệp của mình sau này. Trong những câu thơ hiện thực lãng mạn có tên gọi là Hồn Cách Mạng, người thơ tuyên bố *"bút ta mong được đầy hơi sống. Hơi của muôn nghìn, hơi đại chúng"*, có lẽ phải nói là hết sức tuyệt vời, hết sức lãng mạn cách mạng!

Tuy nhiên nghĩ tới nghĩ lui, tôi vẫn cứ đem lòng nghi

ngờ rằng không biết người thơ cũng chẳng… đi thực tế như tôi trước ngày vác giỏ vào vùng rừng núi bạt ngàn và cũng chỉ ngồi nhà tưởng tượng cảnh rừng núi hay không, vì đã có một khổ thơ đại thi hào viết:

Lúc ẩm hơi rừng, cơn sốt bung.
Khi đêm đông lạnh bếp ta hồng.
Đốt từng cây gỗ tha hồ sưởi
Sắn nướng vàng rồi, ta bẻ chung.

"Dựa trên cơ sở thực tiễn", sự nghi ngờ của tôi có lẽ đã trật bét. Bởi so với cắc ké kỳ nhông tôi thì người thơ ý thức cách mạng và vĩ đại hơn tôi nghìn lần, nên chắc sự từng trải của người thơ cũng khác so với những gì tôi đã nhìn thấy và kinh nghiệm. Nhưng điều tôi thắc mắc và nghĩ hoài không thấu là bịnh tật đã… né người thơ như thế nào, chớ vào cái thời tôi đi làm rẫy, một khi cơn sốt bung ra trong hơi rừng ẩm ướt như người thơ diễn tả mà quất vô bụng một củ sắn nướng, thì nếu không vô nhà thương để được điều trị bịnh bằng xuyên tâm liên, tức xuyentacylin thần dược, chắc chắn "tâm hồn sẽ bị ràng buộc bởi muôn dây" ngay. Và xin thưa đó là loại dây dùng để cột… quan tài!

Khi tôi ở Sài Gòn về thị trấn thì anh tôi đang bị bịnh nằm bẹp trong rẫy. Một kiểu cơn sốt bung ẩm hơi rừng, cộng thêm một vài con ghẻ bộ đội thời đó gần như người nào cũng dính đang hoành hành. Tuy nhiên tôi trở về mà không thể vô lại rẫy để… điểm danh cho đủ số và để nấu cháo cho anh. Tôi về bằng xe hơi cùng với ông anh họ do tài xế của sở ngoại thương được "đặc cách" phục vụ cho hai vợ chồng thủ trưởng lái. "Ngồi" bên cạnh tôi ở phía sau xe là mấy trăm cái mũ bằng cót còn ngái mùi lá.

Khi mẹ tôi vừa mở cổng ra là đã nghe tiếng ông anh họ tôi reo lên:

- Thiếm, con tạo công ăn việc làm cho em đây!

Tôi nhớ rất rõ mẹ tôi đã mở mắt lên thật lớn mà nhìn cả tôi lẫn ông anh họ. Gì mà công ăn việc làm cho tôi? Cái ánh nhìn vô cùng kinh ngạc như mẹ tôi đang muốn hỏi, không phải đó là cái con người sau khi xem bảng lý lịch của tôi, từng nói với bà là nên để tôi đi Thanh Niên Xung Phong ba năm trước khi đi thi đại học hay chăng? Hay không lẽ ông cháu chồng ủy viên thành phố đã dám hy sinh, chịu đứng ra bảo đảm để tìm một công việc nào đó cho con mình?

Nhưng chưa kịp hỏi câu nào, mẹ tôi đã phải ngạc nhiên hơn khi thấy người tài xế mở cửa xe, bê ra đống mũ cao như núi. Ông anh họ tôi vừa lăng xăng mở rộng cổng để người này dễ vào, vừa rổn rảng nói:

- Việc làm này dễ như chơi đó thiếm. Rất phù hợp với em, nữa nên con mới bố trí cho em nó một xuất.

Mẹ tôi hoàn toàn không nói một lời. Nhưng sau ánh nhìn ngạc nhiên, trên mặt bà chẳng có một dấu hiệu để tôi tự hỏi bà đang vui mừng, phấn khởi hồ hởi hay đang hồi hộp nghĩ tới chuyện tôi có hoàn thành sứ mạng hay không. Mẹ tôi đứng nguyên tại chỗ một lúc rồi lặng thinh bước theo như để xem chuyện gì đang xảy ra.

Sau khi người tài xế tải xong đống mũ vào phòng khách nhà tôi, ông anh họ tôi mới bắt đầu "trình bày vấn đề":

- Con đọc cái thư của chú rồi. Thiệt tình mà nói là con giải quyết cũng được, nhưng như vậy sẽ tạo ra một tiền đồ không tốt cho các em, cũng không thể giúp gia đình chú thiếm quán triệt được ý nghĩa của sự lao động. Điều con muốn là nhà mình nên bỏ thói quen dựa dẫm, tư tưởng ỷ lại thời Mỹ Ngụy. Nó không phù hợp với đường lối cách mạng chút nào. Bởi vậy con mới tranh thủ giải quyết khó khăn cấp bách của gia đình là tạo hướng đi mới cho các em…

Mẹ tôi ngó sững vào mặt người cháu chồng. Hai môi hé ra như muốn nói điều gì. Cơn giận đến lúc đó chắc đã muốn bùng nổ ra như một quả bom, nhưng có lẽ trong tư thế của kẻ thua cuộc, nên mẹ tôi đã bất động một lúc thật lâu, mãi cuối cùng mới nói được nên lời:

- Tình hình ruộng rẫy của nhà chú thiếm lúc này mà chờ cho tới lúc các em làm xong mớ đồ này mới có tiền thì chắc sẽ tiêu hết.

Ngay lập tức một lớp chính trị bỗng bật ra như sấm sét trong phòng khách nhà tôi:

- Thiếm nói như vậy là không công nhận sự giúp đỡ của con rồi. Trong tình hình này mới cần nâng cao sức lao động, mới cần phát huy cơ sở căn bản. Chú thiếm cứ chiều chuộng các em như thời trước là hoàn toàn sai trái.

Mẹ tôi cố gắng nhỏ nhẹ:

- Thiếm đâu có ý không cho em nó làm việc, nhưng chuyện trước mắt mà chú thiếm cần nhất hiện nay là tiền mua phân… Nếu như anh cho chú thiếm mượn trước rồi em nó làm xong cái này sẽ trả lại cho anh đầy đủ.

Chưa kịp để mẹ tôi dứt lời, cán bộ thành uỷ lại lên lớp:

- Như vậy là thiếm vẫn chưa quán triệt rồi. Nói thiệt tình con hết sức thất vọng vì thiếm, bởi thiếm là người xuất thân từ giai cấp nông dân nhưng lại bị ảnh hưởng tư duy của chế độ cũ quá nhiều, con đã nghĩ thiếm là người hiểu biết chuyện lao động hơn ai hết. Thiếm làm như vậy là phản bội giai cấp!

Mường tượng nếu như lúc đó có thanh… đồ long đao chắc mẹ tôi nhào tới sẽ chơi cho đối phương một nhát rồi ra sao thì ra. Bởi vì kẻ đang thao thao bất tuyệt đó rõ ràng đã tung một phát chưởng chí mạng vào ngay chân diện của nữ sĩ. Bị ám khí bay ra từ đối phương, tôi nhìn thấy sắc mặt mẹ tôi đông cứng lại, băng giá như mặt hồ Alaska. Mọi phản ứng, mọi cảm xúc như chỉ dồn lại ở cái nhìn sắc bén "vùng lên nhân dân miền Nam anh hùng", chiếu thẳng vào mặt kẻ đối diện. Mẹ tôi nghiêm nghị, lạnh lùng nói:

- Thiếm chưa bao giờ ước ao, cũng chưa bao giờ muốn có được cái hân hạnh đứng vào hàng ngũ, giai cấp đó!

Ông anh họ thành uỷ của tôi cũng nhìn lại mẹ tôi cách ngạc nhiên. Có lẽ không ngờ phản ứng của bà là vậy. Phải công bằng mà nói thì mẹ tôi dầu sinh ra và lớn lên ở thôn quê thật nhưng không xuất thân từ giai cấp nông dân. Ông ngoại tôi là thầy đồ nho sinh bất phùng thời. Kỳ thi hương cuối cùng vào năm 1915 đã làm ông ngoại tôi chưa kịp biết mình phải làm gì, thì cuộc nổi dậy do Thái Phiên và Trần Cao Vân thất bại, cả hai ông đều bị bắt và vua Duy Tân thì bị đày sang đảo Réunion làm ông tôi càng chơi vơi hơn. Còn rất trẻ nhưng dính líu tới phong trào nên ông phải trốn khỏi quê hương, phiêu bạt nhiều nơi đến nỗi không bao giờ còn có dịp nhìn thấy lại cha mẹ một lần trong đời. Về sau trên đường lưu lạc, ông tôi gặp hai người bà con, vì vui mừng quá nên lưu lại ở đó, dạy học và giúp người trong làng viết đơn, làm giấy tờ. Ông tôi thông thạo chữ Hán, chữ Nôm và biết chữ quốc ngữ học thời Đông Kinh Nghĩa Thục. Cũng tại ở đó, cô thôn nữ người Minh Hương đẹp nhất làng, đồng thời cũng buôn bán rất giỏi đã phải lòng ông tôi. Ông bà ngoại tôi đã có một cuộc hôn nhân hết sức lãng mạn, hạnh phúc. Mẹ và các cậu tôi cũng hưởng được phần đời vui vẻ dưới mái gia đình êm ấm, sung túc, "bên anh đọc sách, bên nàng… bán tơ".

Tôi nghĩ mẹ và người cậu, em kế mẹ tôi đều thích văn chương thi phú và biết làm thơ có lẽ là do thừa hưởng giòng máu của ông ngoại tôi. Nếu như cả bà ngoại lẫn ông tôi đều không qua đời quá sớm, lúc mẹ tôi chưa thành thiếu nữ, các cậu tôi chưa kịp lớn, có lẽ cuộc đời của mẹ tôi đã khác đi rất nhiều. Ở lứa tuổi mười bốn, mười lăm, để nuôi các em, cậu Hai tôi đã bị các cô các ông bác họ biến ra người làm công, trở thành một nông dân bất đắc dĩ, về phần mẹ tôi thì phải vừa chăm sóc các em, vừa làm việc nhà công không cho cô bác. Tuy nhiên chỉ cho đến lúc được "nhờ ơn", vào thời kháng chiến mẹ tôi mới bị ra đồng, bị buộc cấy lúa gieo mạ vần công, và thời sau bảy lăm mới thành người chăn nuôi chuyên nghiệp!

Mẹ tôi điên tiết với ông anh họ, vì vừa bị tổn thương vừa bị lên lớp, nên sau khi tuyên bố mình không thuộc về và không ao ước trở thành giai cấp bần cố nông, đã quay ngoắt đi, bỏ xuống nhà một mạch.

Chắc hơi… quê, thành uỷ ngẩn ngơ quay sang phân bua với tôi một lúc rồi cùng tài xế lên xe ra về. Tôi đứng lại "với trời bơ vơ" và một đống mũ cót cao như núi ngay ở giữa phòng khách!

45.

Ba tôi là người có khiếu nhớ chuyện lịch sử, nhất là sử Tàu, vì hồi nhỏ ba tôi học chữ Hán, về sau này lớn mới đổi qua Pháp văn. Những buổi tối buồn thiu trong rẫy, để giải trí cho đám con, ba tôi hay kể chuyện Thuỷ Hử, Đông Châu liệt quốc, Tam Quốc Chí và những tích Tàu. Một trong những chuyện tôi ghi nhớ… lem nhem là sách Sử Ký của Tư Mã Thiên chép về ông Kinh Kha thích khách Tần Thuỷ Hoàng.

Ba tôi nói Kinh Kha người nước Vệ, nhưng bỏ quê hương vì không được vua Vệ trọng dụng. Khi tới nước Yên ông làm bạn với Cao Tiệm Ly, suốt ngày uống rượu ca hát. Sau này ba tôi mất rồi không còn ai để hỏi, khả năng chữ Hán lại không có để đọc sử ký của Tư Mã Thiên, mà trí nhớ cũng rất tồi, nên tôi chỉ nhớ lõm bõm và lung tung những câu chuyện ba tôi kể, nếu không nói đôi khi còn đem cả râu ông nọ cắm cằm bà kia. Gì chớ đầu Ngô đuôi Sở là bình thường trong trí nhớ nhỏ nhoi của tôi. Không biết bao nhiêu lần tôi "bắt" bà Tây Thi qua sống ở nước Tần, nước Vệ! Thậm chí có khi còn "rinh" ông Tống Giang đi đánh nhau ở nước Thục với Lưu Bị!

Vì thế tôi hoàn toàn không nhớ được ba tôi nói ông Kinh Kha có tài gì mà khi vừa được giới thiệu với thái tử Đan là đã nhận ngay cái nhiệm vụ đi lấy đầu Tần Thỉ Hoàng. Và mặc dầu có nghe kể khí phách Kinh Kha rất hiên ngang, khác người và được tôn là dũng sĩ, nhưng tôi có cảm tưởng là đã không có bằng chứng nào nói Kinh Kha ngon hơn… Nguyễn Văn Trỗi đặt mìn cầu Công Lý, hay Nguyễn Văn Tám tẩm dầu đốt đồn giặc, hoặc như Phan Đình Giót ôm nguyên quả mìn lấp lỗ châu mai. Cũng chẳng có ai ca tụng Kinh Kha có tinh thần… 007 hay như super man gì ráo trọi, mà thời đó lại được thái tử Đan chọn. Đã vậy thái tử còn… chơi sang, để lấy lòng Kinh Kha đã bắt người hầu đưa cho Kinh Kha cả mâm vàng để ném cá làm thú vui nữa chớ.

Khi tôi mang nhiệm vụ cầm bức thư tâm não đi Sài Gòn gặp ông anh họ, tôi đã nghĩ có lẽ ba tôi… quên mất đoạn sử ký ghi Kinh Kha thề thốt một đi không bao giờ trở lại nếu không lấy được thủ cấp của vua Tần, và cái kết thúc câu chuyện của Kinh Kha là ông đã... bể kế hoạch, chẳng bao giờ có cơ hội trở về lại nước Yên. Ba tôi chỉ chờ đợi hai ba ngày gì đó là vô rẫy ngay, thể như tin chắc chắn thế nào tôi cũng hoàn thành trọng trách. Mặc dầu mãi tới sau này tôi mới biết là ba tôi đã bị mẹ tôi cằm ràm như tụng kinh mỗi ngày y như ba tôi là người góp bàn tay vô chuyện làm mẹ tôi và cả nhà cơ cực, nhưng tôi vẫn nghĩ là ba tôi đã không hề có chút nghi ngờ về sự thất bại của tôi. Đã không hề tưởng tượng ra những suy tính của ông bị thằng cháu uýnh cho một phát vỡ tan tành.

Ba tôi vô rẫy, không có dịp chứng kiến cảnh sau khi tôi không mang được mấy trăm bạc để mua phân, mua thuốc trừ sâu mà lại còn phải gò lưng ra chiến đấu với đống nón mũ. Phải nói là tôi khổ sở còn hơn đi làm rẫy, hơn cả những ngày lê la khắp rẫy ruộng để kiếm chút rau "cải thiện". Bởi để thêu được mớ bông hoa lên mũ, tôi phải làm một chuyện hết sức mất thì giờ do sự ngu xuẩn của "nhà thiết kế" nào đó nghĩ ra, là sau khi cắt cuộn len năm sợi ra thành khúc có độ dài nhất định nào đó thì thợ thêu còn phải tháo ra từng sợi nhỏ thay vì được giao loại len cọng bé, vừa đủ cho đưởng thêu. Không những chỉ thế thôi mà còn phải đem đám mũ phơi nắng hằng ngày để tránh mốc nữa mới gọi là chán ngán!

Tôi vừa làm vừa nghĩ thầm trong bụng, đây là sản phẩm làm cho một nước xã hội chủ nghĩa anh em nào đó, nên chắc chắn sẽ được bán trong cửa hàng mậu dịch theo tiêu chuẩn phân phối hay tem phiếu. Vì vậy "thằng" nào mà được phân phối cái mũ này là trăm phần trăm phải đội luôn cả những câu mắng mỏ, nguyền rủa, thậm chí chửi thề từ người dệt cói cho đến người thêu giống như tôi.

Về sau này thì tôi mới biết ra thêm một chuyện là bất cứ bà con, chòm xóm nào quen biết với hai vợ chồng anh họ tôi cũng đều bị "bố trí một xuất" mũ. Lý do là sở ngoại thương cần đạt chỉ tiêu, phải hoàn tất hợp đồng xuất khẩu nhưng trả rẻ mạt như làm... từ thiện nên chả có ai thèm lãnh về. Hàng ứ, hai vợ chồng và những người khác có trách nhiệm trong hợp đồng này đã thay phiên nhau dí cho những kẻ khốn cùng như tôi thuở đó! Và cũng nên nói là chính vì vậy mà khi mẹ tôi vào… vai phản diện, ngang nhiên nhắm thẳng quân thù mà bắn, ông anh họ thành uỷ của tôi đã chẳng dám nói lại tiếng nào. Vì không hợp đồng, không giao kèo, nếu lên mặt với mẹ tôi, nhỡ bà không cho tôi làm thì toi công "dí" đám mũ cho tôi, lại toi thêm công chở tôi về từ "thành phố".

Tôi không nhớ rõ lắm số tiền mình kiếm được do công việc "dễ như chơi" và phù hợp với tôi theo lời ông anh họ là bao nhiêu, nhưng chắc chắn một điều nó chỉ là một hạt muối đem bỏ biển. Phần tôi, ngoài chuyện gian nan khổ sở đánh vật với mớ mũ nón đó, nữ sĩ thời không còn thơ thẩn như những vần thơ nữ sĩ làm thuở xưa, *"thuyền trăng chở mộng về đâu nhỉ. Nét phấn còn vương giữa bụi hồng"*, mà… chơi chữ thứ thiệt, đi lên đi xuống ngó thấy tôi vật vã là lại nghiến răng:

- Đã ăn mày còn gặp chó cắn! Nó không cho mượn tiền thì đi về chớ sao lại mang đống thổ tả này về!

Tôi phân bua mãi vẫn không được vì nữ sĩ giận quá mà không có… cá để chém bèn chém xuống cái thớt Kinh Kha tôi! Tôi thất bại trong chuyến qua sông… Đồng Nai, còn Tần Thỉ Hoàng thành uỷ vẫn sống nhăn răng, ăn cơm không độn ở thành phố mang tên Bác, lại còn bắt được tôi cong lưng gánh giùm đống của nợ. Gục mặt thêu mũ, gặp con em tôi viện cớ không khéo tay, nhất định thà lẩy bắp, quay nước tắm heo chứ không giúp tôi vượt qua đoạn trường, tôi muốn cụp xương sống. Cuối cùng tới ngày phải giao hàng, ông anh họ xuống lấy, vẫn còn một mớ chưa làm xong, tôi muốn la làng. Nếu không nhờ mẹ tôi quyết chiến đấu nhất định không cho làm tiếp, chắc tôi chẳng thể nào thoát nợ.

Lúc ông anh họ đã đi rồi, mẹ tôi vẫn còn tức giận:

- Nó mà để lại là a lê hấp, thành củi nấu cám heo liền!

Công việc dễ như… gỡ mìn này tôi chẳng bao giờ quên, nhưng lại không nhớ để có tiền mua phân và thuốc trừ sâu, thì mẹ tôi có phải bán heo "non" -nghĩa là mượn trước một số tiền của chủ lò heo, đến ngày heo đủ cân thì bị chủ lò sẽ ép giá đến nghẹt thở- hay phải chia tay những món trang sức đầy kỷ niệm mà ba tôi đã không muốn mẹ tôi bán đi. Tôi chỉ nhớ ngày vô tới rẫy để tránh nạn… khủng bố cằm ràm từ mẹ tôi, thì thấy ông anh xanh như tàu lá, mới sực nhớ anh đã bị bịnh trong những ngày tôi gò lưng trên đống mũ cót. Tôi hỏi thằng em anh bịnh gì. Thằng em cười hi hi:

- Chắc bịnh thiếu ăn.

Tôi nói thời này ai không thiếu. Thằng em đáp ổng thiếu trầm trọng. Rồi kể, ông anh tôi sốt hầm hập mà ba tôi vẫn còn ở ngoài thị chưa vô nên không biết làm gì để giúp, mỗi ngày chỉ lấy mớ lá sả và lá ổi nấu lên cho anh xông hơi nhưng chẳng thấy bớt gì ráo nạo. Đang giữa lúc bối rối thì đương kim người yêu của anh, cũng là bà chị dâu sau này của tôi vào rẫy nhà, ghé lại thăm. Bà chị mang theo túi gạo trắng và mớ tép khô cho hai bố con chị, nhưng thấy anh nằm rên hừ hừ, bèn… hy sinh vì tình yêu đem đi nấu đại cho anh ăn. Tôi hỏi sau đó rồi sao mà nói ổng bị bịnh thiếu ăn. Thằng em nuôi tôi lại cười hi hí:

- Không phải thiếu ăn chớ là gì, vì cha nội dứt hết hai lon gạo với tép khô xào cà chua xong là tỉnh luôn. Em nhớ mợ nói đang bịnh nặng mà ăn nhiều quá thì sẽ bị trúng thực mà chết. Bình thường ổng ăn như mèo, nhưng quất hết hai lon gạo đã không chết lại còn khỏe re.

Tôi không nhịn được cười. Nghĩ tới loại bịnh mang tên đó, chắc ngoại trừ cán cốt, có lẽ cả nước ai cũng bị chứ riêng gì anh tôi. Nhưng để cho thằng em khỏi trêu chọc, tôi nói chắc tại sức mạnh của tình yêu ổng mới khoẻ. Thằng em vẫn không chịu hết cười:

- Bịnh mà ăn độn goài kiểu này em dám chắc Herculus cũng tiêu. Mợ nói thời buổi này tình yêu làm gì có sức mạnh.

Lại mợ! Lại những "phát biểu cảm tưởng" tràn đầy oán hận của nữ sĩ!

Tôi ngó thằng em hỉ mũi còn chưa sạch, chưa bao giờ để ý người khác phái, chưa bao giờ biết tên một đứa con gái để nhắc, nói gì tới biết yêu mà cũng bày đặt không tin sức mạnh của tình yêu!

46.

Hai Xồi, không biết thành thầy bàn lúc nào mà sau khi ở thị trấn vô tới rẫy, liền qua bên chòi nhà tôi, đứng ngó đám ruộng vừa mới hơi gượng dậy được chút chút, chép miệng nói:

- Mấy nị pán lám duộng này xong li mua thêm miếng lất trước dẫy nhà ngộ, xang năm mấy nị chồng lậu, lậu lành á, dễ có ăn hơn.

Ông anh tôi và ba thằng em cùng lúc quay qua chiếu tướng Hai Xồi như thể muốn hỏi không biết trong mấy ngày Tết, Hai Xồi có… ăn trúng thứ gì không mà bỗng dưng nói nhiều hơn, mà lại nói chuyện nhà người khác cách ngon lành như vậy. Nhưng Hai Xồi không thèm đếm xỉa tới cái nhìn chẳng chút hữu nghị của đối phương, tỉnh bơ tiếp:

- Ngộ không có piết làm duộng mà mấy nị cũng lâu có giỏi. Mai mốt mấy nị làm dẫy, không piết cái gì thì ngộ chỉ cho, chớ làm duộng thì ngộ lầu hàng.

Cả mấy anh em nhà tôi đều không trả lời. Hai Xồi lại ngó xuống đám ruộng, ngó lên đám rẫy, ngó trời đất và xớ rớ thêm một hồi, nói thêm dăm ba câu mới đi về. Ba thằng em tôi vốn không ưa Hai Xồi, nghe kiểu nói tỉnh rụi không sợ bị người khác… nổi khùng, nên lườm lườm ngó theo cho tới lúc Hai Xồi khuất bóng sau bụi mì, nhưng sau đó ba thằng lại cười hi hí với nhau:

- Trồng… lậu thì chỉ có nước đi nhà thương chớ lành với dữ gì mà rủ rê người ta.

Tôi muốn phì cười theo. Vì bình thường Hai Xồi chỉ nói ngọng chữ "lê", mà bữa nay hăng quá, ngọng luôn cả chữ "nờ" thành "lờ" nên mới bị mấy thằng em tôi chọc sau lưng. Tuy nhiên tôi đâu dám cười, nên chậc lưỡi la bạ thằng em nói năng bậy bạ. Và ông anh tôi những lúc nghe vậy cũng hay nói "mấy thằng khỉ này" coi như một lời… mắng mỏ, nhưng hôm đó anh tôi lại thở dài:

- Hai Xồi làm rẫy cũng có lý. Đóng thuế nông nghiệp xong, dù gì cũng còn lại nhiều hơn bên mình…

Sau đó anh buồn rầu nói tiếp, mà làm sao mua được cái rẫy đó mới là chuyện quan trọng. Vào thuở ấy, bộ nông nghiệp Việt Nam định nghĩa lúa, bắp, bo bo là lương thực, và tất cả các loại đậu cùng những sản phẩm khác là hoa màu phụ, nên cùng với một diện tích trồng trọt giống nhau, nhưng nhà nông nào trồng lương thực thì trăm phần trăm sẽ bị đóng thuế cao hơn.

Phải nói là vào thuở dân miền nam bị đày đi sản xuất, đã có những chuyện vô cùng phức tạp mà nhân gian thiệt tình không thể nào hiểu nổi. Chẳng hạn rõ ràng ba mẹ tôi đã bỏ tiền ra mua đất, có giấy tờ huyện và tỉnh ký và đóng dấu đàng hoàng, nhưng sẽ không được phép sử dụng theo ý mình vì hiến pháp nhà nước ghi rằng đất đai là tài sản công thuộc sở hữu toàn dân do nhà nước đại diện chủ sở hữu và thống nhất quản lý. Chả biết nơi khác thế nào, nhưng nơi huyện ly chúng tôi ở, cứ hễ có tên trong hộ khẩu, là người đó phải canh tác hai sào đất. không phân biệt già trẻ lớn bé gì ráo nạo. Nếu trẻ con làm không nổi thì người lớn gánh vác. Và nhà nào không có đủ số đất qui định này, phải đi phá rừng khẩn hoang, hoặc làm "sao đó" cho đủ. Ngược lại nếu nhiều quá mức cho phép thì phải bán đi nếu không muốn bị tịch thu.

Cái rẫy trước mặt chòi Hai Xồi, sau khi một người nào đó trong gia đình không còn sức lao động, chủ đất đệ đơn trình bày hoàn cảnh neo đơn, và qua đủ mọi thứ thủ tục, cuối cùng được uỷ ban nông nghiệp cho phép bán. Nếu bên nhà tôi muốn làm như vậy, nghĩa là muốn bán được đám ruộng mà nhân khẩu vẫn y sì không thay đổi, thì theo "cơ chế quản lý nông nghiệp", hoặc phải có đủ đất canh tác tính trên đầu người trong gia đình, hoặc phải mua đám rẫy trước, sau đó mới viết đơn xin bán bớt số "thừa".

Và chuyện khó hiểu thứ hai theo như trí nhớ dỏm của tôi, thì người có thẩm quyền ký giấy tờ mua bán đất đai, bắt đầu có "trà nước" từ các "đối tượng chuyển nhượng", tuy nhiên khi tội trạng bị lộ ra, thì người đút lót, hối lộ sẽ bị phạt vì đã cố tình lợi dụng khe hở của luật pháp để dụ dỗ cán bộ phạm pháp. Nhưng không biết "trên" đã giải quyết như thế nào mà có đôi khi lại thấy các "thầm quyền" sau vụ hối lộ lại được "đề bạt" lên một chức vụ cao hơn.

Theo lời của "Người" viết về đạo đức cách mạng trên báo Văn Học, số tháng 12 năm 1958 xuất bản tại Hà Nội, thì nguyên nhân của chuyện tham nhũng hối lộ là do sự xấu xa tồi tệ của xã hội cũ, là do chế độ người bóc lột người mà ra! Có lẽ tôi u mê đần độn nên không "giác ngộ" được là sau năm 75, Mỹ Nguỵ đã để lại những tàn dư rồi cộng thêm những thủ đoạn đánh phá nhằm gây lũng đoạn trong guồng máy chính quyền của "ta", thì hỏi làm sao hàng ngũ quân dân cán bộ không "tha hoá" cho sướng thân!

Đám lúa nhà tôi, sau khi "huy động" hai thằng em vô phụ xả bớt nước, bỏ thêm vôi và phân có chứa phosphate thì có hơi xanh hơn. Tuy nhiên không ai có thể bảo đảm kết quả thu hoạch sẽ cao hay mỹ mãn. Về sau này lúc trồng tỉa cho vui tuổi già, tôi đọc sách mới biết phân u-rê là loại phân chỉ để dùng bón thúc cho cây lúc đã trưởng thành, được phun lên lá, nhưng khi cán bộ nông nghiệp xuống "triển khai kế hoạch" trồng lúa ngắn ngày đã buộc nông dân thực hiện, không biết có phải vì cán bộ đã tưởng là… phân nào cũng là phân, cứ bỏ xuống đất thì mọi thứ cây trồng đều phải tốt?

Như lời bác Tư Nùng đã nói với anh tôi, đất chưa kịp lấy lại sức, gốc rạ chưa kịp hoai đã phải làm mùa mới, cộng thêm phân Urê khiến cây lúa bị bội thực, chúng tôi chỉ còn biết ngán ngẩm ngồi nhìn một tương lai hắc ám, đen như lọ nồi đàng trước mặt. Lúa chưa kịp trổ bông, chúng tôi đã biết chắc "địa chỉ" của tất cả những gì sẽ gặt được trong vài tháng nữa là ở phòng thuế uỷ ban nhân dân xã.

Bỏ làm lúa rẫy, Hai Xồi chỉ còn trồng hoa màu. Thu hoạch xong, lẽ ra Hai Xồi đã được rảnh rỗi suốt sáu tháng mùa nắng vì chỉ còn vài luống khoai mì trồng dọc theo ranh giới với các rẫy khác không cần chăm sóc, tưới tắm. Đúng ra Hai Xồi có thể ung dung hưởng nhàn hoặc ở nhà phụ vợ nuôi heo, chạy chợ, nhưng theo lịnh của xã, "đất phải có chủ" nên lâu lâu cũng phải hiện diện trong rẫy. Và chỉ còn khoai mì, Hai Xồi chả thèm lo lắng thời tiết như thế nào, trong khi anh em tôi "trời không mưa tui cũng lạy trời mưa". Ruộng chúng tôi đã xả bớt nước, thêm phân chuồng, phân chứa phosphate, thêm vôi, nhưng nếu trời không mưa, không đủ nước, không đủ độ ẩm thì đời chúng tôi sẽ… ẩm. Những kẻ đòi biến sỏi đá thành cơm, sau khi giảng dạy về chuyện bón phân làm ruộng, và ép được nông dân mua phân với tỉ lệ một chính thức chín chợ đen, đã biến mất về tỉnh như bóng ma, không bao giờ còn léo hánh tới cái vùng đất rừng rẫy ấy, nên chẳng còn ai... thay trời làm mưa cho chúng tôi!

Rảnh, Hai Xồi bèn đi qua đi lại ngó chúng tôi buồn vào hồn không tên. Và chắc cũng rảnh, nên Hai Xồi kể cho thằng em tôi nghe chuyện đời xưa:

- Hồi chước ngộ chỉ có dô lây làm mấy tháng dồi dề. Thu hoạch xong, là ngộ chở hết dề nhà, năm xau mới dô lại. Không ai pắt mình phải ở lây hết.

Sau đó Hai Xồi tiếp:

- Mà ở lây, thì xợ mấy ông giải phóng tới xin tiền, xin thuốc kháng xinh.

Thằng em tôi nói:

- Người ta xin mà mình không cho thì thôi chớ việc gì sợ?

Hai Xồi lắc đầu nguầy nguậy:

- Mấy ổng lỳ lắm, nói goài à. Không cho không lược.

Thằng em tôi hỏi mắc mớ gì không được. Hai Xồi dẫy nẫy:

- Chời ơi mấy ổng có xúng, không cho mấy ổng pắn thì xao?

Tới khúc này, tôi bỗng thấy có cái gì đó kỳ kỳ, nên chen vào:

- Mà chú cho người ta vậy sao giờ này chú không thành nhà có công với cách mạng?

Hai Xồi như trúng phải lửa, nhảy loi choi lên:

- Lâu có dễ như dậy!

Tôi hỏi sao không dễ. Hai Xồi chậc lưỡi như thạch sùng, tắc lưỡi như rắn, đầu thì lắc như lên đồng:

- Nị này nói chiện nghe mắc cười quá. Là mình phải tự lộng lưa pắp, lưa lậu cho mấy ổng như mấy người kia, dồi phải li lặt mìn hay làm cái gì khác, chớ hồi ló tui lâu có muốn dính tới mấy ổng. Mấy ổng piểu goài tui mới lưa mà. Pởi dậy tới giờ này mấy ổng nói tui goan cố, rồi còn nói nhà tui phản lộng nữa kìa!

Tôi ngó Hai Xồi. Không nói được nên lời. Vì coi bộ cuộc đời của Hai Xồi cũng… trái ngang quá. Ngày trước đã mất tiền mất của mà ngày nay còn bị gán ghép tội "phản lộng", nguy cơ có thể bị đi tù như chơi!

Tôi ngồi nghĩ tới nghĩ lui, nhưng nghĩ hoài vẫn không hiểu được cái... tư duy của phạm trù này!

47.

Hai Xồi không dám chống đối cách mạng. Trước 75 đã không, sau 75 càng không. Ở vào thời điểm đó, đối với nhà nước, kẻ "bị dụ dỗ bởi các phần tử phản động" có thể nói là đã hết muốn sống, những "đối tượng có âm mưu chống phá chế độ" hay " bọn ngoan cố lợi dụng sự khó khăn tạm thời của nhà nước để tuyên truyền và gieo rắc những tư tưởng thù địch" chắc chắn sẽ còn thê thảm hơn. Nên tôi tin Hai Xồi không bao giờ là một trong những thành phần này. Chứ không, trăm phần trăm Hai Xồi hẳn phải nằm trong danh sách nhà nước triệt để tiêu diệt và dẫu con tuấn… cẩu màu nâu vàng mốc xịt không thể phi nhanh về báo hung tin cho phu nhơn, thì thân xác Làm Văn Xồi cũng đã vùi sâu giữa cát bụi quan hà.

Hai Xồi không dám "phản lộng", bên nhà tôi lại càng không. Ba mẹ tôi là người chỉ muốn yên thân qua ngày nên dù phải sống giữa những ngày tháng đủ thứ pháp lệnh quái gỡ, cũng chỉ đành thở dài ngậm ngùi rồi nghiêm chỉnh chấp hành. Mẹ tôi thường nói mạng sống của người dân dưới chế độ siêu việt là những con cá nằm trên thớt, lúc nào cũng bị để mắt, gần nhất là phường khóm rồi đến tổ trưởng tổ phó luôn luôn kề vai sát cánh, chỉ cần ho tiếng lớn hàng xóm đã nghe, hách xì một cái tất cả các tổ viên cũng đã tường tận. Và lúc nào mẹ tôi cũng căn dặn rằng không thể nào biết tai ương hoạ gió bất ngờ có thể xảy tới cho gia đình, nên tốt hơn hết là cứ tự coi như mình điếc, mù và câm để sống một cách ít hồi hộp nhất.

Vì vậy khi thấy hai thằng em trời nắng chang chang, không phải cuối tuần mà lại lóc cóc vô rẫy báo tin ông anh tôi phải về thị để khám sức khoẻ nghĩa vụ quân sự, cả nhà tôi đều xanh mặt. Nhất là ba tôi, cái tin có lẽ còn hơn cả sét đánh ngang tai. Bởi tôi nghĩ ông đã không bao giờ tính tới chuyện sau khi hai bên Nam-Bắc không còn giao tranh, không còn đánh nhau nữa mà thanh niên vẫn phải tham gia vào quân đội.

Sau này có lần tôi viết, có lẽ ba tôi là người phải trả lời với lịch sử, phải nhận chịu sự phán xét, vì khi đất nước còn binh lửa, bằng mọi cách ba tôi đã cố gắng sắp xếp, kể cả gian lận trong chuyện làm lại giấy khai sinh đổi tuổi cho anh tôi và mấy thằng em tránh chuyện bị động viên. Cũng như sẵn sàng chịu tốn kém nếu có bất cứ đứa con nào muốn ra nước ngoài du học. Và cũng chẳng sợ bị chê bai, bị đàm tiếu là không chính trực, là người từng học sách thánh hiền mà chẳng nhớ tới một cái gương sáng nào khi tiếp tay với tham nhũng, với "gian tế" để con trai không đi lính, con gái không lấy chồng lính!

Nên cái tin ông anh tôi "trúng nghĩa vụ quân sự" khiến ba tôi đứng ngồi không yên. Mặc dầu chúng tôi xúm lại trấn an là đã không còn những trận đánh ác liệt, không còn chiến trường để phải đối đầu với súng đạn, nhưng ba tôi vẫn không thể bình tâm. Nỗi lo sợ của ông lúc đầu khá mơ hồ, sau một hồi bỗng… ngời sáng và lây sang chúng tôi đến nỗi không đứa nào dám hó hé một tiếng.

Sáng sớm hôm sau ba tôi theo anh tôi về thị. Còn lại hai chị em, như thường lệ tôi chẳng biết làm gì ngoài nấu cơm nên ngồi bó gối ngó ra ngoài trời nắng gắt gay, còn thằng em có việc dưới ruộng nhưng cũng cứ đi lên đi xuống, đi ra đi vào, ngẩn ngẩn ngơ ngơ. Chiều cơm nước xong, hai chị em tôi có lẽ do ám ảnh, bỗng thình lình nhắc tới chuyện… chiến tranh vì so với tôi, thì có thể nói thằng em là "người trong cuộc chiến", từng có lần chạy giặc với ông nội sau khi ba mẹ qua đời do trúng đạn lúc hai bên giao chiến. Trong khi lúc đất nước còn tao loạn, tôi chỉ biết chiến tranh qua báo chí truyền thanh truyền hình. Nếu không tính chuyện có nhìn thấy bằng mắt thật chỉ là hình ảnh các anh từ chiến trường về, hay những đoàn công voa chở các anh ra mặt trận, thì sự ác liệt tàn khốc của chiến tranh mà tôi từng chứng kiến chỉ là một trận pháo kích vào thành phố gần nhà chúng tôi ở. Lúc ấy nghe nói có vài người chết nên tôi không dám đi coi. Và để kể thêm, chắc có lẽ chỉ là những lần về quê thăm bác tôi, nghe một vài tiếng đạn cắc bụp xa xa đâu đó mà thôi. Cuối cùng là thuở đó đương nhiên tôi không thể tham chiến mà tuổi cũng chưa đủ để được phép có bồ, càng không nên cả làm người yêu của lính!

Tôi ngồi nghe thằng em kể, dầu không biết có bao nhiêu phần trăm là sự thật:

- Y như Combat nha chị. Đạn bay vèo vèo tùm lum hết. Mà đạn thiệt nên trúng là bị thương hay chết liền đó nha. Máu me thấy ớn lắm. Lần đó tụi em với ông nội ngồi dưới hầm chung với người bị thương tới mấy ngày luôn.

Tôi chưa kịp… rùng mình, thằng em đã rùng mình:

- Hôi thúi lắm chị ơi. Tại người bị thương không được băng bó, máu chảy ra tanh chịu không nổi luôn á. Rồi người ta đi tiểu đi cầu ngay ở đó nữa chớ.

Hai vai và xương sống tôi lạnh lên. "Quợn", tôi không dám… tượng thanh và tượng hình! Nên cuối cùng tôi chặc lưỡi:

- Bộ mày không "đi" như người ta sao?

Thằng em khựng lại một chút, rồi làm bộ lơ, không trả lời. Chiến sự đã xảy ra lúc thằng này chừng năm, bảy tuổi, tôi nghĩ chuyện thương tích, máu me hẳn là có dù không biết có thể tin được bao nhiêu phần trăm, nhưng cái vụ "đi" tùm lum chắc chẳng thể nào tránh được nên "người về từ cuộc chiến" không muốn nhắc tới. Câu chuyện bèn chuyển sang hướng khác:

- Nghe đi bộ đội thấy ghê quá.

Thật tình tôi cũng không muốn nhắc chuyện đau lòng thuở xưa nữa, nên nói:

- Đó là thời còn đánh nhau. Bây giờ chắc chỉ bị kêu vô bộ đội cho… vui thôi.

Thằng em làm như rành đời:

- Sao vui được. Chắc là phải đi gỡ mìn hồi xưa mấy ổng đặt tá lả, chỗ nào cũng có. Rồi còn phải đi bắt Phun-rô nữa chi.

Nghe tới đó là tôi thấy… mệt rồi. Viễn ảnh của chuyện đi gỡ mìn và đi bắt Phun-rô như một bức màn đen kéo qua trước mặt, bầu không khí chết chóc hiện ra không ngăn được, tôi ngắt ngang:

- Thôi đi ngủ! Nói gì toàn ba cái chuyện xui xẻo không hà.

Tôi tuyên bố chấm dứt cuộc đàm đạo, nói "tao đi ngủ" rồi leo lên sạp của mình. Thằng em chừng vẫn chưa… thoả chí tang bồng, léo nhéo kể thêm vài ba chuyện tôi hoàn toàn không muốn nghe. Cuối cùng thằng này kết luận:

- Súng đạn vô tình!

Thiệt tình là cái thằng! Đã ăn copy câu nói của người lớn mà cũng lựa câu rùng rợn nhất để nói. Cả đêm hôm đó tôi không thể nào chợp mắt vì cái câu nói này. Tôi nằm lo cho anh tôi. Nghĩ tới anh mảnh mai như con gái, lại hay bịnh mà phải thức khuya dậy sớm, vác súng vác đạn rồi phải xông ra gỡ mìn, lấp hố bom thì thật thương cho anh quá. Tuy nhiên điều tôi sợ hơn nữa là anh sẽ bị huấn luyện và giáo dục để trở thành "bộ đội cụ Hồ", sẽ bị mang lên vai đủ mọi thứ thứ "phẩm chất" kiểu "trung với đảng, hiếu với dân", phải sẵn sàng "hy sinh" lao đầu vào chỗ chết cho cái lý tưởng anh chưa bao giờ muốn có, chưa bao giờ muốn theo.

Mà thuở đó, ai lại không sợ bị nhuộm đỏ, không sợ bị xếp chung vào "hàng ngũ" chớ!

Nghĩ lan man, tôi bỗng nghĩ tới chuyện ba tôi sẽ dẫn anh đi trốn. Và rồi tôi càng thêm lo. Vì ba tôi biết dẫn anh đi phương trời nào bây giờ! Trước đây gia đình tôi từng nghe vài người bạn thơ của mẹ tôi từ miền bắc vào kể chuyện không muốn con đi B, nghĩa là phải vào chiến trường miền nam, nhưng không ai dám để con trốn hoặc giúp con trốn, chỉ vì cả nhà sẽ bị cắt tem phiếu lương thực, hoặc bị đày lên vùng Tây Bắc. Lúc anh tôi bị kêu đi nghĩa vụ quân sự, miền nam ngoài vải và chất đốt thì vẫn chưa có "chế độ" tem phiếu lương thực, nghĩa là cái ăn cái uống vẫn chưa bị kiểm soát đến từng li từng tí một như ngoài bắc, nhưng cuộc sống đã vô cùng khó khăn. Chính sách ngăn cấm chợ không cho trao đổi, buôn bán lương thực, thực phẩm giữa các tỉnh thành với nhau khiến ai cũng đói. Mẹ tôi thường hay "khen" nhà nước quá "hay" bởi không cần dẹp bỏ, không cần bài trừ, sau 75 miền Nam bỗng dưng mất hẳn cảnh người đi ăn xin. Tôi nghĩ ba tôi mà dẫn anh đi trốn, chắc chuyện khó khăn trước nhất sẽ phải gặp là biết lấy gì để... ăn!

Ngủ không được, tôi trở mình dậy rất sớm, đốt củi lên nấu ấm nước rồi ngồi nhìn xuống mặt ruộng mờ hơi sương. Nhưng tôi nhìn mà chẳng thấy gì vì đầu óc để tận phương nào. Đến nỗi thằng em đứng sau lưng nói gì tôi cũng không nghe, mãi sau mới giật mình khi thằng em hỏi lại, giọng có hơi lớn hơn ban nãy:

- Ủa sao cậu vô sớm dữ vậy chị?

Tôi nhướn mắt nhìn xuống con đường dẫn lên rẫy. Mới giờ đó mà ba tôi đã có mặt ở đó hẳn đã phải rời nhà từ sớm lắm. Và không đứa nào nói với nhau tiếng nào, hai chị em tôi bật dậy, tất tả chạy ào xuống ruộng. Chúng tôi gặp ba tôi ở khoảng giữa đường, đang bước thấp bước cao trên bờ đất gập ghềnh. Nỗi lo tăng lên gấp đôi, ba lần, hai chị em cùng hỏi một lượt:

- Anh sao rồi?

Ba tôi xua tay đáp anh không sao và bảo lên chòi sẽ kể cho nghe. Nhưng chúng tôi không chờ được, cứ hỏi dồn dập nên sau cùng ba tôi đáp:

- Họ nói anh rớt nghĩa vụ.

Hai chị em tôi chựng lại, tròn mắt lên nhìn. Cái chữ "rớt" nghe hệt như hồi tôi rớt đại học, y như anh tôi kém may mắn trên đường công danh, y như anh vụt mất cơ hội nhận được sự ban ơn từ ai đó. Trong trí tôi bật ra nhanh chuyện đã phải nghe giảng dạy hồi còn đi học về những tấm gương anh hùng đi đầu quân đánh giặc Mỹ ở miền bắc! Chuyện những cậu thiếu niên phải khai thêm tuổi để được nhận vào quân ngũ, chuyện những anh chàng gầy gò ốm yếu phải dấu gạch đá vào túi cho đủ trọng lượng. Những câu chuyện y như chính sách quản lý hộ khẩu ở ngoài ấy đã không có, hay sự kiểm soát con người rất lỏng lẻo và bừa bãi, như công an không biết người nào sống ở đâu, làm nghề gì, bao nhiêu tuổi!

Tôi nghĩ anh tôi tuy gầy và thanh mảnh nhưng chắc chắn không phải cần tới đá sỏi, gạch ghiếc gì cả mới "đạt tiêu chuẩn" cho dầu gạch đã trở nên vô cùng nổi tiếng trong lịch sử đất nước, từ loại dùng để hâm nóng sưởi nguyên đêm, cho tới loại bỏ vào túi áo túi quần rồi cả loại biết... xếp hàng mua vé xe đò! Tôi cũng không "hy vọng" anh tôi "may mắn được trúng tuyển" để trở thành bộ đội, nhưng rất thắc mắc vì sao người ta lại loại anh ra. Vì vậy lúc nghe ba tôi kể đến nguyên do thì tôi và thằng em đều bật cười:

- Người ta nói tại chị tụi con đi du học ở nước tư bản, rồi ba lại không tham gia công tác cách mạng trước 75. Họ tuyên bố lý lịch nhà mình không đủ trong sạch để anh được tuyển vào hàng ngũ quân đội nhân dân.

Thiệt là tình! Nhà nước chắc tưởng anh tôi "cháy bỏng niềm mơ ước được trở thành bộ đội cụ Hồ" như báo chí hay nói! Ba tôi cũng đã phì cười khi nhắc chuyện đó, nhưng thấy chúng tôi cười quá, bèn chặc lưỡi:

- Nghe cho biết thôi, đừng nhắc tới nhắc lui làm gì. Ở đâu giờ cũng tai vách mạch rừng.

Sau đó ba tôi nói phải đi Vũng Tàu một chuyến. Tôi ngạc nhiên hỏi để làm gì. Ba tôi trở lại nét mặt rầu rầu ngày hôm trước:

- Có người mách nước cho ba là phải đi làm nhà nước thì mới không bị đi nghĩa vụ. Bởi nhà nước cứ nói một đàng làm một nẻo, biết đâu mai mốt lại thay đổi mình chạy không kịp.

Tôi hỏi:

- Ba định nhờ cái ông xin ba chiếc xe đạp hồi mới ở ngoài Bắc về mà không mấy hài lòng vì nó không phải hàng của Pháp hả?

Ba tôi gật đầu. Vẻ buồn rười rượi. Tôi nhớ tới ông bác họ với khuôn mặt khó đăm đăm, hơi lấy làm lạ vì gần như không có người bà con họ hàng "đi cách mạng" nào của ba mẹ tôi mà biết cười, hay không có gương mặt đăm đăm giống như bị táo bón. Tôi hỏi có chắc ông ta sẽ giúp không. Ba tôi thở dài, giọng nhỏ lại:

- Tự nhiên mà giúp thì chắc là không rồi. Nên ba muốn bán chiếc xe của ba để lo cho anh nhưng mẹ không muốn.

Tôi muốn thở dài. Vì lại đến phiên mẹ tôi nữa rồi! Trước ba tôi không chịu để mẹ bán mớ nữ trang bà thích, thì giờ mẹ tôi không muốn bán chiếc vespa mà ba tôi vẫn thường đi làm trước đây. Ba tôi nói:

- Cái xe để không đâu có chạy mà mẹ cứ nhất định không.

Tôi định nói trước đây mẹ bảo nữ trang đâu có đeo mà ba cũng cự vậy, nhưng thấy mặt ba tôi buồn quá, không nỡ nói ra. Mấy cha con ngồi im một hồi. Cuối cùng ba tôi quay nhìn tôi:

- Con chịu khó về nhà nói chuyện với mẹ giùm ba một tiếng.

Tôi nghẹn ngào nhìn lại ba tôi.

Tuy nhiên không phải vì thông cảm với nỗi buồn của ba tôi, mà tôi nghĩ không lẽ ông đã quên mất chuyện tôi mới vừa thất bại trong chuyến làm Kinh Kha chưa lâu, giờ lại định bắt tôi làm… Kissinger nữa hay sao!!!

48.

Muốn hay không, tôi, "dưới hai màu áo", hết là Kinh Kha chuyển thành Kissinger, mò mẫm về thị trấn làm công tác đàm phán. Lần này không ai dẫn đường, tôi vừa đi vừa ngai ngái lo. Thằng em nuôi bắt tôi ghi xuống chỗ nào phải quẹo phải quẹo trái. Nhưng quẹo rồi, tôi lại toát mồ hôi hột vì không biết có đi đúng hướng hay không. Đã vậy trên đường đi hoàn toàn lại chẳng thấy bóng một người nào đó để hỏi nếu lỡ bị lạc.

Và con đường dường như cứ càng ngày càng dài ra mặc dầu tôi không muốn gặp mẹ tôi sớm, khi nghĩ đến chuyện không biết sẽ nói như thế nào để khỏi bị mắng. Mà nghĩ tới nghĩ lui một hồi tôi bỗng thấy ấm ức vì cả hai chuyện tôi nhận trách nhiệm, nếu thành công, chắc cũng không được ai tuyên dương anh hùng, chẳng tổ quốc ghi công gì ráo nạo, nhưng lần trước thất bại thì bị mẹ tôi cằm ràm, còn lần này chưa ra quân đã không thấy chút hy vọng, chưa mở lời đã nắm chắc cảnh phải nghe đờn ca tài tử rồi!

Trời nắng chang chang trên đầu, tôi đội cái nón lụp xụp, cúi mặt xuống đất lủi thủi đi, vài ba khúc lại ngước mặt tìm xem có thấy mấy cái "signal" thằng em ghi trong giấy hay không. Chẳng hạn như qua khúc cây gãy là tới căn nhà tôle duy nhất tính từ rẫy về thị, hay qua khỏi cây vối bự như cây cổ thụ sẽ tới rẫy mía. Sau này, ba thằng em tôi mới kể đó là cái rẫy mía… kỷ niệm, từng có lần chủ rẫy rượt, bị lùa vô uỷ ban xã vì cái tội bẻ trộm mía. Thằng em út tôi tố hai thằng kia lúc kể lại chuyện cũ:

- Hai cha nội này đâu có bị bắt mà cũng bày đặt nói.

Tôi hỏi tại sao. Thằng em kế cười sằng sặc:

- Tại nó vác bao gạo chạy không kịp.

Thằng em út:

- Hai thằng ông nội này lớn hơn em mà bắt em khiêng bao gạo nặng chà bá lửa, lúc bị chủ mía rượt, mỗi cha đeo một cái túi muối đường bột ngọt gì đó nhẹ như bông nên chạy cái vù, còn lại mình em với tang vật hiện vật hỏi sao không bị lùa vô xã làm kiểm điểm chớ!

Tôi hỏi mà sao lại bẻ mía trộm của người ta. Thằng em út phì cười:

- Cái thời mới lớn mà. Đã vậy còn vừa khát nước, lại thèm ngọt, lúc đi ngang qua đó dòm tới dòm lui đâu có thấy ai, tụi em mới rủ nhau nhào vô. Ai dè chủ mía chắc cũng bị mất nhiều quá nên ngồi canh trong bụi, nghe cái "rụp" là nhảy ra vồ liền. He he, may mà chỉ mới đủ thì giờ bẻ có một cây, chớ không là cũng mệt.

Thằng em nuôi:

- Với lại lần đầu tiên bị túm nên chỉ bị viết kiểm điểm. Mà thằng này hên, lúc đó có ông thư ký được cậu cho thuốc, thành ra ông chỉ cảnh cáo là đòi méc cậu thôi.

Rồi cả ba thằng đều cười hi hí:

- Nếu không gặp ông đó chắc mất luôn bao gạo.

Đúng là cái thời buổi chỉ có đói nhe răng, ngay cả

những thằng con nhà đàng hoàng như ba thằng em tôi còn thành… giặc, chẳng trách gì ngoài xã hội không đầy dẫy dân ăn cắp vặt. Thuở đó nhiều nhà phơi quần áo gần hàng rào bị mất thì đã đành, thậm chí mẹ tôi cho người vào nhà xin đi tiểu, cũng bị quơ luôn bộ đồ treo trong phòng tắm. Tôi nhớ mẹ tôi không chỉ bực về cả chuyện mất của, mà vì phải suy nghĩ mãi cuối cùng mới đoán được "phương cách" mình đã bị trộm! Mẹ tôi nói:

- Thời buổi tang thương, bần cùng sinh đạo tặc chớ ngó mặt mày bả cũng sáng lán lắm.

Tôi nghĩ chắc chắn người đó phải sáng lán thông minh nên mới lừa được mẹ tôi. Vì mẹ tôi là người có tinh thần "cảnh giác" rất cao, luôn luôn tỉnh táo nhận xét khi nghe bất cứ tin đồn nào, cũng như luôn luôn bình tĩnh trước bất kỳ hoàn cảnh nào. Tuy nhiên khi nhìn người đàn bà thong dong bước ra cổng, hai tay không co không nắm chứng minh mình… trong sạch, mẹ tôi hoàn toàn không thể nào ngờ "gian tặc" đã mặc bộ đồ của bà bên dưới áo quần của "y thị".

Cuộc sống rõ ràng càng ngày càng buồn thảm hơn. Tôi càng đi càng mệt hơn và sợ lạc đường nhiều hơn. Nhưng cuối cùng rồi tôi cũng thấy được cái ngã ba, một rẽ về nhà má lớn tôi, một rẽ về thị. Tôi mừng hết lớn, hớn hở rẽ phải, bước đi có vẻ hùng dũng, oanh liệt hơn. Gần như tôi quên mất chuyện có thể phải nghe mẹ càu nhàu, quên cái khát muốn thắt cổ họng, quên luôn cái đói cồn cào trong bao tử. Tôi nghĩ bụng sẽ nấu một nồi nước bồ kết và hương nhu dầu không còn Tết nữa để tắm. Sau đó sẽ leo lên giường nằm duỗi chân… làm thơ. Chuyện ông anh tôi có phải đi nghĩa vụ hay không trong tương lai hoàn toàn biến mất khỏi đầu óc tôi.

Nỗi khổ, thường vẫn bị lãng quên một cách hết sức kỳ quặc trong những trường hợp như vậy! Như con người ta bị siết cổ bao nhiêu năm bỗng thình lình được "cởi trói", là sẽ trở nên vui mừng hớn hở, chẳng hề nhớ gì đến những khổ đau mình đã phải chịu đựng trước đó.

Vì vậy chỉ cần được thấy chút thị thành là tôi quên bẵng cái lý do mình phải về nhà. Cũng chẳng nhớ mình từng triền miên đau khổ khi gia đình dọn về sống ở cái huyện ly buồn thảm ấy thế nào. Lòng tôi dịu hẳn xuống lúc trông thấy những đoá hoa dâm bụt. Đây là một loại hoa vẫn được trồng trên hàng rào, chẳng cần tưới tắm, chẳng mất công chăm sóc nhiều ngoại trừ thỉnh thoảng cắt bỏ bớt những nhánh mọc lên quá cao, nhưng lá luôn xanh và luôn có những đóa hoa lớn như bàn tay đong đưa trong gió. Hoa dâm bụt ở thị trấn ấy thường có màu đỏ tai tái hay hồng nhạt, và khá nhiều nhà trồng nên chẳng có gì đặc biệt, tuy nhiên khi mắt tôi chạm thấy chúng, cái dấu hiệu đã không còn ở vùng rừng núi nữa khiến tôi nghe chân mình nhẹ ra. Chỉ cần đi thêm một đoạn nữa là đến con đường bé như một cái nắm tay, được tráng nhựa, không dấu xe máy cày, không bụi mù đất đỏ, có tên đường hẳn hoi. Và đâu đó, vào thời khắc nào đó, dầu không đều đặn trong tuần những ngọn đèn vàng vàng, nhờ nhờ cũng sẽ được bật lên, toát ra chút ánh sáng văn minh thị thành, nhưng tôi hân hoan vui mừng và hoàn toàn quên mất những điều kiện sống căn bản như vậy không chỉ mình tôi mà cả miền Nam đều đã được hưởng trong quá khứ!

Tôi về đến nhà. Gọi cửa, nghe mẹ tôi hỏi tại sao về. Tôi chỉ trả lời ba bảo về, rồi chuẩn bị đi tắm và định làm những điều đã nghĩ. Nhưng khi mẹ tôi hỏi có gặp anh và hai thằng em trên đường đi không, tôi bỗng dừng chân. Ngạc nhiên, tôi đáp không thấy ai cả. Mẹ tôi im im vài giây rồi tự trả lời chắc tụi nó ghé má. Khi không, tôi có cảm giác mình không bước đi nổi nên buông người ngồi xuống ghế. Hình ảnh rẫy ruộng và sự mệt nhọc bất thần lại hiện ra. Bất thần, không đắn đo, không cố tìm lời tế nhị, tôi hỏi thẳng mẹ tôi là định chừng nào thì bán chiếc xe cho ba đi Vũng Tàu.

Mẹ tôi nhìn lại tôi, chắc cũng ngạc nhiên vì lần đầu tiên thấy điệu bộ tôi như vậy. Tuy tôi không xẵng xớm, không hỗn hào, không cấm cẩu, nhưng giọng nói chắc nịch và rõ ràng có lẽ làm mẹ tôi ngỡ ngàng. Bà dợm nói câu gì đó, nhưng sau lại thở dài và trả lời:

- Để hôm nào có ai đi Sài Gòn thì nhắn người ta xuống coi…

Tôi làm thinh. Mẹ tôi đứng yên thêm năm mười giây rồi quay người xuống nhà sau. Còn lại một mình, tôi ngồi lặng trên ghế. Buồn khôn xiết. Một nỗi buồn không biết nên kể tên như thế nào nhưng trìu trịu, thảm sầu.

Tôi nhìn quanh nhà. Nhiều đồ đạc đã dần dà đã bị bán đi chỉ sau một thời gian ngắn gia đình tôi dọn về đây để lộ ra những khoảng trống. Trống như cuộc đời chúng tôi đàng trước mặt.

Tôi đã ngồi bất động như thế rất lâu. Nghĩ tới anh tôi. Tới em tôi. Nhiều năm sau, tôi làm bài thơ cho anh, khi nhớ ngày anh chia tay với mối tình thời đi học chỉ vì cuộc sống trở nên khắc nghiệt và nghèo khổ.

Không là nắng vàng ươm từng sợi mỏng
Lấp lánh trên vai áo chiều quỳnh hoa
Không là chút mại mềm ngày Chúa Nhật
Ly chanh đường... Bài hát thời đã qua
Nắng rát bỏng những chiều anh ra rẫy
Lưng bàn chân chờ hứng hạt mồ hôi

Thèm quay quắt giữa đất trời khô hạn
Cơn gió lành khi mưa còn xa xôi
Trăng ở đây là đèn vàng rực rỡ
Bọn anh nằm lơ láo giữa rừng khuya
Hai ba đứa đốt thuốc lào đuổi muỗi
Kể chuyện học sinh như kể chuyện đời xưa
Em sao hiểu khi đã thành cơm áo
Anh gánh gồng thật sự, theo nghĩa đen
Vai vác cuốc, lưng phơi trần mưa nắng
Anh trượt lên mọi khái niệm đua chen
Em hãy sống như vẫn còn thơ trẻ
Cứ quên anh như quên một vần thơ
Nhiều năm nữa khi ra đời lăn lộn
Ngoảnh lại nhìn em đỡ thấy chơ vơ...

Tôi không tưởng tượng ra nổi hành trình cuộc đời của chúng tôi dài và buồn bã như thế nào sau đó.

Chương cuối.

Tôi không nghĩ cuộc đàm phán tôi phải dự phần là cuộc đàm phán… hội nghị bốn bên. Ngày nay nếu có dịp đọc tài liệu hay bài viết về hiệp định Paris với các cuộc đàm phán giữa Lê đức Thọ, Xuân Thuỷ, Kissinger, Lodge Jr., sẽ thấy bên kia tuyên bố "hội nghị bế tắc do sự thiếu thiện chí trong đàm phán của Hoa Kỳ", và ngược lại phía bên này sẽ viết "mặc dù bị thiệt hại nặng nề vì hoả lực Mỹ nhưng Hà Nội vẫn ngang bướng không chịu đàm phán, tiếp tục đem quân xâm nhập miền Nam". Khi tôi theo lịnh ba tôi để về thị làm "công tác tư tưởng" với mẹ tôi, thì ông anh và hai thằng em cũng phải nhận sứ mạng do mẹ tôi trao cho để vào rẫy thuyết phục ba tôi. Nhưng cái "mission" mà cả tôi và ông anh lãnh, coi bộ cũng giống y như bà Nguyễn Thị Bình và ngoại trưởng Trần Văn Lắm đã có mặt tại Paris là chỉ ký tên vô hiệp định chớ mọi điều đã được quyết định hết ráo rồi!

Con em kể mẹ tôi đòi bán rẫy ruộng vì nói khi anh tôi đi rồi không lẽ để hai đứa con gái cày cuốc hay bắt hai thằng kia nghỉ học. Mà mẹ tôi cũng lo cho thằng em nuôi, sợ trên giấy tờ không cùng họ với chúng tôi, không được tính là có chị đi nước tư bản du học sẽ "rớt" nghĩa vụ nên thế nào cũng bị kêu đi bộ đội. Ngược lại ba tôi vẫn không tin được chuyện "người ta" sẽ để yên cho gia đình tôi muốn làm gì thì làm, nên vì vậy mà ba mẹ tôi bất đồng ý kiến dữ dội. Chẳng ai chịu nhượng bộ ai chút nào. Con em kể thêm:

- Mẹ nói bán chiếc xe thì chỉ giải quyết được cho một đứa, rồi mai mốt lấy gì lo cho những đứa còn lại.

Mẹ tôi lý luận:

- Đi làm ruộng, bán vàng bán đồ mua thuốc trừ sâu, mua phân bón rồi đóng thuế nông nghiệp vẫn không có đủ lúa để ăn thì thà bán vàng bán đồ mua gạo ăn cho khoẻ.

Mẹ tôi nói giữ miếng ruộng miếng rẫy, cả nhà đều cực, còn ba tôi đáp nhà nước bắt đi kinh tế mới sẽ cực hơn. Mẹ tôi cương quyết:

- Ai sợ thì sợ, tôi không sợ. Mình nhất định không chịu đi, không lẽ họ mang súng tới bắn mình sao?

Ba tôi nói họ sẽ bắt chủ nhà đi cải tạo. Mẹ tôi nổi xung thiên:

- Cùng lắm thì đi mua chai thuốc chuột, nấu nồi cháo rồi cả nhà ăn chung, chết chung thôi chớ. Có gì mà sợ? Sống y như chết như vầy thì sống làm gì.

Tôi trợn mắt ngó con em:

- Ủa, sao mẹ tự nhiên vùng lên nhân dân miền nam anh hùng dữ dậy?

Con nhỏ trả lời ai mà biết. Tôi ngạc nhiên nhớ lại mẹ tôi mới vừa ớn bà Quẹt Liễm, ngán bà Hai cán bộ và tránh bà Năm chế độ cũ vì sợ vạ lây do những phát biểu "bất chấp thân thể" của bà này nhưng giờ lại dám tuyên bố một cách ngon lành, hùng dũng đến vậy, không lẽ bà Trưng bà Triệu thình lình tới thăm mẹ tôi mà không... nói cho chị em tôi biết một lời nào hay sao?

Con em tôi đoán già đoán non, chắc mẹ một liều ba bảy cũng liều. Tôi hỏi lại, nếu mẹ nấu nồi cháo có dám ăn không. Con nhỏ gắt, la tôi tào lao. Mà tôi cũng tào lao thiệt, vì con nhỏ tới giờ đó vẫn chưa có bồ bao giờ, đời chưa một lần yêu nói gì một lần dang dở mà hỏi nó có muốn đi đoàn tụ ông bà hay không. Riêng tôi, dẫu cuộc sống đã trở nên thảm sầu, nhà đã nghèo xuống một cách thê lương nhưng nhìn chung quanh thấy ai cũng nghèo như mình, cũng bao lần nuốt lệ như mình, thì thú thật là tôi vẫn muốn sống. Vẫn ước ao một tia nắng nào đó sẽ rọi xuống tương lai mặc dù hy vọng đó hết sức hão huyền.

Tôi hỏi con em sau đó mẹ tôi có tính toán gì thêm không. Con nhỏ lắc. Cái lắc đầu của con nhỏ cho thấy mọi thứ đều đang bế tắc. Tôi đi ra đi vô chán nản xin xắt rau khoai cho mẹ nấu cháo heo cũng không được vì mẹ tôi nói lần trước tôi xắt bự quá, băm vằm tùm lum mấy con heo chê không thèm ăn. Tôi ra phòng trước ngồi bó gối nhìn ra ngoài cổng, "hận đời đen bạc", hận luôn cả… mấy con heo. Cái thời buổi gì lạ, ngay cả cái lũ heo này mà cũng… dìm hàng tôi! Không thèm ăn rau tôi xắt rồi đến tắm cũng chẳng cho tôi đụng vào y như thân thể cành vàng lá ngọc!

Con em tôi an ủi tại lũ heo không quen hơi tôi. Nhưng sự an ủi này không làm cho tôi vui chút nào. Bởi tôi có bao giờ muốn, hay cần tới sự quen hơi của lũ nó chớ! Cũng như có bao giờ tôi "mơ ước" mình sẽ phải sống trong cảnh đời đen tối còn hơn mực thế này, hay khát khao "được" vô rừng vô rẫy. Và cuối cùng là tôi hoàn toàn chẳng cần sự giải phóng của ai để phải té nhào từ trên cao xuống đất như vậy.

Tôi nghĩ đến chuyện nếu như không có sự thay đổi chính trị, không có cuộc loạn ly, không đổi đời, không bị sống dưới chế độ học tài thi lý lịch, thì tôi đã là cô sinh viên đại học. Và nếu như dù nhà có tiền mà tôi không thể đậu ưu hay đậu bình để đi Anh du học theo dự tính của ba tôi, tôi cũng sẽ an vị ở Sài Gòn, trong một sân trường nào đó. Điểm thi tú tài của tôi nếu có quá thấp không thể vào được ngành kiến trúc mình thích, thì chí ít tôi cũng vào được luật khoa, văn khoa. Thậm chí không học đại học công tôi cũng sẽ học đại học tư!

Sau một hồi "nếu như", "giá mà", tôi trở lại với thực tại, thấy mình đang sống đời nghèo khổ, đang không được đi học, đang không thể làm bất cứ điều gì mình mơ ước, tôi muốn bật khóc oà lên. Tôi tủi thân, tủi phận. Giận đời, giận người. Lúc đó tôi chưa nghĩ ra được hai chữ nạn nhân để biết rằng mình, cùng hàng triệu người miền Nam đã là nạn nhân của một chế độ, một chủ nghĩa.

Thật vậy, nếu có sự chọn lựa, trên thế gian này chắc chắn là không ai muốn chọn lựa làm con một gia đình khó nghèo, ít được học hành, hẳn nhiên cũng không ai muốn làm công dân một đất nước nhiều kềm kẹp hơn tự do, nhiều sợ hãi hơn an bình. Nhưng vào cái thời "khi không" dân miền nam bị rơi vào cảnh thiếu thốn, đói khổ, "khi không" bị lọt vào vòng kiểm soát sắt đá, ra đi không được đành ở, chống không được đành ngậm đắng nuốt cay, mẹ tôi cũng như bao người, chẳng hỉ hân vui vẻ gì và bà chỉ nói cho hả dạ vậy thôi, chứ làm sao mà dám ngồi không bán đồ đạc ăn dần, làm sao dám mua chai thuốc chuột, nấu nồi cháo… Vì vậy mà cuối cùng mẹ tôi cũng phải đồng ý kêu người bán chiếc xe cho ba tôi đi Vũng Tàu xin việc cho anh tôi.

Tôi không trở vô rẫy vì nhiều việc xảy ra sau đó rất nhanh. Ba tôi, không biết "xin" như thế nào nhưng anh tôi có việc thật, một chân kế toán nhỏ trong ngành Thuỷ Sản. Khi anh đi rồi, hai thằng em tôi đã "thế vì" làm công việc của anh bằng cách nghỉ học một hai bữa gì đó trong tuần và cuối tuần là "full time" cày cấy. Mẹ tôi đứng ngồi không yên nhưng không biết làm cách nào để thay đổi tình trạng lúc đó, nên ba tôi bảo tôi ở nhà cho mẹ yên lòng.

Nhưng ở nhà, "lắng nghe tiếng của mẹ hiền" chẳng hề nghe mẹ tôi âu yếm "ngày đêm giục bước con hành quân" như ông Lưu Nhất Vũ viết bài hát Hãy Yên Lòng Mẹ Ơi, mà tôi chỉ bị... la nhiều hơn. Tôi chẳng biết có phải vì mình không làm nên được cái tích sự gì trong mắt mẹ tôi hay bà chỉ bực cảnh đời nhưng không thể… la ai ngoài tôi. Ngày nào tôi cũng phải hát thầm bài hát của ông Vũ, "ai, ai gọi đời ta, rền vang núi sông, tiếng… la của mẹ"! Và ngày ngày tôi lại ngồi bó gối ngó ra ngõ. Thật tình không còn biết đợi trông điều gì, mong ước gì.Tôi rũ xuống trong tuyệt vọng.

Nhưng cứ nhìn ra ngõ vậy đó mà một hôm tôi chẳng nghe tiếng gọi cửa, chẳng thấy ba tôi đã đứng bên ngoài cho tới lúc con em từ nhà sau chạy lên càu nhàu:

- Bà này mất hồn hay sao vậy?

Quả là tôi đã mất hồn thiệt, nhưng không phải mình tôi mà cả mẹ và con em tôi nữa. Bởi vì ba tôi đã không về một mình. Phía sau ba tôi là thằng em nuôi và thằng em út với chiếc xe đạp cột một cái "bu" úp gà, một loại lồng gà lớn đan bằng tre thưa, và bên trong không phải gà nhưng là thằng em kế út. Mặt mày thằng này xanh dờn, không còn giọt máu, y hệt như thỉnh thoảng vẫn xỉu, chết giả lúc còn nhỏ.

Cả nhà tôi xúm lại phụ đẩy chiếc xe và đưa thằng em vào nhà. Thằng em nuôi nói:

- Thình lình nó tái xanh rồi ngã xuống đất. Không biết bịnh cũ có tái phát không mà té cái rầm, chúi nhũi như mất hết sức lực.

Hẳn nhiên mẹ và hai chị em tôi hết sức hoảng sợ và bàng hoàng khi nhìn thấy thằng em tôi như vậy. Không cần kể đến chuyện không có ông bác sĩ gia đình như ngày xưa, cũng như chuyện ba tôi đã không thể có được một viên thuốc để cứu chữa kịp thời cho thằng em, hình ảnh một thằng thanh niên lớn phỗng phao, cao lớn hằng ngày lại co quắp người nằm lọt vào trong cái giỏ tre đã là điều bi thảm hơn tất cả mọi điều. Không ai nói với nhau tiếng nào, không nói được tiếng nào thì đúng hơn, bởi không ai có thể tưởng tượng ra cảnh này. Không ai không nhìn ra cái thê thảm hơn vậy nữa là ngay cả một phương tiện tối thiểu như đi nhờ máy cày của ai đó, hay có một cái võng để đưa thằng em tôi về từ vùng rừng núi lúc ốm đau bịnh hoạn cũng không có, thì biết sau này còn sẽ xảy ra thêm chuyện nào đáng sợ hơn?

Mẹ tôi lặng người từ lúc chạy lên nhà trước, nước mắt chảy tràn ra trên má. Mọi thứ như ngừng lại. Không gian, thời gian. Như chết đi.

Mẹ tôi im lặng hoàn toàn sau đó. Ngay cả lúc ba tôi nói sẽ chạy qua nhà bà Hai cán bộ mượn đỡ tiền mua thuốc và món gì đó cho thằng em, mẹ tôi vẫn không cản, dù thừa biết sẽ không được. Mà quả là không được thật. Khi ba tôi về, mặt mày buồn xo, nói nhỏ với tôi:

- Hàng xóm láng giềng gì kinh khiếp quá con. Bả nói về biểu mẹ bán bớt áo dài đi chớ để làm gì nhiều, ngứa mắt thiên hạ thêm.

Mẹ tôi, từ lúc về huyện ly không mấy khi ra đường, nhưng thỉnh thoảng đi giỗ chạp, Tết nhất đi thăm má tôi và thiếm tôi hoặc đi chúc Tết thì vẫn mặc áo dài. Tôi cũng không ngờ bà Hai cán bộ để ý từng chút một như vậy, biết mỗi lần đi, mẹ tôi lại mặc một màu áo khác. Rồi ngứa mắt. Tôi nghẹn ngào an ủi ba:

- Để con tìm coi có cách nào không.

Nói vậy thôi chứ tôi mà "tìm" ra được cái cách nào chắc trái đất đã sụp từ dạo ấy mất rồi. Nghĩ tới nghĩ lui một hồi cuối cùng ba tôi lại chạy ra bác Tư Nùng.

Ba tôi đi rồi lại về. Mang theo bịch thuốc và cái gà mên đựng tô phở cho thằng em. Đứng nhìn một lúc, mẹ tôi thở dài quay đi. Phở là thứ trước đây nhiều lúc mẹ tôi năn nỉ mà không đứa nào chịu ăn ở nhà. Nhất là những đứa lớn như tôi, chỉ muốn ra ngoài ăn sáng với bạn trong hàng quán, rồi cà phê cà pháo. Quan trọng hơn với chúng tôi thuở đó là ăn ở ngoài thì có thể bỏ nguyên tô, nguyên đĩa nếu không muốn và dẫu có nói chuyện với bạn suốt buổi cũng sẽ không bị nghe câu la mắng nào.

Mẹ tôi im lặng như vậy cho đến ngày thứ ba thì nổ bùng ra như lò điện nguyên tử. Mẹ tôi tuyên bố nếu ba tôi vẫn muốn giữ cái rẫy và cái ruộng đó, sẽ có chuyện lớn với bà. Tôi không biết biện pháp của mẹ tôi định sử dụng như thế nào, làm lớn chuyện tới đâu, nhưng ba tôi sau nhiều hôm thương thuyết bất thành, đành phải đi kiếm người để bán. Ba tôi sợ nhà nước, sợ đi kinh tế mới, sợ bị ở tù…, vậy mà cuối cùng cũng chào thua mẹ tôi.

Tôi giã từ rừng núi bạt ngàn. Không lời từ biệt. Không bao giờ thấy lại con đường đất đỏ dẫn vào nơi ấy, không hề gặp lại Hai Xồi, Bảy Cúc, "đại uý" Kè. Đoạn đời làm dân sơn cước khép lại. Tôi nghĩ giá mà được như hai câu thơ của mẹ tôi,

Những bước thăng trầm xin trả lại,
Cho trời mây nước..., chỉ còn thơ.

Thời cuộc thuở ấy không cho chúng tôi yên với thơ. Để thoát khỏi cảnh bị phường khóm hoạnh họe làm khó dễ, mẹ tôi cũng phải đồng ý với ba tôi mua miếng đất gần nhà hơn, gần đám rẫy tôi từng đi "làm mướn" mùa hè nào đó. Hai thằng em tôi lại sáng đi học, chiều đi làm ruộng. Vẫn đen đúa, thê lương. Cả hai thằng chỉ chứng minh được mình "con nhà" là học rất giỏi mà thôi. Thằng em nuôi thì qua sự chạy chọt của ba tôi, vào học ở một trường cơ khí điện lạnh. Lúc huyện lỵ mở cái công ty thương nghiệp cấp ba, tôi vào làm thư ký đánh máy không biên chế mà không hiểu vì sao được nhận. Có lẽ vì để chi kịp ngày khai trương người ta đã nhận bừa. Cuối cùng là con em tôi ỳ ạch rồi cũng vào được một trường thuỷ lợi do ngành này nhiều nhu cầu nhưng thiếu người đi học.

Cuộc sống của chúng tôi chuyển sang hướng khác. Không còn vào rừng rẫy nhưng không có nghĩa đường đời rộng mở ra trước mắt. Không tương lai bừng sáng như những cái happy ending, kết thúc có hậu giống cải lương, hay phim Hàn quốc ngày nay.

Mà chúng tôi bước vào những cánh rừng khác. U ám. Bạt ngàn. Bạt ngàn những gian dối, tham lam và cạnh tranh. Nơi có những gương mặt chỉ toát ra vẻ bần tiện, những cái đầu chỉ nói ra những điều ngu si, đần độn, và trái tim chỉ hiện ra sự thù hằn, ngờ vực.

Cuộc sống ở nơi ấy vẫn tối đen và buồn thảm không khác gì cánh rừng chúng tôi bỏ lại sau lưng…

Hoàng Nga

Một vài bài thơ của tôi trong những tháng ngày mỏi mòn và buồn thảm ở cái phố huyện có vùng rừng núi bạt ngàn, bất tận ấy…

Nơi An Nghỉ Của Ba

Con đường này ba vẫn đi qua,
Gậy trúc con tóc bạc chiều tà
Gió mưa và nắng vàng quấn quít
Theo ba, từng chiều qua, chiều qua.

Ba nằm trên đồi ca ngó ra
Rẫy nương xanh bạt ngàn phía xa
Ở đây rất giống trời phương ấy
Tụi con về lòng ôi xót xa

Giờ ở đây mình ba nằm yên
Thời gian trôi qua không ưu phiền
Khung trời xưa cùng ba yên nghỉ
Cuộc đời trôi đây đó triền miên.

(1982)

Viết cho Danh

Cuối mùa rồi mưa dầm không ngớt
Ra thao trường có lạnh lắm không em
Hai bàn tay chai sần vết sạn
Gió rét ngấm chắc đớn đau thêm

Dẫu xót xa chị làm sao sớt sẻ
Chia với em những mệt nhoài này
Về Saigon những lần bên em nhỏ
Biết làm sao chị gửi được hương bay

Như vậy đó, bỗng nhiên em đã lớn
Đã ra đời lăn lộn với nhân gian
Không thể tưởng mới ngày nào còn bé
Em vẫn chơi bắn súng, haut les mains

Phải không em cuộc đời trôi lặng lẽ
Mà chóng phai như thể mây ngàn
Chiều nay đứng bên bờ hồ loáng nước
Thấy thương em trong nỗi nhớ vô vàn

Biết cuối mùa mưa dầm không ngớt
Gió thao trường chắc lạnh lắm phải không
Làm sao sẻ chia cùng em nhỉ,
Một chút buồn chút lạnh của mùa đông

Gửi Th.

Thời anh xa lớp học
Là em về nơi đây
Một trưa vàng xao xác
Nắng già trên hàng cây

Cái phố chợ buồn thiu
Con đường mòn bụi đỏ
Những hàng quán đìu hiu

Cái nghèo nàn tội nghiệp
Cái quê mùa chát chua
Mười hai năm lam lũ
Đẩy đời em già nua

Thời anh xa lớp học
Thời anh buồn trăm năm…

Th. ơi đừng hỏi
Tại sao trời nắng mưa
Có bao giờ anh biết
Về quãng đời em xưa

Có bao giờ anh nghĩ
Mười hai năm vừa qua
Là em buồn bất tận…

Mục lục

Liên lạc Tác giả
Hoàng Nga
ngahoangsd14@gmail.com

Liên lạc Nhà xuất bản
Nhân Ảnh
han.le3359@gmail.com
(408) 722-5626

www.ingramcontent.com/pod-product-compliance
Lightning Source LLC
LaVergne TN
LVHW040603061026
849523LV00001B/54

* 9 7 8 1 9 8 9 9 2 4 5 4 9 *